மீள் மூதேவே

செல்வதீபா

notionpress.com

INDIA · SINGAPORE · MALAYSIA

ISBN 979-8-89026-421-3

பாகம் 1

இரவு நேர ஜில்லென்ற காற்று இதமாய் பரவி அனைவரையும் பரவசமூட்டும் சமயத்தில் தடதடவென தண்டவாளத்தில் சென்னை எக்ஸ்பிரஸ் மதுரையிலிருந்து கிளம்ப ஆரம்பித்தது.

பிளாட்பாரத்தில் ஒரு பெண்ணின் குரல் "ப்ளீஸ் ஹெல்ப் மீ" என கேட்டது.

ஒரு கம்பார்ட்மென்டில் இருந்த ஒரு ஆடவன் தலையை நீட்டி எட்டி பார்க்க, அந்த பெண் தன் கையில் வைத்திருந்த லக்கேஜ் உடன் ரயிலில் ஏற முயன்று கொண்டிருந்தாள். அந்த ஆடவன், அவள் ரயிலில் ஏற உதவி செய்தான்.

ரயிலில் ஏறியவுடன் "கிஸ் கிஸ்............" என மூச்சிறைத்தது. அவள் தன்னை நிதானப்படுத்திக் கொண்டு, அந்த ஆடவனிடம் "தேங்க்யூ" என்றாள்.

பின் அவள் தன் பெயரை சொல்ல வாயெடுத்த போது, அந்த ஆடவன் விருட்டென்று சென்று விட்டான்.

என்ன மனிதன் இவன்? நான் இவனிடம் தானே பேசிக் கொண்டிருக்கிறேன். நான் கூறிய நன்றியை மதிக்காமல் சென்ற இவனுக்கு மரியாதையை கற்று கொடுக்கணும் என மனதில் நினைத்தவாறே அவனை தொடர்ந்து சென்றாள். பின் அவனை நோக்கிய போது அமைதியானாள். ஏனென்றால் அவன் மடியில் ஒரு அழகான குழந்தை தூங்கி கொண்டிருந்தது. அந்த குழந்தையை பார்த்தவுடன் அவளது கோபம் காணாமல் போயிற்று.

சார்..... சார்....... என கூப்பிட்டாள் அவள்.

என்ன? என்பது போல் பார்த்தான் அவன்.

இது யாருடைய குழந்தை?

சற்று சிந்தித்தவாறே, என்னுடையது தான் என்றான்.

என்ன! உங்களுடையதா? அப்படியென்றால் உங்களுடைய மனைவி? என இழுத்தாள்.

கோபத்துடன் முறைத்த அவன், என்னை பற்றி தெரிந்து உங்களுக்கு என்ன ஆகப் போகிறது கேட்டான் கடுகடுப்பான குரலில்.

அவன் கோபத்தை எதிர்பார்க்காத அந்த பெண் அரண்டு விட்டாள். அவர்களுக்கு எதிராகவே அமைதியுடன் உட்கார்ந்தாள். தன் தவறான கோபத்தை புரிந்து கொண்டவன், அவளிடம் தானாகவே பேசினான்.

என் பெயர் ரகு. இது என்னுடைய குழந்தை ரியா. என்னுடைய மனைவி மித்ரா. அவள்... அவள்...... என பேச முடியாமல், துக்கம் தொண்டையை அடைக்க, கண்களில் நீர் கோர்க்க, எங்களை விட்டு சென்று விட்டாள் இறைவனிடம், என ஒரு வழியாக சொல்லி முடித்தான். ஆனால் அவன் கண்களில் பெருகிய கண்ணீர் நிற்க மறுத்தது.

"ஐ ஆம் சாரி" சார் என்றாள்.

இல்லை மிஸ்........ யோசித்தான்.

ஸ்வேதா என்றாள்.

ம்.... ஸ்வேதா. அவள் எப்போதும் எங்களுடன் தான் வாழ்ந்து கொண்டிருக்கிறாள் என்றான் கண்ணீரை துடைத்த படியே,

அவன் கண்ணீரை உணர்ந்ததோ என்னவோ, அவனுடைய குழந்தை அழ ஆரம்பித்தது. இதனை பார்த்தும், கேட்டும் கொண்டிருந்த ஸ்வேதாவின் கண்ணிலும் நீர் தொட்டுச் சென்றது.

குழந்தையை சமாதானப்படுத்த முயன்று தோற்றும் போனான் ரகு. குழந்தை அழுகையை நிறுத்தவே இல்லை. நீங்கள் தவறாக எண்ணவில்லை எனில், நான் உங்கள் குழந்தையை சமாதானப்படுத்த முயற்சிக்கவா? எனக் கேட்டாள்.

தலையசைத்தான் ரகு.

ஸ்வேதாவின் கையில் ரியா போனவுடன், ரியாவை தன் மார்பில் சாய்த்து உலவினாள் இங்கும் அங்குமாய். ரகுவிற்கு ஒரே ஆச்சர்யம் குழந்தை அழுகையை நிறுத்தியதைக் கண்டு, தாய், தந்தையின் ஸ்பரிசமே ஒரு குழந்தை அழுகைக்கான மருந்தாகும். ஆனால் இவளிடம் சென்றவுடன் நம் ரியா எப்படி

அழுகையை நிறுத்தினாள். ஸ்வேதா மீது சந்தேகம் எழுந்தது. யோசித்துக் கொண்டே இருந்தான்.

ரியா தூங்கியவுடன் ஸ்வேதாவின் கையில் இருந்த தன் குழந்தையை படக்கென உருவினான். குழந்தை அசந்து தூங்கியதால் விழிக்கவில்லை. பின் அவன் கண்களால் அவளை அளவெடுப்பது போல் பார்த்தான்.

என்ன இவர், திடீரென்று இப்படி நடந்து கொள்கிறாரே என்று மனதினுள் வருந்தினாள் ஸ்வேதா.

அவன் தன் குழந்தையை வாங்கிய விதம் அவனையே யோசிக்க செய்தது.

நானா இப்படி செய்தேன்? ஆனால் அவள்...... என யோசித்தான்.

தன் குழந்தையை மடியில் போட்டு அவளது தலையை வருடியவாறே குழந்தை தூங்குவதை பார்த்துக் கொண்டிருந்தான். ஆனால் அவனால் தூங்க முடியவில்லை. அவனுடைய மனைவி மித்ராவின் நினைவலைகள் எழ, அவன் அவனுக்குள்ளாகவே கவிதையை ஓட விட்டான்.

"உன்னை மறவேன்

உன் நினைவிலிருந்து அகலேன்

உன்னை விட்டு பிரியேன்

உடல் பிரிந்தாலும்

உயிர் பிரியாது என்றிருப்பேன்

காலந்தோறும்

நம் காதல்

வாழுமே என் இருதயத்தில்............"

அதிகாலை நான்கு மணியளவே ஸ்வேதா எழுந்து ரயிலில் வாஸ்பேசன் அருகே சென்று தயாராகி, மேக்கப் போட்டுக் கொண்டு ரகு உட்கார்ந்திருந்த இடத்திற்கு எதிரே போய் அமர்ந்து கொண்டு அதிகாலை தென்றல் காற்றை சுவாசித்துக் கொண்டு வானத்தையும், சூரியன் உதயமாகும் திசையையும் ரசித்துக் கொண்டே வரும் போது மணி ஆறை தாண்டியது.

எதிரே இருந்த ரகு ஏதோ யோசனையிலேயே இருந்தான். அவன் அவளுக்கு உதவி செய்த பொழுதே ஸ்வேதாவிற்கு ரகுவை பிடித்து போயிற்று. கையில் குழந்தையுடனும், மனதில் மனைவியுடனும் இருப்பான் என கொஞ்சமும் எதிர்பார்க்காதது தான்.

ஸ்வேதா மாடெர்ன் கெர்ல், அழகான தேவதை போன்ற தோற்றம் உடலொட்டிய சுடிதார், கண்களில் கூலிங் கிளாஸ், தலையில் தொப்பி, எலுமிச்சை நிறத்தில் இருப்பாள்.

ரகுவின் உடல் திடகாத்திரமானதாகவும், அவனுடைய அடர்ந்த கேசத்தின் முன் பகுதியில் சுருண்டும், முகத்திற்கு ஏற்றாற்போல் அளவான மீசை, அனைவரின் கவனத்தையும் வசீகரிக்கும் கண்கள், பார்க்க மாநிறமாக அழகாக இருப்பான்.

ரியா உறக்கத்திலிருந்து எழுந்தவுடன் ரகுவின் கையில் இருந்த ஒரு பையை திறந்து, அதிலுள்ள ஒரு போட்டோவை எடுத்து முத்தமிட்டாள்.

இதனை கவனித்த ஸ்வேதா, ரியாவை பார்த்து

ரியா குட்டி, யார் இது? என்று கேட்டாள்.

ரகு, ஸ்வேதாவை முறைத்தான். அவள் அவனை கண்டு கொள்ளவே இல்லை.

இந்த போட்டோவை பாருங்கள் என குழந்தை ஸ்வேதா அருகில் மெதுவாக நடந்து வந்து, இது என்னுடைய அம்மா என அவளிடம் காட்டி விட்டு போட்டோவை கட்டிக் கொண்டது.

உனக்கு உன்னோட அம்மாவை பிடிக்குமா? கேட்டாள் ஸ்வேதா.

எனக்கு ரொம்ப ரொம்ப………. என கையை விரித்துக் கொண்டே போன அந்தக் குழந்தையை தன்னுடன் அணைத்துக் கொண்டாள். அவளை மீறியும் கண்ணீர் சொட்டியது ஸ்வேதாவுக்கு.

அவன் அசராமல் அவளையே பார்த்துக் கொண்டு, இவள் நடத்தை வித்தியாசமாக தெரிகிறதே என புருவத்தை ஏற்றிய படி அவளைப் பார்த்தான்.

அதனை உணர்ந்த அவள் ரியாவை விடுவித்து, எனக்கும் என் அம்மா நினைவு வந்துவிட்டது என கூறிக் கொண்டே கண்களை துடைத்தாள்.

உங்களுடைய அம்மா எங்கே? ரியா கேட்டாள்

சாமிக்கிட்ட

என்னுடைய அம்மாவும் தான், ரியா கூறினாள்.

ரகுவின் கண்கள் ரியாவை பார்த்து சிந்தித்த படியே கலங்கியது.

உங்களுடைய பெயர் என்ன? உங்களை நான் எப்படி கூப்பிடுவது? நீங்களும் எங்களுடன் வருகிறீர்களா? என கேள்விளை ரியா தொடுக்க,

ரியா குட்டி, மெதுவாக....... மெதுவாக........ என கையசைத்துக் கொண்டே கூறிய ஸ்வேதாவை பார்த்து குழந்தை சிரித்தது. அவளும் சிரித்தாள். பிறகு இருவரும் பேசி சிரித்துக் கொண்டிருந்தனர். நடப்பதை பார்த்து தடுக்காமல் ரகு, ரியா சிரிப்பதையே ரசித்துக் கொண்டிருந்தான்.

என் குழந்தை இவ்வளவு அழகாக சிரித்து வெகு நாட்கள் ஆயிற்று என மனதினுள் எண்ணினான்.

ஸ்வேதாவை பார்த்து ஒரு நிமிடம் ரியாவை பார்த்துக் கொள் என கூறி விட்டு வாஸ்பேசன் சென்றான். ஸ்வேதா அவன் சென்ற திசையையே பார்த்தாள்.

அவன் தயாராகி வெளியே வந்தவுடன் அதிர்ச்சி அடைந்தான். ரியா ரயிலுக்கு வெளியே நின்று கொண்டிருந்தாள்.

ரயில் நின்று கொண்டிருந்த போது, ஸ்வேதா ரியாவுடன் கீழே இறங்கினாள். அப்போது ஒருவன் தன் கையில் கத்தியோடு அவர்களை நோக்கி ஓடி வருவதை பார்த்து, ரயிலின் ஜன்னல் வழியாக வெளியே குதித்து அவனை தடுக்க, கத்தி தடுமாறி கீழே விழுந்தது. அவனை பிடிப்பதற்குள் ரகுவிடமிருந்து நழுவி ஓடி விட்டான் கொலை செய்ய வந்தவன்.

கோபத்தில் ரகுவின் முகம் சிவக்க, ஸ்வேதாவை நோக்கி பார்த்துக் கொள் என்று தான் சொன்னேனே தவிர அவளை வெளியே கூட்டிட்டு வரச் சொல்லலை என கத்தினான்.

அங்கிருந்த அனைவரும் இருவரையும் கவனிக்க, இதனை எதிர்பாராத ஸ்வேதா அப்படியே அதிர்ந்து நின்றாள்.

அப்பா, ஸ்வேதாவை திட்டாதீர்கள், அவள் என்னுடைய தோழி.

என்ன ரியாம்மா, நமக்கு யாருமே வேண்டாம்மா. ப்ளீஸ் புரிஞ்சுக்கோடா செல்லம் என கொஞ்சினான்.

அவன் செயல்கள் ஸ்வேதாவின் மனதை புண்ணாக்கியது. ரயிலில் ஏறினர் அனைவரும். கொஞ்ச நேரம் ஏதும் பேசாமல் அமைதி நிலவியது.

நாம் கிளம்புவோமா ரியா? என கேட்டுக் கொண்டே ரியா அருகே வந்தான் ரகு.

போங்கப்பா, என்னிடம் பேசாதீர்கள்.

என்னிடம் பேச மாட்டாயா ரியாம்மா?

இல்லைப்பா, நீங்கள் ஏன் ஸ்வேதாவிடம் கோபப்பட்டீர்கள்? நான் தான் அவளிடம் மிட்டாய் கேட்டேன். அதனால் தான் அவள் என்னை வெளியே கூட்டிட்டு போனாள். ஆனால் நீங்கள் ஸ்வேதா மேல் கோபப்பட்டு விட்டீர்கள்.

அவளை ஒரு பார்வை பார்த்து விட்டு, பின் ரியாவிடம்

ரியாகுட்டி அப்பா சொன்னதுக்கு அர்த்தம் இருக்கு. ஸ்வேதா இப்பொழுது அவங்க வீட்டுக்கு போயிடுவாங்க. அப்புறம் நீ தான் வருத்தப்படுவமா அதனால் தான் என ரியாவை சமாதானப்படுத்தினான்.

இனி என்ன வேணும்ன்னாலும் அப்பாவிடம் கேளு.

அப்படின்னா இனி மேல் ஸ்வேதா கூட பேசவே முடியாதா? என ரியா அழும் குரலில் கேட்டாள்.

நடப்பதை கவனித்த ஸ்வேதா, இல்லடா ரியாக்குட்டி உங்களிடம் பேசாமல் என்னால் இருக்கவே முடியாதுடா. கண்டிப்பாக உன்னை சந்திக்க வருவேன் என்றாள்.

ரியா வேகமாக ஓடிப் போய் அவளை கட்டிக் கொண்டாள்.

ரகுவிற்கு கோபம் சீறலாய் வர, ரியாவிற்காக தன்னைத் தானே கட்டுபடுத்திக் கொண்டான். தொடர்ந்து பத்து நிமிடங்களாவது ஸ்வேதாவை முறைத்துக் கொண்டே இருந்திருப்பான் என்று தோன்றியது ஸ்வேதாவிற்கு.

காலை ஏழு மணியளவில் ரயில் சென்னை ரயில்வே ஸ்டேசன் வந்தது. இருவரும் இறங்கினர், கூடவே ஸ்வேதாவும் இறங்கினாள். ஸ்வேதா, ரகுவிடம் பேச ஆரம்பிக்க, உன்னிடம் பேச எதுவும் இல்லை என அவளை பேச விடாமல் வெடுக்கென கூறி விட்டு ரியாவை கூட்டிட்டு போனான். அவன் பேசியதை ரியா கவனிக்கவில்லை. கூட்டத்தில் "கச கச" சத்தத்துடன்

மக்கள், வானத்தில் பறவைகள் பறப்பதை பார்த்து ரசித்துக் கொண்டிருந்த சமயத்தில் ரகு, ஸ்வேதாவின் பேச்சை நிராகரித்து விட்டான்.

அவன் நடக்க ஆரம்பித்ததும் வேடிக்கை பார்த்த ரியா பின்னால் திரும்பி ஸ்வேதாவை பார்த்து "பை பை" என கூறி கையசைத்தாள். ஸ்வேதாவும் கையசைக்க இருவரும் சென்றனர். அவர்கள் இருவரும் கண்ணிலிருந்து மறையும் வரை அவர்களையே பார்த்துக் கொண்டு நின்றிருந்தாள் ஸ்வேதா. அவளின் எண்ணத்தில்,

"பச்சிளம் சிட்டே

உனைக் காண

எங்கிருந்தாலும்

ஓடோடி வருவேன்

உனக்காகவே

என்றென்றும் நானே"

ரகுவும், ரியாவும் ரயில்வே ஸ்டேசனில் இருந்து வெளியே வந்தனர். ரகு சென்னையில் உள்ள அவனுடைய வீட்டிற்கு செல்ல ஆட்டோவை பிடித்தான்.

அவன் ஆட்டோவில் ஏற முற்பட்ட நேரம் ஒரு பெண்ணை, போலீஸ்காரர்கள் சிலர் துரத்தினார்கள். அதனை பார்த்த அனைவரும் அங்கங்கு ஒளிந்து கொண்டனர்.

ஏன் அந்த பெண்ணை துரத்துகிறார்கள்?

அந்த பெண்ணை அவர்கள் துரத்தவில்லை. அவளுக்கு பயிற்சி நடக்கிறது.

என்ன பயிற்சியா?

ஆம். அவர்கள் காக்கி யூனிபார்ம் போட்டு இருக்கிறார்களே! ஆனால் அவர்கள் போலீஸ்காரர்கள் இல்லை.

பின்னே?

அவர்கள் ரௌடிகள். அந்த பெண் குழந்தை கடத்தல், கொலை, கொள்ளைகளில் ஈடுபடுபவள். ரொம்ப மோசமானவள் தம்பி.

அவளுக்கு தண்டனை ஏதும் வழங்கவில்லையா?

அவளை யாராலும் எதுவும் செய்ய முடியாது. அவளுக்கு எதிராக யாரும் குரல் கொடுக்க முன் வரவில்லை.

அவளை பற்றி விடுங்கள் தம்பி. நீங்கள் எங்கே போகணும்?

பிள்ளையார் கோவில் தெரு, அண்ணா நகர். அண்ணே! அங்கே ஆர் டி மாளிகை முன்னாடி நிறுத்திடுங்க.

அண்ணே! அந்த பெண்ணின் பெயர்?

ஆட்டோக்காரர், வேண்டாம் தம்பி. அவளது பெயரை கேட்டாலே அபசகுணம் என்பார்கள்.

அண்ணே! ப்ளீஸ் பெயரை மட்டும் சொல்லுங்க.

என்ன தம்பி, சொன்னா கேட்கவே மாட்டிக்கிறீங்க! சரி சொல்றேன். ராசாத்தி.

பெயரை கூறிய மறு நொடியே ஆட்டோ நின்றது. ஆட்டோவின் ஒரு சக்கரத்தில் காற்று இறங்கி விட்டது.

தம்பி, நான் தான் சொன்னேன்ல

கவலைப்படாதீங்க அண்ணா! மெக்கானிக் ஷாப் அருகே வந்து தான் ஆட்டோ நின்னுருக்கு. இதற்கான செலவை நான் பார்த்துக் கொள்கிறேன்.

இல்லை தம்பி, நானே பார்த்துக் கொள்கிறேன்.

ஆட்டோ டயரை சரி செய்த கொஞ்ச நேர பயணத்திற்கு பின் ஆர் டி மாளீகை வந்தது.

தம்பி இது உங்க மாளீகையா?

ஆம் என தலையசைத்தான் ரகு.

அற்புதமாக இருக்கு தம்பி.

தாங்க்ஸ் அண்ணே. ஆட்டோவுக்கு எவ்வளவு?

நானூறு ரூபாய் தம்பி.

கொடுத்து விட்டு மாளிகையை நோக்கித் திரும்பினான் ரகு.

ரியா ஆட்டோக்காரரை பார்த்து "பை பை" தாத்தா என்றாள்.

ஆட்டோக்காரர் சிரித்துக் கொண்டே பை டா பாப்பா என்றார்.

ரகு மாளீகைக்குள் நுழைய மாளீகையிலிருந்து வாட்ச்மேன் வேகமாக ஓடி வந்தார். ரகு அய்யா நீங்கள் வருவது முன்பே தெரிந்திருந்தால் கார் அனுப்பி வைத்திருப்போம்.

பரவாயில்லை முத்துச்சாமி அண்ணே.

வீட்டைச் சுற்றி தோட்டம் அமைத்து வீடே பசுமையாய், எழிலாய் காட்சியளித்தது. தன் குழந்தை ரியாவின் கையை பிடித்துக் கொண்டு உள்ளே நுழைந்தான்.

வாயெல்லாம் பல்லாக சிரித்துக் கொண்டு இன்முகமாக வரவேற்றாள் ராஜம்மா. அந்த வீட்டில் வேலை செய்பவள் என்றாலும் ரகுவிற்கு அடுத்த அம்மாவாக நன்றாக கவனித்தவள் அவனது சிறு வயதில்.

தம்பி எப்படி இருக்கீங்க? மித்ராம்மா இறந்துட்டாங்கன்னு செய்தி வந்தது என்று ராஜம்மா கூற, கண் கலங்கினான் ரகு.

அதை கவனித்த ராஜம்மா, அவளுடைய பேச்சாலேயே ரகுவை தேற்றினாள். பிறகு ரியாவை பார்த்து,

ஏய் குட்டி எப்படி இருக்க? உன்னோட அப்பாவை சின்ன வயசுல பார்த்த மாதிரியே இருக்க என ரியாவின் கன்னத்தை வருடினாள் ராஜம்மா.

தம்பி உங்க பொண்ணு முகலட்சனமாக அழகாக இருக்கிறாள்.

இனிமே தானே பார்க்கப் போறீங்க அவளோட வால் தனத்தை என்றான்.

உங்களை மாதிரியா தம்பி?

எனக்கும் மேலம்மா.

நீங்களும் கூட முதல்ல மாதிரி துறுதுறுன்னு இருந்தீங்கன்னா ரொம்ப சந்தோசமாக இருக்கும் என்றார்.

என்னால் முடியாது அம்மா. இப்பொழுது நான் இருப்பதே என்னோட ரியாக்காக தான் என கூறி விட்டு எனக்கு உங்களுடைய கையால டீ குடிக்கணும் போல இருக்கு. ரொம்ப நாள் ஆயிற்று. உங்க டீ குடித்து.

தம்பி, நன்றாகவே பேச்சை மாற்றுகிறார் என மனதினுள் நினைத்தார் ராஜம்மா.

அம்மா, என்னோட லக்கேஜை எடுத்து அறையில் அடுக்கி விட்டு வர்றேன். நீங்கள் ரியாவை பார்த்துக்கோங்க என்றான்.

தாராளமாக தம்பி, இனி இது தான் என்னுடைய முதல் வேலை என பேசிக் கொண்டே ரியாவை தூக்கினாள்.

ரியா கண்ணு சாப்பிடுறியா? உனக்கு என்ன வேணும்? என சிரித்துக் கொண்டே கேட்டார் ராஜம்மா.

ராஜம்மாவின் பேச்சும், சிரிப்பும் ரியாவிற்கு பிடித்து விட்டது. அவருடன் ஒட்டிக் கொண்டாள்.

உங்களை பாட்டின்னு கூப்பிடவா?

தாராளமாக கூப்பிடு கண்ணு.

பாட்டி, நான் தினமும் பல் துலக்கி விட்டு தான் சாப்பிடுவேன் என கூறிக் கொண்டு 'ஈ' என்று பல்லை காட்டி, என் பல்லை பாருங்கள் என்றாள்.

அம்மாடியோவ், பல்லை பாரேன். அதில் ஏதோ உள்ளது என்று விளையாட்டாக கூறிய ராஜம்மாவை பார்த்து சிரித்துக் கொண்டே ரியா "ஆவ் ஆவ்" வலிக்குதே வலிக்குதே என நடிக்க, இருவரும் ஒருவரை ஒருவர் பார்த்து சிரித்துக் கொண்டனர். ராஜம்மா, ரியாவை கிச்சு கிச்சு மூட்டினார். உடனே ரியா, அம்மாவும் என்னை எப்பவுமே இப்படி தான் கிச்சு கிச்சு மூட்டுவார்கள் என்றாள் ஏக்கத்துடன்.

ராஜம்மா, ரியாவை அணைத்துக் கொண்டார். ஒண்ணும் இல்லைடா கண்ணு கவலைப்படாதே. பிள்ளை தன் தாய் மீது வைத்திருக்கும் பாசத்தை நினைத்து, இருவரையும் பிரித்து விட்டாரே அந்த கடவுள். ரியாவை நினைத்து ராஜம்மாவிற்கு கடவுள் மீது வெறுப்பு வருவது போல் தான் இருந்தது. பிறகு ரியாவை சமாதானப்படுத்தி விட்டு,

சமையற்கட்டிற்கு சென்று, என்னோட கண்ணுக்கு பால் வேணுமா? கேட்டார் ராஜம்மா.

ம்ம்ம்..... என்றாள் ரியா.

ரியா ஹாலில் உட்கார்ந்து பால் குடித்த பிறகு, குளித்து விட்டு சாப்பிட ரகு கீழே வந்தான்.

"கருவின் உருவமாய்
பெற்றெடுத்த
தாயின் பிரிவே
குழந்தையின்
ஏக்கமாகும்.

தாய் இல்லாத
வாழ்வே
குழந்தையின்
இருளாகும்.

வாழ்வே மாயமானது
குழந்தைக்கு."

பாகம் 2

சாப்பாட்டை டைனிங் டேபிளில் அடுக்கிக் கொண்டிருந்தார் ராஜம்மா.

ஹாலில் ரியாவுடன் யாரோ பேசுவதை கேட்டவுடன், வேகமாக வந்தான் ரகு.

அங்கு ஸ்வேதா உட்கார்ந்திருந்தாள். வந்ததே கோபம் ரகுவிற்கு. அவனது நடையில் கோபமும், சீறலும் நன்றாகவே தெரிந்தது. ரியாவை பார்த்ததும் தன்னை கட்டுப்படுத்திக் கொண்டு,

நீ எதற்காக வந்தாய்? எப்படி வந்தாய்? என கோபத்தை மனதில் அடக்கிய படி சாதாரணமாக கேட்டான்.

நான் நான் என இழுத்தாள்.

எங்களை பின் தொடர்ந்து வந்தாயா? அப்படிபட்டவள் தானே நீ என அவள் பேசாமல் திணறியதை கண்டு கோபமாக பேசினான்.

நான் ஆட்டோவில் தான் வந்தேன் என அவளுடைய மனதை மறைத்துக் கொண்டு கிண்டலாக அவனை பார்த்து குறுஞ்சிரிப்போடு கூறினாள்.

ஏன் தம்பி, இவ்வளவு கோபப்படுகிறீர்கள்? ராஜம்மா கேட்க,

இல்லம்மா, இவளை பற்றி உங்களுக்கு தெரியாது ரகு சொல்ல,

அப்படியா! உங்களுக்கு என்னை பற்றி தெரியுமா சார்? என்றாள் நக்கலாக.

அவன் முகம் வெளிறி, கோபம் அதிகமானது.

தம்பி, நீங்கள் பொறுமையாக இருங்கள். இவள் நமக்கு உதவி செய்ய தான் வந்திருக்கிறாள்.

என்ன! இவள் உதவுவாளா? என்றான் ஏளனச் சிரிப்போடு.

தம்பி, நான் சொல்வதை முழுதாக கேட்டு விட்டு அப்புறம் நீங்கள் அந்த பெண்ணிடம் பேசுங்கள்.

நீங்கள் உங்கள் அறைக்கு சென்று விட்டீர்கள்.

ம்ம்ம்....

நான் ரியாவிற்கு பாலை கொடுத்தேன். அவள் குடித்துக் கொண்டிருந்தாள்.

மறுபடியும் சமையற்கட்டிற்கு சென்று விட்டேன். வீட்டிற்குள் பூரான் ஒன்று விறுவிறுவென்று வருவதை பார்த்து பால் தம்ளரை கீழே போட்டு விட்டு, ரியாவும் கீழே விழுந்தாள். இந்த பெண் தான் இதோ இந்த கட்டையை வைத்து பூரானை அடித்துக் கொன்றாள். ரியா இந்த பெண்ணை அணைத்த படி நின்றாள். அப்போது தான் சத்தம் கேட்டு வெளியே வந்தேன். எல்லாம் ஒரே விநாடியில் நடந்து முடிந்தது. உங்களுடைய அறைக்கு சத்தம் கேட்காது, அறை உயரத்தில் இருப்பதனால்.

இந்த பொண்ணு இவ்வளவு பெரிய உதவி செய்திருக்கிறது. நீங்கள் இப்படி கோபப்படுகிறீர்களே!

ரியாவிற்கு எதுவும் அடிபடலை தம்பி என்றார் ராஜம்மா.

நீ செய்த உதவிக்கு ரொம்ப நன்றி. நீ எதற்காக இப்போது இங்கே வந்திருக்கிறாய்?

ஸ்வேதா தன் கையில் வைத்திருந்த பையை காண்பித்து, இது ரியாவுடையது ரொம்ப முக்கியமானது. அதனை தன்னிடம் கொடுத்த ரியா வாங்க மறந்து விட்டாள். இதை கொடுக்க தான் உங்களது ஆட்டோவை பின் தொடர வேண்டியதாயிற்று. சாரி சார்.

இது ரியா அம்மாவோட போட்டோ என ராஜம்மாவின் கையில் போட்டோவை கொடுத்தாள்.

தம்பி இந்த பெண்ணை யாரோ ஒரு பெண் தாக்க முயற்சி செய்ததாகவும், போலீஸ் காப்பாற்றியதாகவும் அவருடன் சேர்ந்து தான் நீங்கள் வந்த ஆட்டோவை பின் தொடர்ந்து வந்து இருக்கிறாள் என கூறி முடித்தார் ராஜம்மா.

"ஐ அம் வெரி சாரி" மிஸ் ஸ்வேதா என்றான் ரகு.

இட்ஸ் ஓ.கே சார்.

வாம்மா, நீயும் சாப்பிட வா ராஜம்மா கூற

இல்லைம்மா நான் கிளம்புகிறேன். நான் வந்த வேலை முடிந்தது. ரியா "பை பை" செல்லக்குட்டி என குழந்தையிடமும், வாரேன்மா என ராஜம்மாவிடமும் கூறி விட்டு திரும்பி கூட பார்க்காமல் சென்றாள். ஸ்வேதா கண்ணிலிருந்து அகலும் வரை வெளியே நின்று "பை பை" என கையை ஆட்டிக் கொண்டிருந்தாள் ரியா.

ஸ்வேதா அவனிடம் மட்டும் சொல்லாமல் சென்றது அவனுக்கு ஏதோ மனம் கனமாகிப் போனது. ஸ்வேதாவை பார்த்த நொடியிலிருந்து, ரகுவிற்கு ஏதோ பழகிய உணர்வு தாக்கியது போலவே இருந்தது. அதனால் தான் அவளை பார்த்தவுடன் நெருக்கமான உணர்வு தோன்றக் கூடாது என்பதற்காகவே அதனை கோபமாகவே வெளிப்படுத்துகிறான்.

தம்பி, அந்த பொண்ணு யாரு? அவள் நம்முடைய ரியாவிடம் இவ்வளவு அன்பாக இருக்கிறாள். அந்த பெண்ணை பார்த்தவுடன் எனக்கு என்ன தோன்றியது தெரியுமா? ஒரு குழந்தைக்கு தேவையான பாதுகாப்பை அம்மா மட்டும் தான் தர முடியும். இருவரும் அணைத்துக் கொண்டிருந்த சமயம் அவர்களது முகபாவனைகள் அம்மா-பிள்ளை போல் இருந்தது.

அம்மா! என்னம்மா சொல்றீங்க?

இவளை போய் என்னோட மித்து இடத்தில் வைத்து பேசுகிறிர்களே? இவள் என்னோட மித்து இடத்தை நிரப்ப முடியாது. அவளும், என்னோட ரியாவும் நெருங்கி பழகுவதை கூட என்னால் ஏற்றுக் கொள்ளவே முடியவில்லை.

தம்பி, எனக்கு தோன்றியதை கூறினேன் அவ்வளவுதான்.

ரியாம்மா நாம் டைனிங் டேபிளில் உட்கார்ந்து சாப்பிடுவோமா? என வாசலில் நின்ற தன் குழந்தையை வாரி அணைத்து தூக்கிக் கொண்டு, அம்மா சாப்பாடு எடுத்து வையுங்கள் என சாப்பிட ஆரம்பித்தனர்.

"உன் முகம்

சிவக்க

என் அன்பு

உனக்கு............. வேறென்ன உனக்கு

வேணுமடி

பொற்க்கொடியே!

என் உயிரே

உனக்குத்தானடி பெண்ணே!"

ரியாவின் பையை அவளுக்கு கொடுக்க வேண்டும் என தீர்க்கமான முடிவுடன் வேகமாக ஸ்டேஷனுக்கு வெளியே நடந்தாள். ஆட்டோக்காரருடன் ரகு பேசிக் கொண்டிருப்பதை கவனித்து, அவனை நோக்கி வந்த சமயம் ஒரு துப்பாக்கியிலிருந்து குண்டு வெளிப்பட்டு ஸ்வேதாவை நோக்கி வந்தது. அவளுடைய கவனம் முழுவதும் ரகு மீதே இருந்தது. அதனால் கவனிக்காமல் நடந்த ஸ்வேதாவை, ஒரு இளைஞன் கீழே தள்ளி விட்டான். அவள் கீழே விழுந்தாள். குண்டு மரத்தில் பட்டு கீழே விழுந்தது.

எழுந்து தேங்க்யூ சார் என்றாள்.

கீழே தள்ளி விட்டதற்கு தேங்க்யூ வா? என்றான் அந்த இளைஞன் கிண்டலாக.

முறைத்த அவள் நழுவ முயற்சித்தாள். ஆனால் அவன் அவள் வழியை மறைத்து நின்று, மேலும் கீழுமாய் பார்த்தான்.

என்ன சார்? என்றாள் முகம் சுளித்தவாறு.

நீ என்னை.... நீ என்னை..... தயங்கியவாரே, மறுபடியும் நீ என்னை....... என இழுத்தான்.

என்ன? என்று முகத்தை கோபமாக அவள் வைத்திருக்க,

கண்ணை மூடிக் கொண்டு, நீ என்னை அண்ணனாக ஏற்றுக் கொள்வாயா? என கேட்டான்.

இதை எதிர்பார்க்காத ஸ்வேதா பதில் கூறாமல் அமைதியாக இருந்து விட்டு பின்,

அண்ணனாகவா?

ம்ம்ம்ம்..... தலையசைத்தான்.

எனக்கு ஒரு முக்கியமான வேலை உள்ளது. அப்புறம் பார்த்துக் கொள்வோமே என்றாள் அவசரமாக ரகுவை பார்த்துக் கொண்டே.

ரகு ஆட்டோவில் ஏறியவுடன், வேறொரு ஆட்டோவை கை காட்டி அழைத்து ஏறினாள். அந்த இளைஞன் தானும் உடன் வருவதாக கூறினான்.

இவனுடன் வாக்குவாதம் மேற்கொண்டால் ரியாவின் பையை கொடுக்க முடியாதே என நினைத்து, அவனையும் தன்னுடன் அழைத்துச் சென்றாள்.

என்ன நடக்கிறது? எதற்காக இவள் இவ்வளவு பரபரப்பாக இருக்கிறாள்? என மனதில் நினைத்துக் கொண்டு, அவளை மேலும் தொந்தரவு செய்யாமல், இவள் வேலை முடியட்டும். பிறகு பேசலாம் என நினைத்தான் அவன்.

ஆட்டோவில் யாரோ ஒரு இளைஞன் தன்னுடன் வருவதை பற்றி கூட யோசிக்காமல், ரியாவை பற்றியே நினைத்துக் கொண்டு இருந்தாள் ஸ்வேதா பயணத்தின் போதும்.

சுய நினைவு வந்தது போல், என்னை துப்பாக்கியால் சுட்டவர் யார்? என அந்த இளைஞனிடமே விசாரித்து, ராசாத்தி பற்றிய விசயங்களையும், அந்த இளைஞன் போலீஸ் எனவும் அறிந்து கொண்டாள்.

என் பெயர் பாலா. நான் ஏ2 போலீஸ் ஸ்டேஷனில் இன்ஸ்பெக்டர் ஆக இருக்கிறேன் என்றான்.

என்ன! இவர் போலீசா? இவர் எதற்காக என்னை தங்கையாக ஏற்றுக் கொள்ள நினைக்கிறார் என பாலாவை பற்றியும் சிறு கண்ணோட்டப் பார்வையை உதிர்த்தாள்.

ரகுவுடைய மாளிகை வந்த பின்பு, நீங்கள் இங்கேயே இருங்கள். நான் சென்று வருகிறேன். உள்ளே நுழைந்தாள்.

"என் காதல்

உன்னோடு தான்

உன் கரம் பிடிப்பேன்

கூடவே நடப்பேன்

என்றும்

உன்னுடன் தான்

என் வாழ்வு எந்நிலையிலும்"

ஸ்வேதா, ரகுவின் வீட்டில் நடந்ததை யோசித்துக் கொண்டே வெளியே வந்தாள். அப்போது அந்த போலீஸ்காரன், ஆட்டோக்காரனிடம் பேசிக் கொண்டிருந்தான்.

இவன் உண்மையிலே போலீஸ்காரன் தானா? என பாலாவை பற்றி யோசித்தாள், சந்தேகித்தாள்.

பாலா சார், உங்களை நான் அண்ணனாக ஏற்று கொள்கிறேன். ஆனால்...... என பேச வந்த வார்த்தைகளை மென்று விழுங்கினாள்.

என்ன! என் மேல் நம்பிக்கை இல்லையா? புன்னகை நிரம்பிய குரலில் கேட்டான்.

இல்லை.... தயங்கி கொண்டு, ஆமாம் என்றாள்.

நான் என்னுடன் வேலை செய்யும் சுந்தர் என்பவருக்கு போன் செய்து தருகிறேன். நீயே என்னை பற்றி என்ன கேட்க வேண்டுமோ, கேட்டு தெரிந்து கொள் என்று நம்பரை அழுத்தி அவளது கையில் கொடுத்தான்.

ஹலோ, ஏ2 போலீஸ் ஸ்டேஷன் சுந்தர் ஸ்பீக்கிங், நீங்கள் யார்?

இன்ஸ்பெக்டர் இருக்கிறாரா?

சார் இல்லை. அவர் ரொம்ப பிஸி. நீங்க யாரு?

அவர் எங்கே போய் இருக்கிறார்?

சாரி மேடம். வேலை விஷயத்தை வெளியே சொல்ல முடியாது. உங்களுடைய பிரச்சனையை என்னிடம் கூறுங்கள்.

போனை துண்டித்தாள்.

அவள் பேசுவதை ஒரு குழந்தை வேடிக்கை பார்ப்பதை போல் பார்த்துக் கொண்டிருந்தான். இடையிடையே சிரிப்பு வேற அவனை தொட்டுச் சென்றது.

ஏன் சிரிக்கிறீர்கள்? கேட்டாள்.

எப்பவுமே நாங்கள் தான் மற்றவர்களை விசாரிப்போம். ஆனால் நீ என்னை பற்றியே விசாரிக்கிறாயே! சிரித்துக் கொண்டே கூறினான்

சாரி அண்ணா.

என் அன்பு தங்கயே! என் மேல் உள்ள சந்தேகம் முழுவதும் தீர்ந்தது தானே!

ஆம் அண்ணா என பாலாவின் கையை பிடித்துக் கொண்டாள். வாருங்கள் செல்லலாம்.

நீ எங்கே செல்ல வேண்டும்? யாரை பார்க்க வந்தாய்? உன்னை பற்றி கூறு?

எனக்கு இந்த ஊரில் யாரையும் தெரியாது. ஏதாவது ஒரு ஹாஸ்டலில் தங்கி வேலை செய்ய வந்தேன். எனக்கு என்று யாருமே இல்லை. சிறு வயதிலிருந்தே ஹாஸ்டல் தான் எனக்கு எல்லாமே.

அவனும் கூற ஆரம்பித்தான்.

எனக்கு அம்மா தவிர யாருமே பெரிசு இல்லை. உறவுக்காரர்கள் நிறைய பேர் உள்ளனர். அப்பா இறந்த பொழுது நான் ரொம்ப சின்ன பையன். என் அம்மாவிற்கு உதவ யாருமே முன் வரலை. என் தங்கைக்கு வயது ஒன்று தான். அம்மா தனியாகவே ரொம்ப கஷ்டப்பட்டு எங்களை வளர்த்தார்கள். மீதியை அப்புறம் சொல்றேன். ரொம்ப பசிக்கிறது. நீ எங்களுடைய வீட்டிற்கு வா. போகலாம்.

அம்மா ஏதாவது கூறுவார்களா? என்னை ஏற்றுக் கொள்வார்கள் தானே?

அதெல்லாம் ஒன்றுமே கூறமாட்டார்கள். தயவு செய்து சீக்கிரம் வா ரொம்ப பசிக்கிறது.

இங்கேயே ஏதாவது சாப்பிடலாமா? ஸ்வேதா கேட்க,

வேண்டாம்மா. அம்மா ஆசையா ஏதாவது செய்து வைத்திருப்பார்கள். உன்னை பார்த்தால் ரொம்ப சந்தோஷப்படுவார்கள்.

அப்படியா அண்ணா!

நீ வந்தே பாரு என்றான் பாலா.

பாலா பார்ப்பதற்கு மிடுக்காக இருப்பான். சிவந்த தோல். தேஜஸ்ஸான கட்டுடல். போலீஸ் மீசை. கண்ணில் மை தேய்த்தாற் போல் அப்படியொரு கருமை. போலீஸ் உடையில் இல்லாமல் சாதாரண ஆடையில் இருந்தான்.

சில மணி நேரத்திற்குள் இருவரும் வீடு வந்து சேர்ந்தனர்.

அம்மா... அம்மா.... என கூவிக் கொண்டே உள்ளே வந்தான் பாலா.

அம்மா அவர்களுடைய அறையிலே இருந்தார்கள். கட்டிலில் படுத்திருந்தார்கள்.

அம்மா என்ன ஆயிற்று? பதறினான்.

பயப்படாதே! ஒன்றுமில்லைடா, திடீரென மயக்கம்.

மயக்கமா? எப்போது?

இப்பொழுது ஒரளவு பரவாயில்லை.

வீட்டில் யாருமே இல்லை. எப்படி சமாளித்தீர்கள்? பக்கத்து வீட்டு பங்கஜம் தான் உதவி செய்து படுக்க வைத்தாள். இப்பொழுது தான் டாக்டரை கூப்பிட போனாள்.

ஸ்வேதா உள்ளே வா கூப்பிட்டான்.

அம்மா உங்களுக்கு ஒரு இன்ப அதிர்ச்சி கொடுக்க நினைத்தேன். ஆனால் நீங்கள்...

யாருடா ஸ்வேதா?

இந்த பெண்ணை ரயில்வே ஸ்டேசனில் வைத்து பார்த்தேன். இவளுக்கென யாருமில்லை அதனால் நம் வீட்டிற்கு அழைத்து வந்தேன் என் தங்கையாக.

தங்கையாகவா? எட்டி பார்த்தார் அம்மா.

ஸ்வேதா, பாலா பின் ஒளிந்து கொண்டாள்.

அவளை இழுத்து அவன் அம்மா முன் நிறுத்தினான்.

அவளை பார்த்த அம்மா அப்படியே மயங்கி விழ, மருத்துவர் உள்ளே வந்தார். உடன் பங்கஜம் அக்காவும் வந்தார்.

ஸ்வேதாவை பார்த்து அதிர்ந்து நின்று, அவளையே பார்த்துக் கொண்டிருந்தார்கள்..

இந்த நேரம் நான் உங்களுடன் வந்திருக்க கூடாது அண்ணா. நான் தவறிழைத்து விட்டேன். நான் வந்தது அம்மாவிற்கு பிடிக்கவில்லை போல என்றாள் அழுகுரலுடன்.

மருத்துவர், பார்வதி அம்மாவை பரிசோதிக்க, பாலா ஸ்வேதாவை சமாதானப்படுத்திக் கொண்டிருந்தான்.

என்னடா பாலா, அம்மாவிற்கு மன அழுத்தம் அதிகமாக உள்ளது?

பார்த்தீர்களா அண்ணா! என்னை பார்த்து தான் அம்மாவிற்கு இப்படி ஆகி விட்டது.

அதெல்லாம் இல்லைமா. உன்னை பற்றி அம்மாவிற்கு ஏதும் தெரியாது. உன் உருவத்தை பார்த்து தான் பயந்து இருப்பாங்க.

என் உருவத்தில் என்ன உள்ளது?

இருக்கிறதுமா. அப்புறம் சொல்கிறேன்.

யாருடா அந்த பொண்ணு?

நடந்தவற்றை கூறி விட்டு பங்கஜத்தையும், மருத்துவரையும் தனியாக அழைத்து பாலா அவர்களிடம் ஏதோ கூறினான்.

அவர்கள் பாலா கூறியதை கேட்டு அதிர்ச்சியோடு ஸ்வேதாவை பார்க்க, அவள் புரியாமல் அவர்களையே பார்த்துக் கொண்டு நின்றிருந்தாள்.

பங்கஜம் வெளியே சென்றாள் ஸ்வேதாவை பார்த்துக் கொண்டே.

அம்மாவிற்கு ஒன்றும் ஆகாது தானே! மருத்துவரிடம் வினவினான் பாலா.

அதான் நீ வந்து விட்டாயே! இனி எல்லாமே சரியாகி விடும். அவர்களுக்கு அதிக மனஅழுத்தமாயிற்று. அதனை குறைக்கணும் இல்லைன்னா காப்பாற்றுவது மிகவும் கடினம். தற்பொழுது மயக்கம் மட்டும் தான் உள்ளது. அவர்களது மனஅழுத்தத்தை போக்க என்ன செய்ய முடியுமோ அதனை செய்தால் சரி செய்யலாம்.

இப்பொழுது இந்த பொண்ணு தான் அம்மாவிற்கு சரியான மருந்து. நடந்ததை நினைத்து நினைத்து கஷ்டப்பட்டு கொண்டு இருக்கிறார்கள். அவர் மனது மிகவும் பாதிக்கப்பட்டு உள்ளது. நான் அவரது உடல் நிலைக்கான மருந்து எழுதி தருகிறேன், மன நிலையை நீங்கள் தான் மாற்ற வேண்டும் என ஸ்வேதாவை பார்த்து விட்டு, பாலாவை பார்த்து அம்மாவை பார்த்துக் கொள் கூறி விட்டு கிளம்பினார் மருத்துவர்.

ஒ.கே டாக்டர் என்றான் பாலா.

நான் அம்மாவை பார்த்துக் கொள்ளவா? மறுபடியும் அவர்களுக்கு ஏதும் ஆகி விடுமா?

நீ அவர் எழுந்தவுடன் உன் பெயரையும், உன்னை பற்றியும் கூறி விடு. அவருக்கு ஏதும் ஆகாது.

அண்ணா, நீங்கள் சாப்பிடுவதற்கு ரொட்டியும், பாலும் வாங்கிட்டு வாங்க. நான் அம்மாவை பார்த்துக் கொள்கிறேன்.

ம்ம்ம்... கிளம்புகிறேன். பார்த்துக் கொள். வெளியே கிளம்பினான் பாலா.

அவன் திரும்பி வந்து பார்த்த போது அம்மாவும், ஸ்வேதாவும் பேசிக் கொண்டிருந்தனர். அவர்களிடையே நெருக்கம் தெரிந்தது.

கண் கலங்கிய நிலையில், அம்மா... என்றான்.

டேய், இவ்வளவு நேரமா? பார்வதி மெதுவாக பேச

மீண்டும் கண் கலங்கிய நிலையில், எப்படி இருக்கிறீர்கள் அம்மா?

அண்ணா, நானே என்னை அம்மாவிடம் அறிமுகபடுத்திக் கொண்டேன் ஸ்வேதா கூறினாள்.

கண்ணை துடைத்துக் கொண்டே, ம்ம்ம்... என்றான்.

அண்ணா, அதை கொடுங்கள் என வாங்கி வந்தவற்றை இவள் வாங்கி விட்டு, நீங்கள் இங்கேயே இருங்கள் என சமையற்கட்டிற்குள் சென்று பாலை சூடு செய்து, ரொட்டியை தோசைக்கல்லில் சுட்டு எடுத்து பார்வதி அருகே சென்று அவரை சாப்பிட வைத்து மருந்தை கொடுத்து நீங்கள் நன்றாக ஓய்வு எடுங்கள்.

இருவரும் வெளியே வந்தனர். அண்ணா! நீங்கள் அப்பவே பசிக்கிறது என கூறினீர்களே! சமையற்கட்டிற்குள் இருவரும் செல்ல, ரொட்டி வைத்து உணவுகளை செய்தாள்.

அவன், உன்னிடம் கொஞ்சம் பேசணும் ஸ்வேதா.

நீங்கள் முதலில் சாப்பிடுங்கள். அப்புறம் பேசலாம்.

அவள் செய்த சாப்பாட்டை சாப்பிட்டு முடித்தான். அவளும் சாப்பிட்டாள்.

எனக்கு ஒரு தங்கை இருந்தாள் ஸ்வேதா.

அப்படியா அண்ணா! அவர்களுக்கு கல்யாணம் செய்து வைத்து விட்டீர்களா?

இல்லைம்மா. அவள் ஒரு பையனை இழுத்துட்டு ஓடிட்டா. அதனை நினைத்து தான் அம்மா இப்படி வேதனைப்படுகிறார்கள். அம்மா அவளை பொக்கிஷமாக நினைத்தார்கள். எங்களுக்கு

அவள் தான் எல்லாமே. நல்ல வரன் வந்தது. அவர்களை பற்றி அவளிடம் நாங்கள் பேசினோம்.

யோசித்து கூறுகிறேன் என கூறி விட்டு ராத்திரியோட ராத்திரியாக வீட்டை விட்டு ஓடி விட்டாள். மறுநாள் காலையில் தான் அவள் சென்றது தெரிய வந்தது. ஏற்கனவே அவளை அந்த வரன் பார்க்க வந்தனர். அவளை பற்றி தெரியவும் அந்த பையனோட அம்மா கத்தி ஊரையே கூட்டி, எங்கள் மானத்தையே வாங்கிட்டாங்க. அதனால் அம்மா ஒரு மாதமாக வீட்டிலே அடைந்து இருந்தார்கள். பக்கத்து வீட்டு பங்கஜம் அக்கா தான் அம்மா நிலைமை புரிந்து அவர்களுக்கு கூடவே இருந்து பார்த்துக் கொண்டார்கள்.

நானும் வேலைக்கு சேர்ந்து கொஞ்ச நாட்கள் தான் ஆனது. ஸ்டேசனுக்கும் விசயம் தெரிந்து..... பேச முடியாமல் கண்கள் கலங்கின. பிறகு கொஞ்சம் கொஞ்சமாக முன்னேறி நல்ல பெயரை சம்பாதித்தேன்.

என்னுடைய தங்கைனா எனக்கு ரொம்ப பிடிக்கும். அவள் இல்லாமல் வீடே மயானமாக காட்சியளித்தது. அவள் இல்லாமல் மனது ரொம்ப கஷ்டமாக உள்ளது. உன்னை ஸ்டேசனில் பார்த்தவுடன் பயங்கரமான அதிர்ச்சி. நீ என்னுடைய தங்கையை போல் அப்படியே அச்சு அசலாக இருக்கிறாய். ராசாத்தியால் மக்களுக்கு அடிபட்டு விட கூடாது என பார்த்துக் கொள்ள தான் வந்தேன். அப்பொழுது தான் உன்னை பார்த்தேன். நீ என் தங்கை தானா என்று பார்க்க நினைத்தேன். அதற்குள் அந்த ரவுடி உன்னை தாக்க வந்தாள். நாம் வீட்டிற்கு வரும் வரை நன்றாக கவனித்தேன். நீ என் தங்கை இல்லை என்பதை புரிந்து கொண்டேன்.

நீங்கள் உங்கள் தங்கையை தேடவில்லையா? என்னை பார்த்தவுடன் உங்கள் தங்கை என நினைத்திருப்பீர்கள், என் மேல் கோபம் வர வில்லையா? ஓஓ.... அதனால் தான், நான் தங்கை இல்லை என தெரிந்தும், வீட்டில் இருக்க ஒத்துக் கொண்டீர்கள்.

நாம் இங்கே இருக்க கூடாது. நம்மை பற்றி தெரிந்தால் இவர்கள் மிகவும் கஷ்டப்படுவார்கள் என மனதினுள் நினைத்தாள்.

உன்னை பற்றி அறிந்தவுடன் எனக்கு மிகவும் சந்தோஷமாக இருந்தது. பிடித்தும் போயிற்று. கண்டிப்பாக அம்மாவை உன்னால் மட்டுமே சரி செய்ய முடியும். ஒரு வேளை நீ என் தங்கையாக இருந்தால் உன்னை வீட்டிற்கு அழைத்து வந்திருக்க மாட்டேன்.

என்ன அண்ணா சொல்றீங்க?

ஆமாம்மா. அம்மா பட்ட கஷ்டமும், நான் வேலையில் பட்ட கஷ்டமும் அவளால் தான். அவளை என் வாழ்க்கையில் எப்பொழுதும் பார்க்கவே கூடாது என நினைத்தேன். உன்னை பார்த்தவுடன் எனக்கு கோபம் வந்தது. ஆனால் நீ ஒரு பாட்டிக்கு உதவி செய்தாய். அப்பொழுதே எனக்கு நீ அவளாக இருக்க முடியாது என தோன்றியது. அவளுக்கு வயதானவர்களை பார்க்கவே பிடிக்காது. அவர்களை தொந்தரவாகவே எண்ணுவாள். ஆழ்ந்து கவனிக்கவே நீ அவள் இல்லை என்றவுடன் தான் மகிழ்ச்சி. உன் குணம் பிடித்து தான் உன்னை தங்கையாக ஏற்றுக் கொண்டு, உன்னிடம் கேட்டேன் என கூறி முடித்தான்.

அண்ணா! நீங்களாகவே போ என்று கூறினால் மட்டும் தான், நான் செல்வேன். அதுவரை நான் இங்கேயே இருப்பேன். யாருமே இல்லாத எனக்கு அம்மா, அண்ணா என்று நீங்கள் இருவரும் கிடைக்க கொடுத்து வைத்திருக்க வேண்டும்.

அண்ணா! ப்ளீஸ் எதற்கும் கவலைப்படாதீர்கள். நான் எப்பவுமே உங்களையும், அம்மாவையும் விட்டு எங்கேயும் செல்ல மாட்டேன்.

"ஒவ்வொருவர்

வாழ்நாளும்

ஆயிரம் துன்பங்கள்

இன்பத்தை

அறிவோமானால்

துன்பமும் அறிவோம்

சகல நிகழ்விற்கும்

காரணம்

இருக்குமானால்

இன்பத்தை போல்

துன்பத்தையும்

ஏற்று கொள்"

பாகம் 3

ஸ்வேதா ஏதோ ஒரு வீட்டிற்கு ஆட்டோவிலிருந்து இறங்கி போனாயே, அவர்கள் யார்? அவனுக்கு ஏன் உன் மேல் அவ்வளவு கோபம்? நடந்த எதுவுமே புரியலை.

அண்ணா! நீங்கள் நடந்ததை பார்த்தீர்களா?

ஆமாம் பார்த்தேன். அதனால் என்ன?

அடுத்தவர்கள் வீட்டில் நடப்பதை பார்க்க கூடாது. தெரியாதா உங்களுக்கு?

நீ சென்றதால் மட்டும் தான் கவனித்தேன் என்றான்.

சரி அண்ணா.

அவன் எதுவும் கூறாமல் அவளை பார்த்தான்.

அவருடைய பெயர் ரகு. அவருடைய மனைவி இறந்துட்டாங்க. அவர்களுடைய பொண்ணு பெயர் ரியா. நடந்தவற்றை ஸ்வேதா கூறி விட்டு, நான் அவருடைய பொண்ணை அவரிடமிருந்து பிரித்து விடுவேன் என நினைத்து தான் என் மேல் கோபமாக உள்ளார்.

நீ பொறுமையாக கூட இருக்கிறாயே!

அவர் கோபப்படுகிறார் என நானும் அவர் மேல் கோபப்பட்டால், ரியா தான் பாதிக்கப்படுவாள்.

இருந்தாலும்மா...

அய்யோ அண்ணா, உங்களிடம் ஒன்று கூற மறந்து விட்டேன். நான் தினமும் ரியாவை சந்திப்பேன் என சத்தியம் செய்துள்ளேன். இப்பொழுது தான் ஞாபகம் வருகிறது

இல்லை நீ போகக்கூடாது. நான் உன்னை போக விட மாட்டேன்.

அண்ணா, ப்ளீஸ் ரியாவிற்காக தான். இதுவரை அம்மா இல்லாமல் நான் எவ்வளவு கஷ்டப்பட்டேன் தெரியுமா? அது மாதிரி அவளும் இருக்கக்கூடாது.

அப்படியென்றால் நீ அந்த குட்டி பொண்ணுக்கு அம்மாவாக செல்ல போகிறாயா?

அப்படியெல்லாம் இல்லை. அவளுக்கு அம்மா இல்லாத குறையை எதிர்த்து நிற்க சொல்லி தர போகிறேன்.

நீ அங்கே சென்றால், அந்த ரகு கோபப்படுவானேம்மா?

ஆமாம் அண்ணா. என்னோட உறவுகளுக்காக எதையும் சமாளிப்பேன்.

என்ன உறவா?

நட்பும் உறவு தானே, அம்மாவிற்கு சரியான பிறகு அவரிடம் சொல்லி விட்டு ரியாவை பார்க்க செல்வேன்.

நீ கூறுவது சரி இல்லை. நீ அங்கே செல்வது எனக்கு விருப்பமில்லை.

என்ன அண்ணா! சிறு பிள்ளையாட்டம் பேசுகிறீர்கள்?

யார் நானா? நீ தான் என்றான் முகத்தை உர்ரென வைத்துக் கொண்டு.

அண்ணா, ப்ளீஸ் புரிந்து கொள்ளுங்கள்.

அவன் உன்னை காயப்படுத்துவான்.

அதான் உதவிக்கு நீங்கள் இருக்கிறீர்களே!

நானா? ம்ம்ம்.... நான் இருக்கிறேன்.

இப்பொழுதாவது ஒத்துக் கொள்ளுங்கள்.

சரி....... சரி....... ஒத்துக் கொள்கிறேன். பிரச்சனை என்றால் கண்டிப்பாக கூற வேண்டும்.

ஓ.கே அண்ணா என்றாள் சிரித்துக் கொண்டே.

ஸ்வேதா அம்மாவை நன்றாக கவனித்துக் கொள்ள, பார்வதி அம்மாவிற்கு உடல் நிலை சீரானது. அம்மா, நான் சாப்பிடுவதற்கு தக்காளி தொக்கும், வெண்டைக்காய் பொரியலும் செய்கிறேன்.

சரிம்மா. நானும் வரவா?

இல்லைம்மா. நீங்கள் நன்றாக ஓய்வு எடுங்கள். நீங்கள் இங்கிருந்து எழுந்தால் நான் பொறுப்பல்ல என ஓர் இடத்தில் உட்கார வைத்து செல்லமாக கூறி விட்டு, சமையல் வேலையை செய்ய ஆரம்பித்தாள்.

என்னடா, இவள் என்னை எந்த வேலையும் செய்ய விட மாட்டேன் என்கிறாள் என அம்மா பாலாவிடம் கூறினார்.

ஏய் ஸ்வேதா, இங்கே வா என்றான் அதட்டலாக,

அவள் அருகே வந்தவுடன், இருவரும் ஒருவரை ஒருவர் பார்க்க, சூப்பர்டா ஸ்வேதா என கூற இருவரும் மாறி மாறி கையை அடித்துக் கொண்டனர்.

அதனை பார்த்த பார்வதி,

டேய் படவா, நீயும் அவளுடன் சேர்ந்து கொண்டாயா?

ஆமாம் அம்மா, நீங்களும் சந்தோசமாக இருக்க வேண்டும்மா. இத்தனை வருடங்களாக எவ்வளவு கஷ்டப்பட்டுக் கொண்டு இருந்தீர்கள். போதும்மா என கண் கலங்கிய தன் மகனை அணைத்துக் கொண்டார் பார்வதி.

இன்னும் கொஞ்ச நாட்கள் தான். இவளும் நம்மை விட்டு சென்று விடுவாள்.

எங்கே செல்வாள் இவள்? பாலா கேட்க,

என்னம்மா சொல்றீங்க? நான் எங்கே செல்ல போகிறேன்?

கல்யாணம் முடிந்து புருசனோட போக தானே போகிறாள் அதை தான் கூறினேன் என்றவுடன்,

ஸ்வேதா கண்ணில் நீர் பெருக, அறைக்குள் சென்று கதவை தாழிட்டு அழுதாள்.

பார்வதியும், பாலாவும் கலங்கி விட்டனர்.

ஸ்வேதாம்மா, என்னாயிற்று? கல்யாணம் பற்றி தானே பேசினேன். எதற்கு அழுகிறாய்? என அறை கதவை தட்டிக் கொண்டே, கதவை திறம்மா....... அம்மா கூப்பிட,

ஸ்வேதா, அம்மா சும்மா பேச தானே செய்தார்கள் என பேசிக் கொண்டே கதவை பலமாக தட்டினான்.

கண்ணீரை துடைத்துக் கொண்டே, கதவை திறந்தாள் ஸ்வேதா.

எனக்கு கல்யாணம் வேண்டாம்மா ப்ளீஸ். அண்ணா, அம்மாவிடம் கூறுங்களேன்.

சரிடா. இப்பொழுது வேண்டாம் பாலா கூற,

என்னடா, நீயும் அவளுடன் சேர்ந்து புரியாமல் பேசுகிறாய்?

அம்மாவிடம் திரும்பி, கண்ணடித்தான் பாலா. அவள் கொஞ்ச நாட்கள் நம்முடன் தான் இருக்கட்டுமே!

அவனை பார்த்துக் கொண்டே, சரிம்மா. நான் இதைப் பற்றி பேசலை.

ஏம்மா தாய்களா! ரொம்ப பசிக்கிறது. சீக்கிரம் ஏதாவது ரெடி பண்ணுங்களேன்.

இன்னும் கொஞ்சம் தான் வேலை. சீக்கிரம் தயாராகி விடும் அண்ணா.

உள்ளே சென்று வேலையை முடித்து விட்டு, மதிய உணவை சாப்பிட்டுக் கொண்டிருந்தனர். அப்பொழுது ஸ்வேதா,

அண்ணா, அம்மாவிடம் சம்மதம் வாங்கித் தாருங்களேன் என கண்களால் சைகை செய்ய,

என்ன? என்பது போல பார்த்தான்.

ரியா என வாயசைத்துக் கூறவே, புரிந்து கொண்ட அவன், நடந்த அனைத்தையும் அம்மாவிடம் கூறினான்.

முதலில் முடியாது என்றாலும், அம்மா இல்லாத குழந்தைக்காக என்பதற்காக ஒத்துக் கொண்டார்.

ஆனால் நீ சீக்கிரமே வந்து விட வேண்டும்.

என்ன! சீக்கிரமேவா? ஸ்வேதா கேட்க,

ஆமாம். பாலா கூறுவதை போல் சீக்கிரம் வந்து விடணும்.

ஸ்வேதா, பாலாவை முறைத்துக் கொண்டே,

சரிம்மா, நான் கிளம்புகிறேன் என எழுந்து கை கழுவி விட்டு, தனது கைப்பை எடுத்துக் கொண்டு கிளம்பினாள்.

"கடலினில் அலை பிரியாது.

கரையினில் நிலம் பிரியாது.

மனதினில் வலி தெரியாது.

ஆகாய பறவைகளாய் நாம் பறப்போம்.

தமையன், தமைக்கை உறவே

நீடூழி வாழும் பல காலம்"

ரகுவின் மாளீகையை அடைந்ததும் உள்ளே சென்று ஸ்வேதா, ரியா.... ரியா..... கூப்பிட்டாள்.

ராஜம்மா வெளியே எட்டிப் பார்த்தார்.

என்னம்மா, போன் நம்பர் கூட கொடுக்காமல் சென்று விட்டீர்களே!

என்ன ஆயிற்றும்மா? ரியாவை எங்கே? வீடே அமைதியாக உள்ளது.

ரியாவிற்கு உடல் நிலை சரியில்லை. அவள் உங்களை பார்க்காமல் சாப்பிட மாட்டேன்னு சொல்லி ரொம்ப அடம் பிடித்து எல்லாரையும் ஒரு வழி செய்து விட்டாள். பாவம் ரகு தம்பி, அவர் சொல்லியும் ரியா கேட்கவே இல்லை.

ரகு, அவளை முறைத்துக் கொண்டே கீழே இறங்கினான்.

நீ என்ன தான் செய்ய நினைக்கிறாய்? உனக்கு நாங்கள் நல்லா இருப்பது பிடிக்கவில்லையா? ஏன் இப்படி செய்கிறாய்? உன்னை யார் ரியாவிடம் சத்தியம் செய்து கொடுக்க சொன்னது? சத்தியம் செய்தாயே, அதனை கடைபிடித்தாயா? கோபமாக பேசினான்.

ரியாவிற்கு என்ன தான் ஆயிற்று? ப்ளீஸ் சொல்லுங்கள் கண் கலங்கினாள் ஸ்வேதா.

வாவ். என்னம்மா நடிக்கிறாள்? பாருங்கள் அம்மா என்றான் ராஜம்மாவை பார்த்து,

ரியாவிற்கு அதிகமான காய்ச்சல். உங்களுக்காக ரொம்ப நேரம் வெளியயவே நின்று காத்திருந்துச்சு பாப்பா என ராஜம்மா கூற,

கண்ணில் நீர் ததும்ப, ரியா எங்கே?

மாடியை கை காட்டினார் ராஜம்மா.

நில்லு, எங்கே போகிறாய்? அவளது கையை அழுத்தமாக பிடித்தான் தன் முரட்டு கைகளால்.

ப்ளீஸ், விடுங்கள்.... விடுங்கள்.... என அழுகுரலுடன் அவனது கையை எடுக்க முயற்சித்தாள்.

அவன் மேலும் அழுத்தியவாறு அவள் கையை பிடிக்க,

தம்பி, அவளது கையை விட்டு விடுங்கள் ராஜம்மா கூற

அவரை ஒரு பார்வை பார்த்து விட்டு, அவளது கையை விடுவித்தான். அவன் கை வைத்த இடம் சிவந்து போனது. அது போலவே அவளது மனதும் துடித்து போனது.

வேகமாக படிகளில் ஏறி, ரியாவின் அறையை அடைந்தாள். ரியா அழுது அழுது களைத்து போனது நன்றாகவே தெரிந்தது ஸ்வேதாவிற்கு அந்த பிஞ்சு முகத்தை பார்த்தவுடன்.

ரியாவின் கையை தன் கைக்குள் அடக்கி அழுது கொண்டிருந்த ஸ்வேதாவின் முதுகில் யாரோ கை வைத்த உணர்வு வந்தவளாய், நிமிர்ந்து பார்த்தாள்.

ராஜம்மா தான் நின்று கொண்டிருந்தார்.

உன்னோட கலக்கம் புரியுது கண்ணு, ஆனால் உங்கள் உறவு நட்பை தாண்டி இருக்குமோ?

அவள் புரியாமல் ராஜம்மாவை பார்க்க, யோசித்து பின் அதெல்லாம் ஒன்றுமில்லைம்மா. என்னால் தானே ரியாவிற்கு காய்ச்சல் வந்து கஷ்டப்பட்டு கொண்டு இருக்கிறாள். அதனால் தான்... ஆரம்பிக்க, இது சரி வராது என அவளது பேச்சை மாற்றினார்.

குழந்தை உன்னை பற்றியே பேசுவதனால் தான் தம்பி உங்களிடம் இவ்வாறு நடந்து கொள்கிறார்.

எனக்கும் தெரியும்மா. அவர் இருக்கும் துயரத்தை கோபமாக வெளிப்படுத்துகிறார். புரிகிறது அம்மா. அதனால் ஒன்றுமில்லை என்றாள்.

நீங்கள் அவரை நன்றாக பார்த்துக் கொள்ளுங்கள் அம்மா, கூறி விட்டு அவரை பேச விட்டாமல், ரியா எழுந்து விட்டாயா?

எப்படிடா இருக்க?

ஸ்வேதா என அவளுடைய பெயரை சொல்லிக் கொண்டே படுக்கையில் இருந்து ரியா எழுந்து ஸ்வேதாவை கட்டிக் கொண்டாள்.

போ ஸ்வேதா, நீ ரொம்ப மோசம். வருகிறேன் என கூறி விட்டு நீ வரவே இல்லை. உன்னை பார்க்கணும் போல இருந்தது தெரியுமா?

சாரிடா செல்லம். எனக்கு ஒரு வேலை வந்து விட்டது. அதனால் தான்டா வர முடியவில்லை என சொல்லிக் கொண்டே ரியாவின் கழுத்து, நெற்றியை தொட்டுப் பார்த்தாள்.

அனலை தொட்டது போல இருந்தது பிள்ளைக்கு.

அம்மா, ரியா சாப்பிட்டாளா? ராஜம்மாவை கேட்க,

இன்னும் இல்லைம்மா.

சாப்பிட அவளுக்கு ஏதாவது கொண்டு வருகிறீர்களா? மாத்திரையும் சேர்த்து என்றாள்.

நடப்பதை அறைக்கு வெளியே கையை கட்டிய படி நோட்டமிட்டுக் கொண்டிருந்தான் ரகு.

வெளியே வந்த ராஜம்மாவை பார்த்து, அம்மா பாருங்கள். இவள் என்னோட பிள்ளையை எப்படி மாற்றி இருக்கிறாள்?

தம்பி, நான் உங்களிடம் பேச வேண்டும் என அந்த அறையை விட்டு தள்ளிச் சென்று,

ரியாவை அந்த பெண்ணால் மட்டும் தான் சமாளிக்க முடியும். ரியா, அந்த பெண்ணை தன் அம்மாவாக நினைக்கிறாள்.

என்ன! கோபமாக,

நீங்களே பார்த்தீர்கள் அல்லவா! இந்த பெண் வருவதற்கு முன்னால் சாப்பிட எவ்வளவு அடம் பிடித்தால் மாத்திரை கூட சாப்பிடவில்லை. ஆனால் இவள் கூறிய போது நம்ம பொண்ணு வேணாம் என்று மறுக்கவே இல்லை.

உங்களுடைய பொண்ணு, அவளுக்கு அம்மா வேண்டுமென்று எதிர்பார்க்கிறாள் தம்பி.

என்னம்மா இது என்ன மிட்டாயா? வாங்கி தருவதற்கு, என்னால என்னுடைய மித்துவை தவிர, யாரையும் நினைக்கவே முடியாது.

எனக்கு புரியுதுப்பா, ஆனால் குழந்தையை பற்றி நினைத்து பார்த்துக்கோங்க தம்பி.

ஆனால் அந்த பொண்ணு அது மாதிரி நினைக்கலை. நான் அவளிடம் பேசியதை வைத்துப் பார்த்தால் அந்த பொண்ணு மேல தப்பாக தெரியவில்லை.

ராஜம்மா சமையற்கட்டில் நுழைந்து, இட்லியை எடுத்து கொண்டு வர, யோசனையிலிருந்த ரகு, அவருடன் சேர்ந்து ரியாவின் அறைக்கு சென்றார்கள்.

அங்கே சிரிப்பு சத்தம் பலமாக கேட்கவே, இருவரும் வெளியே நின்று கவனித்தனர். ரியா கலகலவென சிரித்துக் கொண்டிருந்தாள். அதனை பார்த்த ரகுவிற்கு பேரானந்தமானது.

தம்பி, பார்த்தீர்களா! நம்ம ரியா கண்ணு எவ்வளவு சந்தோசமாக இருக்கிறாள். இதை தவிர வேறென்ன வேணும் நமக்கு. யாரால சிரிச்சா என்ன? குழந்தை சந்தோசமாக இருந்தால் அதுவே போதும்.

ரியா கண்ணு, பாட்டி உனக்கு இட்லி கொண்டு வந்திருக்கிறேன். சாப்பிடுடா கண்ணு.

சாப்பிடுவோமா ரியா குட்டி? ஸ்வேதா கேட்டாள்.

என்னுடைய பொண்ணை அப்படி கூப்பிடாதே! என்றான் ரகு.

நிமிர்ந்து ஒரு முறை அவனை பார்த்து விட்டு, குழந்தையை சாப்பிட வைத்தாள்.

என்னை விட்டு சென்று விடாதே என ரியா கூற, ஸ்வேதா ரகுவை பார்த்தாள்.

ரியாவிற்கு உடல் நிலை சரியாகும் வரை இங்கேயே தங்கலாம். ஆனால் வேற எந்த அறைக்கும் நீ செல்லக்கூடாது.

ம்ம்ம்... என்றாள்.

ரியாம்மா, நீங்கள் தூங்குவீங்களாம். நான் வருகிறேன் என கூறி விட்டு, ராஜம்மாவை பார்த்து, ரியாவை பார்த்துக் கொள்ளுங்கள் என ரியாவை படுக்க வைத்து விட்டு வெளியே வந்தாள்.

அண்ணா! நான் இரண்டு நாட்கள் இந்த வீட்ல தான் இருக்கணும். ப்ளீஸ் அண்ணா.

ஊகூம்... முடியவே முடியாது. நீ இப்பொழுதே வீட்டிற்கு வா பாலா கூற,

அண்ணா!... என்னால் தான் அந்த குட்டி பொண்ணிற்கு உடல் நிலை சரியில்லாமல் போனது. ப்ளீஸ் அண்ணா, அம்மாவையும் நீங்கள் தான் சம்மதிக்க வைக்க வேண்டும். அம்மாவிடம் இப்பொழுதே பேசி விட்டு கூறுங்கள்.

நானே முடியாது என்கிறேன். நீ...

பேசாதீர்கள் அண்ணா! குட்டி குழந்தைக்காக தான் கேட்கிறேன். அதுவும் அம்மாவை இழந்து தவிக்கும் குழந்தைக்காக தான்.

சரி சரி என்றான் பாலா சலிப்பாக. பின் அம்மாவையும் சம்மதிக்க வைத்தான்.

ஸ்வேதா, அம்மா முதலில் என்னை போல் முடியாது என்றார். ஆண் பிள்ளை இருக்கும் இடத்தில் எப்படி பெண் பிள்ளையை விட முடியும் என பேசினார்கள். நான் தான் அந்த சின்ன பொண்ணுக்காக பேசி சமாளித்து வைத்திருக்கிறேன்.

"தேங்க்யூ சோ மச் ஆப் யூ" அண்ணா! என சந்தோசமாக முகத்தை திருப்ப, அங்கே ரகு அவளருகே நின்று கொண்டிருந்தான்.

அவனை பார்த்தவுடன், அவனிடம் எதுவும் பேசாமல் விலகி நின்றாள்.

ஆனால் அவன் பார்வையோ மிகவும் கூர்மையாக, யாரிடம் பேசுகிறாள்? நினைத்துக் கொண்டிருக்க, ரகுவை கவனித்து விட்டு, நாம் அப்புறம் பேசலாம் என கூறவே, ரகு அவ்விடம் விட்டு அகன்றான். ஸ்வேதா, ரகுவை பார்த்து சிறு புன்னகையை உதிர்த்தாள்.

இரவு உணவை முடித்த பின், ஸ்வேதா அனைவரிடமும் என் உடைய என்னுடைய அண்ணனை எடுத்து வர சொல்லி இருந்தேன். அவர் வந்து கொண்டிருப்பார்.

என்ன உளறுகிறாய்? உனக்கு தான் யாருமே இல்லையே?

ஆமாம், எனக்கு யாருமே இல்லை தான். தற்பொழுது சில உறவுகள் கிடைத்துள்ளனர்.

முறைத்த படியே அவளை பார்த்தான் நம்பாதவனாக,

அன்று கூறினேனே! ஒரு போலீஸ் என்னை காப்பாற்றினார் என்று அவரை தனது அண்ணனாகவும், அவர் அம்மாவை தன்னுடைய அம்மாவாகவும் ஏற்றுக் கொண்டதை கூறினாள்.

பாருங்கம்மா. யாரு கூப்பிட்டாலும் அவள் போய் விடுவாள் போல? என்ன ஜென்மங்களோ! என்றான் கடுமையாக.

அவளையும் மீறி ஸ்வேதா கண்ணில் நீர் பெருகியது.

இதனை கேட்டவாறு உள்ளே வந்த பாலா, என்ன பேசிக் கொண்டு இருக்கிறாய்? என கோபமாக ரகு அருகே வர,

ஸ்வேதா இடையே வந்து, வேண்டாம் அண்ணா என தடுத்தாள்.

இப்படி கேவலமாக பேச்சு வாங்க தான் இங்கே வந்தாயா?

அண்ணா, நான் வந்தது ரியாக்காக தான்.

இவன் பேசியது அம்மாவிற்கு தெரிந்தால் அவர்கள் நிலைமை? நீயும் பார். உன்னை எப்படி அசிங்கபடுத்தி விட்டான்.

நீ இப்பொழுதே வீட்டுக்கு வந்தே ஆகணும்.

ப்ளீஸ் அண்ணா... நான் சீக்கிரமே வந்து விடுவேன். அந்த குட்டி பாப்பாக்காக அண்ணா ப்ளீஸ்.. ப்ளீஸ்... கெஞ்சினாள்.

பாலா எதுவும் பேசாமல் இருக்கவே, அம்மாவிடம் எதுவும் கூறாதீர்கள். நீங்கள் செல்லுங்கள். நான் பார்த்துக் கொள்கிறேன் என அவளது ஆடையை வாங்கிக் கொண்டாள்.

அடஅடடாடா.... என்னமா நாடகமாடுகிறீர்கள்? எங்கே போய் இந்த உடையை வாடகைக்கு வாங்கிட்டு வந்த? பாலாவை கேட்க,

பாலாவிற்கு கோபம் எகிற, இன்னும் ஒரு வார்த்தை பேசினாய் என்றால் போலீஸ் ஸ்டேசனுக்கு தான் உன்னை இழுத்துட்டு போவேன்.

என்னயவே.... ரகு ஆரம்பிக்க,

அய்யோ! நிறுத்துங்க என கத்தினாள் ஸ்வேதா.

அண்ணா, ப்ளீஸ் வாங்க என பாலாவின் கையை பிடித்து வெளியே அழைத்துச் சென்று, அவனை சமாதானப்படுத்தி அனுப்பி வைத்தாள்.

அம்மா, நான் ரியாவின் அறையிலே தங்கிக் கொள்கிறேன்.

நீ தாராளமாக தங்கிக் கொள்.

வேகமாக அவளுடைய லக்கேஜூடன் படியில் ஏறினாள் சிவந்து அழுத கண்களுடன்.

என்ன தம்பி, நீங்கள் இப்படி பேசி விட்டீர்களே!

நம்முடைய ரியாவிற்காக தான் அவள் இங்கே தங்குகிறாள். நீங்கள் உங்களது வார்த்தைகளால் நோகடித்து விட்டீர்களே!

எந்த பெண்ணும் இவ்வளவு நடந்த பின்பும் தங்க மாட்டாள். ஆனால் இந்த பொண்ணு ரியா குணமடைய எவ்வளவு தாங்கிக் கொள்கிறாள்.

அம்மா, இந்த மாதிரி ஆட்களிடம் இவ்வாறு தான் நடந்து கொள்ள வேண்டும்.

ராஜம்மா எதுவும் கூறாமல் சென்று விட்டார்.

ஸ்வேதா, ரகுவின் பேச்சால் காயமுற்று வேதனையில் அழுது தூங்க முடியாமல் தவித்துக் கொண்டிருந்தாள். ஆனால் மற்ற அனைவரும் தூங்கினர்.

பாகம் 4

━◆━

"வலியுணர்ந்த

பிறகும்

என் வலி

புரியவில்லையா?........ உமக்கு

உன்

கலை மிகுந்த பேச்சு

என்

உயிர்நாடி

துடிப்பற்று போகுதே.."

ரகுவிற்கு இடையிலே முழிப்பு தட்டியது. மணி இரண்டை காட்டியது. ரியாவை பார்க்க உள்ளம் துடித்தது அவனுக்கு. எழுந்து ரியாவுடைய அறையை தட்டினான். தட்டிய உடனே அறை கதவு திறக்கப்பட்டது. ஸ்வேதா தான் தூங்கவே இல்லையே!

நீ தூங்கவில்லையா? சாதாரணமாக கேட்டான் ரகு.

பதில் கூறாமல் நின்றாள்.

ரியாவை பார்க்கணும் என்றான் அமைதியாக. அறையினுள் நுழைந்தான். ரியாவின் படுக்கையில் அவள் தலையின் அருகே ஒரமாக அமர்ந்து, அவளது முடியை வருடியவாறு அவளையே பார்த்துக் கொண்டிருந்தான்.

நான் இங்கே இருக்கலாமா? கேட்டான் அவன்.

அவள் எதுவும் கூறாமல் இருக்கவே,

உன்னுடைய ஆடைகள் இந்த அறையில் தானே உள்ளது. அதனால் தான் கேட்டேன்.

ம்ம்ம்ம்ம்..... இருங்கள்.

நீ ஏதேனும் ஒரு அறையில் தங்கி கொள் என்று அறைக்கான சாவி முழுவதையும் கொடுத்தான்.

எனக்கு எதுவும் வேண்டாம் என அவள் சொல்லிக் கொண்டே கீழே இறங்க,

ஏய் ஸ்வேதா நில்லு, நில்லு என அவள் பின்னே ஓடியவன், தவறி அவளை தள்ளி விட்டு அவள் மேலே விழுந்து, ஒரு விநாடி ஒருவரை ஒருவர் பார்க்க, அவள் நினைவுக்கு வந்து அவனை தள்ளி விட முயற்சி செய்ய, அவன் அவளது கையை மேலும் இறுக்கமாக பிடித்துக் கொண்டு அவளிடம்,

என்ன, உனக்கு இப்படி இருந்தால் தான் பிடிக்குமோ? என அவளது இடுப்பில் கை வைத்து, அவளது முகமருகே அவன் முகத்தை கொண்டு வர, பளாரென ஒர் அறை அவன் கன்னத்தில் வைத்தாள். பிறகு அவனை ஆக்ரோசமாக தள்ளி விட்டு எழுந்தாள். அவனும் எழுந்து,

உனக்கு எவ்வளவு தைரியம்? மீண்டும் அவளது கையை அழுத்தி பிடிக்க, அவனது கையை உதறி விட்டு அங்கிருந்து அழுது கொண்டே ஓடினாள். அப்பொழுது தான் என்ன செய்து விட்டோம் என்பதை உணர்ந்தான். வருத்தத்தோடு அறையினுள் சென்றான். ஸ்வேதாவோ ஓடிப் போய், அழுது கொண்டே பூஜை அறைக்குள் அந்த இரவில் நுழைந்தவள், காலை வரை தூங்காமல் காயத்திரி மந்திரம் எழுதினாள் போல

கண்ணிற்கு கீழே கருவளையம் வந்து ரொம்ப சோர்ந்து மயங்கி விழுந்து கிடந்தாள் பூஜை அறையிலே.

காலையில் எழுந்தவுடன் எல்லா அறையையும் திறந்து விட்டு, பூஜை அறையை பார்த்து திடுக்கிட்டு வேகமாக உள்ளே சென்றார் ராஜம்மா.

ஸ்வேதா காயத்திரி மந்திரம் எழுதிய நோட்டை மடியில் போட்ட படி கீழே விழுந்து கிடந்தாள்.

தம்பி, தம்பி என கத்தினார் ராஜம்மா.

ரகு அவளை பார்த்து அதிர்ந்து நின்றான்.

ரகு நீரை எடுத்து வர, ராஜம்மா நீரை தெளித்தார்.

எழுந்த ஸ்வேதாவை பார்த்து, என்னம்மா இரவு தூங்க வில்லையா? இவ்வளவு சோர்வாக இருக்கிறாய்? கேட்டவுடனே,

ஸ்வேதா, ராஜம்மாவை கட்டிக் கொண்டார்.

இவளை, தான் எவ்வளவு காயப்படுத்தி விட்டோம் என்பதை உணர்ந்து, சாரி என பேச வாயெடுத்தான்.

அதற்குள் ஸ்வேதா, என் அண்ணன் கூறியது சரிதான். நான் இங்கே வந்திருக்க கூடாது. நான் ரியாவிற்காக மட்டுமே வந்தேன். எப்படியும் அவள் இன்றைக்குள் சரியாகி விடுவாள். நான் கிளம்பி விடுவேன். இனி யாரையும் தொந்தரவு செய்ய மாட்டேன் கூறி விட்டு தளர்வான நடையுடன் அறைக்கு சென்றாள்.

எனக்கு என்ன ஆயிற்று? நான் ஏன் இவ்வாறு நடந்து கொண்டேன்? இதுவரை யாரிடமும் இவ்வளவு மோசமாக நடந்து கொண்டதில்லையே? என மனதினுள் நினைத்தவாறே ரகு நிற்க,

தம்பி, நேற்று எதுவும் நடந்ததா?

அது வந்தும்மா என தயங்கினான்.

எதுவும் கூறாதீர்கள். எனக்கு புரிந்து விட்டது. அந்த பெண்ணிடம் நீங்கள் மறுபடியும் கடுமையான முறையில் நடந்து கொண்டீர்கள். அப்படித்தானே!

நான் தவறு செய்து விட்டேன்மா.

நான் சென்று அவளை பார்க்கிறேன் என ராஜம்மா அறையில் பார்த்தால், ஸ்வேதா தூங்கிக் கொண்டிருந்தாள். ரியாவை எழுப்பி ராஜம்மா அவள் தூங்கட்டும். வா கண்ணு நாம் கீழே செல்லலாம் என ரியாவை தூக்கிக் கொண்டு, அறை கதவை சாத்தி வைத்து விட்டு அங்கிருந்து சென்றார்.

கொஞ்ச நேரம் கழித்து தானாகவே கீழே வந்த ஸ்வேதா, ரியாவை சாப்பிட வைத்து தானும் சாப்பிட்டாள். மருந்து கொடுத்து தூங்க வைத்தாள். ராஜம்மா, ஸ்வேதாவை பார்த்து, உனக்கு எப்படி உள்ளது? என கேட்க,

எனக்கு என்னம்மா? நான் நன்றாக தானே இருக்கிறேன் என எதுவும் நடக்காததை போல் பேசவே,

என்னடா, இந்த பொண்ணு... ஸ்வேதாவையே பார்த்துக் கொண்டே இருந்தார் ராஜம்மா.

மதிய வேளையும் ரியாவை சாப்பிட வைத்து, தானும் சாப்பிட்டாள். குழந்தைக்கு மருந்து கொடுத்து தூங்க வைத்தாள்.

பின் சாயங்காலம் இருவரும் ஒளிந்து விளையாடினார்கள். மாலையில் நன்றாகவே குணமடைந்து விட்டாள். அதனால் ரியாவால் விளையாட முடிந்தது. தன் வேலை முடிந்ததை உணர்ந்தாள் ஸ்வேதா.

தான் வீட்டிற்கு கிளம்புவதாக கூறும் போது மணி ஏழை தாண்டியது.

இப்பொழுது வேண்டாம்மா. நாளைக்கு காத்தால விடிஞ்சதும் கிளம்பிடுமா?

எனக்கு அம்மா, அண்ணாவை பார்க்கணும் போல் உள்ளது. அம்மாவின் உடல் நிலை இப்பொழுது தான் சரியானது. அதன் பின் தான், நான் ரியாவை பார்க்க வந்தேன்.

ஓ! அதனால் தான் ரியாவை பார்க்க வர தாமதமானதா? ராஜம்மா கேட்க, ரகுவிற்கு ஒரு மாதிரி இருந்தது.

அவள், ம்ம்ம்... என்றாள்.

உங்கள் அண்ணாவை வர சொல்லி இருக்கிறாயா?

இல்லைம்மா. நானே சென்று விடுவேன்.

கழிகாலம்மா. சொன்னா கேளு. ரகு தம்பி என ராஜம்மா வாயெடுக்க,

வேண்டாம்மா. என்னால் யாருக்கும் எந்த தொந்தரவும் வேண்டாம்மா.

ரகு வேகமாக அவளருகே வர, தள்ளி நின்றாள்.

இது ரொம்ப மோசமான ஏரியா? நான் வருகிறேன் என கூறிக் கொண்டே, அவளது பதிலை எதிர்பார்க்காமல், அவளது பையை வாங்கிக் கொண்டான் ரகு.

அவள் எதுவுமே பேசவே இல்லை.

ரகு காரின் உள்ளே சென்று அவளையும் ஏற்றிக் கொண்டு, காரை எடுத்தான். ஆனால் காரை எடுக்க முடியவில்லை.

அம்மா, ரியாவை பத்திரமாக பார்த்துக் கொள்ளுங்கள். நாங்கள் ஆட்டோவில் தான் போகணும். ஆட்டோ ஸ்டாண்டு வரை நடந்து போகிறோம். பக்கத்தில் தானே உள்ளது. வருகிறோம் ராஜம்மாவிடம் கூறி விட்டு இருவரும் வெளியே வந்தனர். ஸ்வேதா செல்வதை பார்த்தால் ரியா அழுவால் என்பதால் ரகு கூறியவுடன், ராஜம்மா ரியாவை உள்ளே அழைத்துச் சென்றார். பின் தான் ரகுவும், ஸ்வேதாவும் வெளியே வந்தனர்.

தம்பி, நானும் வரவா? முத்துச்சாமி கேட்க,

இல்லண்ணே. நான் பார்த்துக் கொள்கிறேன் என அவளது ஒரு பையை ரகுவும், மற்றொன்றை ஸ்வேதாவும் எடுத்துக் கொண்டு கிளம்பினார்கள்.

ஸ்வேதா இடையிடையே ரகுவை நிமிர்ந்து பார்த்துக் கொண்டே நடந்தாள். அவனும் அதனை கவனித்தான்.

என்ன? ரகு கேட்டான்.

ஒன்றுமில்லை என்றாள்.

என்னவென்று கூறு?

ஒன்றுமில்லைன்னு சொல்றேன்ல

இருவரும் இப்படியே பேசிக் கொண்டிருக்க, இருட்டு பகுதி வந்தது. அங்கே நாலைந்து தடியன்கள் வந்து அவர்களை சூழ்ந்து கொண்டனர்.

என்னடா வேணும் உங்களுக்கு? ரகு கேட்க,

அவர்கள் பதில் கூறாமல் தாக்க ஆரம்பித்தனர்.

ரகுவும் அவர்களுடன் சண்டை போட்டுக் கொண்டிருந்தான். அதில் ஒருவன் மட்டும் கத்தியை எடுத்து ரகுவை நோக்கி வர, ஸ்வேதா அதை பார்த்து ரகுவின் அருகே வர, அவன் ரகுவை கத்தியால் குத்த, ஸ்வேதா அதை வாங்கிக் கொண்டாள். மறுகணமே அவள், அவன் மேல் சரிய, நடப்பதை நம்ப முடியாமல் ரகு நிற்க, அவளை கையில் பிடித்துக் கொண்டே வெகுண்டு அனைவரையும் துவம்சம் செய்தான். வந்த தடியன்கள் எழ முடியாமல் எழுந்து கிளம்பினார்கள். ஸ்வேதாவை பார்த்ததால், தடியன்களை கவனிக்காமல் விட்டு விட்டான்.

ஸ்வேதா, நீ.... நீயா? என பேச முடியாமல், என்ன செய்து விட்டாய்? எதற்காக? என அவளை கையில் ஏந்திய படி கேட்க,

அவள் அவனது கையை பிடித்துக் கொண்டே, மற்றுமொறு கையை அவனது கன்னத்தில் வைக்க, அவள் கையில் இருந்த இரத்தம் அவன் கன்னத்திலும் ஒட்டியது. அவனை பார்த்து சிரித்து விட்டு, திக்கி, திக்கி ஏதோ கூற வந்து முடியாமல் மயக்கமானாள்.

ஏய் எழுந்திரு, ஸ்வேதா எழுந்திரு... என அழுது கொண்டே கத்தினான். ஆனால் எதற்கும் பயனில்லை.

அவளை கையிலே தூக்கிக் கொண்டு ஆட்டோ ஸ்டாண்டுக்கு ஓடினான். அவள், அவனது மார்பில் சரிந்து கிடந்தாள். அவளை ஒரு ஆட்டோவில் ஏற்றி, அண்ணா சீக்கிரம் மருத்துவமனை செல்லுங்கள். ம்... சீக்கிரம் என்றான்.

அவளது வயிற்றுப் பகுதியில் இரத்தம் அதிகமாக கசிய, அவனது சட்டையை கழற்றி அவளது இடுப்பில் கட்டினான். ஒரு வழியாக மருத்துவமனையை அடைந்தார்கள்.

வேகமாக ஸ்வேதாவை மருத்துவமனைக்கு உள்ளே அழைத்துச் சென்றனர்.

அவசர சிகிச்சை பிரிவில் அவளை அழைத்துச் சென்றனர். மனகுழப்பத்துடனும்

தலை பாரத்துடனும் ரகு கவலையுடன் உட்கார்ந்திருந்தாள். ராஜம்மாவிடம் நடந்ததை சொன்னான் ரகு.

தம்பி, நான் இப்பொழுதே கிளம்புகிறேன் ராஜம்மா கூற

வேண்டாம்மா, ரியாவிற்கு ஆபத்து வந்து விடுமோன்னு பயமாக உள்ளது.

சரி தம்பி, நான் வரவில்லை. நீங்களே பார்த்துக் கொள்ளுங்கள்.

அம்மா, அவளுடைய வீட்டிற்கு சேதியை சொல்லணுமே! என்ன செய்வது?

என்னிடம் அவளது நம்பர் உள்ளது தம்பி. நான் கூறி விடுகிறேன்.

எப்பம்மா நம்பர் வாங்கினீர்கள்?

அந்த பொண்ணு என்னிடம் நன்றாகவே பேசினாள். எப்படி நம்முடைய ரியாவிடம் நட்பாக இருந்தாளோ, அவள் என்னுடைய பொண்ணாகவே மாறி விட்டிருந்தாள் என அழ ஆரம்பித்தார் ராஜம்மா.

நீங்கள் நினைப்பது போல் அவள் இல்லை. ரொம்ப தங்கமான பொண்ணு தம்பி என மீண்டும் அழுதார்.

அம்மா, நான் வீட்டிற்கு வந்த பிறகு நீங்கள் வந்து அவளை பாருங்கள் என்றான் ரகு.

சரி தம்பி, அந்த பொண்ணை பார்த்துக் கொள்ளுங்கள் என போனை துண்டித்தார் ராஜம்மா.

நான் தான் தேவையில்லாமல் அவளிடம் கோபப்பட்டு விட்டேன். அவள் எனக்காக தன் உயிரையே இழக்கும் அளவுக்கு நான் என்ன செய்தேன்? அவளை ரொம்ப கஷ்டப்படுத்தி விட்டேன். அவளிடம் நடந்து கொண்டதை நினைத்து, அவன் மனம் விக்கித்துப் போனது. நொந்தே போனான். இவள் எதற்காக எனக்காக... என அவன் மனமே அவனை கேள்விகளால் உலுக்கி எடுத்தது. அழவே ஆரம்பித்தான் ரகு.

என்னை சுற்றி என்ன நடக்கிறது?

"முதலில் என் மனைவி

இப்போது இந்த பெண்" மனதினுள் நினைத்தான்.

"என்

உணர்வை

வெளிக்கொணர வைத்தவளே

யார் நீ?

எனக்காக

உன் உயிரை

மாய்க்க

துணிந்தாயே

யார் நீ?

உன் கரம்

என்னை

தீண்டிய போது

ஏனோ

என் மனம்

துடித்ததே

யார் நீ பெண்ணே

யார் நீ?"

மனதில் நினைத்த படி வழிந்த கண்ணீருடன் உட்கார்ந்திருந்தான் ரகு.

ஸ்வேதாம்மா..... ஸ்வேதாம்மா..... என அலறிய படி வந்தார் பார்வதியம்மாவும், பாலாவும் வந்திருந்தான்.

பாலா, ரகுவை நோக்கி அடிப்பது போல் வந்து, அவன் காதருகே வந்து என் அம்மா போகட்டும். அப்புறம் உன்னை பார்த்துக் கொள்கிறேன் என ரகு தோளில் கை போட்டு நிற்க, ரகு அவனை அணைத்துக் கொண்டு அழ, பாலா அதிர்ச்சியோடு நின்றான்.

என்ன நடந்தது ரகு? நீ என்ன செய்கிறாய்? என்றான் கோபமாக

ரகு நடந்ததை கூறியவுடன் பாலாவிற்கு கோபம் வீறிட்டு எழ, உன்னால் தானே எல்லாமே மேலும் கோபப்பட, ரகு தலை குனிந்து நின்றான்.

மருத்துவர் வெளியே வந்தார்.

டாக்டர் என்னாச்சு? பாலா கேட்க,

இரத்தம் நிறைய வெளியேறி உள்ளது. "ஏ" பாசிட்டிவ் இரத்தம் தேவைப்படுகிறது. நான் இரத்தம் கொடுக்கிறேன். எனக்கும் "ஏ" பாசிட்டிவ் தான் ரகு கூறினான்.

சீக்கிரம் வாருங்கள் என்று டாக்டர், ரகுவை அழைத்துச் சென்றார். ரகுவின் இரத்தம் ஸ்வேதாவின் உடலில் செலுத்தப்பட்டது.

ஸ்வேதாவிற்கு ஆப்ரேசன் நடந்து கொண்டிருக்க, ரகு வெளியே வந்தான். அவனை பார்த்து கொண்டே பார்வதியம்மா மயங்கி விழுந்தார்.

அம்மா அம்மா... உசுப்பினான் பாலா. அவர் எழவே இல்லை.

ரகு மருத்துவனையிலிருந்த தண்ணீரை எடுத்து பார்வதியம்மா முகத்தில் தெளித்தான்.

கண் இமைகள் அசைய கண்ணை பிரித்தவர்,

ஸ்வேதா, ஸ்வேதா என அழுது புலம்ப, இதை கண்ட பாலா நெஞ்சமோ வலித்தது.

அம்மா, ப்ளீஸ் அமைதியாய் இருங்கள். இல்லையென்றால் உங்களுக்கு மன அழுத்தம் அதிகமாகிவிடும். ஸ்வேதாவிற்கு தெரிந்தால் வருத்தப்படுவாள் நினைத்துப் பாருங்கள் என பாலா கலங்கிய குரலுடன் பேச,

அம்மா, அவளுக்கு ஒன்றுமே ஆகாது. கண்டிப்பாக மீண்டு வருவாள். மறுபடியும் வீடு கலகலப்பாக மாறி விடும்.

உங்களுடைய பொண்ணு உங்களிடம் பத்திரமாக வந்து சேர்வாள் ரகு கூற, பாலா ரகுவை தன் பார்வையாலே சுட்டெரித்தான்.

செய்வதையும் செய்து விட்டு எப்படி பேசுகிறான் என மனதினுள் திட்டிக் கொண்டிருந்தான்.

தம்பி, நீங்கள் கிளம்புங்கள். நாங்கள் பார்த்துக் கொள்கிறோம். என்னுடைய பெண்ணிற்கு உதவி செய்ததற்கு நன்றி.

அப்படியெல்லாம் சொல்லாதீர்கள் அம்மா, எனக்கு பதிலாக தான் அவள் இங்கே இருக்கிறாள்.

என்ன? பார்வதியம்மா கேட்க,

வீட்டை விட்டு வெளியே வந்த பிறகு நடந்ததை ரகு கூறினான்.

இவனுக்காக இவள் உயிரை விடும் அளவிற்கு போயிருக்காலா? யோசித்துக் கொண்டே நிற்க,

மீண்டும் ரகுவே பேசினான். நீங்கள் அனுமதித்தால், நானும், என் குழந்தையும் ஸ்வேதாவை பார்க்க வரலாமா?

வாருங்கள் என கூறினார்.

நான் கிளம்புகிறேன் என இருவரிடமும் கூறி விட்டு சென்றான் ரகு.

கொஞ்ச நேரத்தில் ஒரு பெண் பதட்டமாக இவர்கள் இருக்கும் திசையை நோக்கி ஓடி வந்தாள். அவளை பார்த்த பாலா அப்படியே உறைந்து நின்றான். ரோஜா இதழ்கள் போல உதடு,

ஆப்பிள் போல கன்னம், எடுப்பான பலாச்சுளை போல மூக்கு, அழகாக இருந்தாள்.

அவளுடைய அழகான கண்ணில் கண்ணீருடன், பாலாவின் அருகே வந்தவள், ஒரு நிலைக்கு வந்தவளாய்,

ஸ்வே... ஸ்வேதா எங்கே? மூச்சிறைக்க பாலாவிடம் கேட்க,

அவன் கை காட்டினான் அவளை பார்த்தவாரே,

அவள் கதவின் கண்ணாடி வழியே ஸ்வேதாவை பார்த்து விட்டு, தேம்பி தேம்பி அழ ஆரம்பித்தாள்.

பார்வதியம்மா அவளை பார்த்து, நீ யார்? நீ எதற்காக ஸ்வேதாவை பார்க்க வந்திருக்கிறாய்?

ஸ்வேதாவுடைய தோழி ரேணுகா. அவள் என்னை ரேணு என்று கூப்பிடுவாள் என கூறிக் கொண்டே அழுதாள் அவள்.

எனக்கு யாருமே இல்லை என்று கூறினாளே!

அது வந்து,...... இழுத்தாள்.

ரகு அண்ணா வந்தாரா? இங்கே தான் இருக்கிறாரா? என சுற்றி சுற்றி பார்த்து தயங்கிக் கொண்டே நிற்க,

உனக்கு எப்படி ரகுவை தெரியும்? அவன் உன் அண்ணணா? பாலா கேட்க,

அண்ணன் என்று தான் கூறி பழக்கம். அவர் போய் விட்டாரா?

அப்பொழுதே கிளம்பி விட்டான். அவனால் தான் ஸ்வேதாவிற்கு இவ்வளவு பெரிய பிரச்சனை. அவனோட வீட்டிற்கு போகாதே என்று ஏற்கனவே கூறினேன். ஆனால் அவள் கேட்கவே இல்லை.

ரகு அண்ணாவினால், ஸ்வேதாவிற்கா? என்ன சொல்றீங்க?

ஆமாம், உண்மையை தான் கூறுகிறேன் என்று எல்லாவற்றையும் கூறினான்.

ஹேலோ சார், ரகு அண்ணா பற்றி உங்களுக்கு என்ன தெரியும்? அவரு எப்படிப்பட்டவர்ன்னு தெரியுமா? கண்டிப்பாக இப்பொழுது நடந்ததற்கும், ரகு அண்ணாவிற்கும் எந்த சம்பந்தமும் இருக்காது என்றாள் உறுதியாக.

எப்படி அவ்வளவு நிச்சயமாக சொல்ற?

அவரு கூடவே இருந்த எங்களுக்கு தெரியாதா என்ன?

என்ன, கூடவே இருந்தாயா?

ஆம், அவர் யாருக்கும் எந்த துரோகமோ, பிரச்சனையோ கொடுத்ததேயில்லை. அவர் ரொம்ப பணக்காரனாக இருந்தாலும் எல்லாருக்கும் நல்லதையே செய்பவர். அவர் என்னோட அண்ணன் மாதிரி. எனக்கும், எங்கள் விடுதியில் இருப்பவர்களுக்கும் நிறைய உதவி செய்திருக்கிறார்.

நீ அவரை ஹீரோன்னு சொல்றியா? கோபத்தோடு பேச

டேய், நீ எதற்காக இவ்வளவு கோபப்படுகிறாய்? பார்வதியம்மா அவனது கையை பிடிக்க,

பாலா இவ்வாறு நடந்து கொள்வது ரேணுவிற்கு பிடிக்கவில்லை.

நீங்கள் யார்? ரேணு கேட்க,

நான், அவள் அம்மா, இவன் அண்ணன் என பார்வதியம்மா கூற, ரேணுவிற்கு மட்டற்ற மகிழ்ச்சி. அவள் கண்ணில் நீர் கோர்க்க, பார்வதியம்மாவை அணைத்துக் கொண்டாள். பாலாவும், அவனுடைய அம்மாவும், ஆர்வமுடன் அவளை பார்க்க,

அவள் நிமிர்ந்து, நிஜமாக தானே கூறுகிறீர்கள்?

ஆமாம்மா.

ரொம்ப நன்றி அம்மா. அவளுக்கு சிறுவயதிலிருந்தே யாருமே கிடையாது. இப்பொழுது அம்மா.. என ரேணு மறுபடியும் கட்டி அணைக்க,

விடும்மா, எங்க அம்மாவை என அவளை பாலா தள்ள, அவளும் நகர்ந்து நின்றாள்.

ஆமா. அவன் அப்படி என்ன செய்தான்? என பொறாமையுடன் பாலா கேட்க, அவள் அடுக்க ஆரம்பித்தாள்.

அட, போதும்மா. தெரியாமல் கேட்டு விட்டேன்.

அவர் ஹீரோ தான். அவர் நினைத்திருந்தால், இன்னொரு பெண்ணை கூட கல்யாணம் செய்திருக்கலாம். ஆனால் அவர் தன் மனைவியை பற்றியே இன்னும் நினைத்துக் கொண்டிருக்கிறார் என பெருமையாக கூற, பாலாவிற்கு கடுப்பாக இருந்தது.

ஆமா, ஸ்வேதாவிற்கும், ரகுவிற்கும் என்ன? பாலா கேட்க,

யோசனையற்றவளாய், என்னப்பா! ராமன் இருக்கும் இடம் தானே சீதைக்கு அயோத்தி சாதாரணமாக கூறி விட்டு தான்

நினைவே வருகிறது. அப்படியே ஓடி விடலாம் என நினைக்கும் போதே, இருவரும் அதிர்ச்சியில் இருந்து மீண்டு,

ஏய் நில்லு, பாலா கூப்பிட,

எனக்கு ஒரு வேலை இருந்தது. மறந்து விட்டேன். அப்புறம் வருகிறேன்.

உன்னோட தோழியை விட முக்கியமானதா? என்றவுடன் ஸ்வேதாவை நினைத்து வருத்தப்பட்டு அங்கே நிற்க,

பார்வதியம்மாவும், பாலாவும் அவளருகே வந்து, என்ன கூறினாய்? என பார்வதியம்மா கோபமாக ரேணுவை பார்க்க,

அது தெரியாமல், ஏதோ கூறி விட்டேன் என மழுப்ப,

எங்களுக்கு நீ கூறியது நன்றாகவே கேட்டது பாலா சொல்ல, செய்வதறியாது ரேணு நிற்கவே, அவன் அவளருகே நெருங்கி வர, பயந்து நான் கூறுகிறேன் என்றாள் கண்ணை மூடிக் கொண்டு,

ஸ்வேதாவுடைய உண்மையான பெயர் மித்ரா. ரகு அண்ணாவின் மனைவி, ரியாவின் அம்மா, என்னுடைய உயிர்த்தோழி.

என்ன உளறுகிறாய்? ரகுவிற்கு அவன் மனைவியை பார்த்தால் அடையாளம் தெரியாதா?

அவளை யாரும் அடையாளம் தெரியக்கூடாது என்பதற்காக பிளாஸ்டிக் சர்ஜரி செய்து கொண்டாள் என கூறிக் கொண்டே அழுதாள் ரேணு.

அவளை எதற்காக யாருக்கும் அடையாளம் தெரியக்கூடாது? பாலா கேட்க,

அவள் கிட்டதட்ட செத்து பிழைத்து உயிரோடு வந்திருக்கிறாள். ரகு அண்ணா, ரியா ரெண்டு பேர் உயிருக்கும் ஆபத்து. அவர்களை காப்பாற்ற தான் எல்லாமே செய்கிறாள்.

அட நிறுத்தும்மா, ஏன் இப்படி குழப்புறீங்க?

இவள் ஸ்வேதா அல்ல, மித்ரா தான். அவள் செய்துள்ள அறுவை சிகிச்சை சாதாரணமானது அல்ல. மித்து மாநிறமாக தான் இருப்பாள். அவள் தோலில் உள்ள மெலானின் நிறமி அளவை மாறுபடுத்தி அவளது தோலை வெண்மையாக மாற்றி, உடல் அளவையும் மாறுபடுத்தி சிகிச்சை நடத்தி, அவளோட

முகஅமைப்பு, நிறமாற்றம், தோலின் தன்மை, உடலமைப்பு எல்லாவற்றையும் மாற்றி, அவளையே மாற்றிக் கொண்டாள்.

நானும், என்னுடைய மாமாவும் எவ்வளவு சொல்லியும் கேட்கவே மாட்டேன் என உறுதியாக இருந்து நினைத்ததை செய்தாள்.

அதில் என்ன உள்ளது? பாலா கேட்க,

என்ன கேட்கிறீர்கள்? உங்களுக்கு புரியவில்லையா?

மித்துவுடைய போட்டோ, இதை பாருங்கள் என அவளது போனை காண்பித்து, இது உங்களுடைய ஸ்வேதா என்றாள்.

ஸ்வேதாவா இது என பார்வதியம்மா ஆச்சர்யமாக கேட்க,

பாலா திகைப்புடன், எதற்காக இப்படி செய்தாள்?

அப்படியென்றால், கீது முகம் பிளாஸ்டிக் சர்ஜரியால் தானா? நானும் யோசித்து கொண்டு தான் இருந்தேன், கீது முகம் எப்படி இவளுக்கு? என்று.

ஒருவர் போல் நிறைய ஆட்கள் இருப்பார்கள் என தான் ஸ்வேதாவை நினைத்தேன்.

அப்படியென்றால் கீது, இறந்து விட்டாளா? அம்மா கேட்க, இருவர் கண்ணிலும், நீர் கோர்க்க அப்படியே உட்கார்ந்து அழ ஆரம்பித்தார் பார்வதி.

பாலாவும், அம்மாவை கட்டி அணைத்து அழ, நடப்பது புரியாமல் ரேணு, அம்மா என்ன ஆயிற்று?

பாலா கண்ணை துடைத்துக் கொண்டு எழுந்து, இங்கே வா என இழுத்துச் சென்று அவளிடம் ஸ்வேதாவிற்கு சிகிச்சை அளித்த மருத்துவரை யார்? எனக்கு தெரிய வேண்டும்.

உங்களுக்கு எதற்கு?

கீது யார்?

நான் கேட்டதற்கு பதில்? என அவன் புருவத்தை ஏற்ற,

என்னுடைய மாமா தான்.

ஸ்வேதாவுடைய முகத்தை எப்படி மாற்றினீர்கள்? ஏதாவது பெண்ணுடைய முகமா? இல்லை கம்ப்யூட்டர் உபயோகித்தீர்களா?

ஒரு பெண் இறந்து விட்டாள் என்றும், அவளது முகத்தை தான் ஸ்வேதாவிற்கு வைத்தார்கள் எனவும், அவள் அனைவரிடமும் மோசமாக நடந்து கொள்கிறாள் எனவும் பேசினார்கள். எனக்கே ரகசியமாக தான் தெரிந்தது.

தன் கீது தான் இறந்து இருக்கிறாள் என மனம் நொந்து உட்கார, ரேணுவிற்கு ஒரளவு புரிய தான் செய்தது.

நீங்கள் பேசிய கீது, இறந்த பெண்ணா? என கேட்க, ரேணு மேல் கோபமாக ஒரு பார்வையை உதிர்க்க, அவள் மெதுவாக அவ்விடம் விட்டு நகர,

எங்கே செல்கிறாய்? என ரேணுவை, பாலா முறைக்க

உங்களுக்கு என்ன தான் பிரச்சனை?

கீது என்னுடைய தங்கை. அவள் ஏன் இறந்தாள்? உன் மாமாவிற்கு தெரியும் தானே? கூறு கூறு என அவளை உலுக்கினான்.

எனக்கு எதுவும் தெரியாது என கத்தினாள். அவன் கை, அவள் மேலே படவும் பதட்டமானாள். அவன் கையை தட்டி விட்டு, என் மாமா இப்பொழுது இங்கே தான் இருக்கிறார். எது வேண்டுமானாலும் அவரிடம் கேட்டுக் கொள்ளுங்கள் என போனை எடுத்து பேசி விட்டு, சீக்கிரம் வாருங்கள் என கூறி விட்டு போனை துண்டித்தாள்.

நான் உன்னை என்ன செய்து விட்டேன்? கையை தானே பிடித்தேன்.

அவள் எதுவும் கூறாமல் ஒரு ஓரமாக அமர்ந்தாள்.

ரேணு மாமா வரவும், நீ கிளம்பு என அவளது மாமா, அவளை பார்த்துக் கூற, அவள் செல்லக்கூடாது என அவனது காவல் நிலைய அடையாள அட்டையை காண்பித்தான்.

ரேணுவும், மாமாவும் ஒருவரை ஒருவர் பார்த்துக் கொண்டனர்.

உங்களுக்கு என்ன தெரிய வேண்டும்?

அந்த பொண்ணு கீதாஞ்சலி பற்றி தானே!

அந்த பொண்ணை ஒருவன் ஏமாற்றி ஓடி விட்டான். அவள் கர்ப்பமாக இருந்தால், அப்படியிருந்தும் அந்த பெண் அனைவரிடமும் திமிராகவே நடந்து கொண்டாள். யாருக்கும் அவளை பிடிக்கவேயில்லை.

எனக்கும் ஒரு பெண் இருக்கிறாள், என ரேணுவை பார்த்து, நானும், என் நண்பனும் அந்த பெண்ணை நினைத்து கவலைப்பட்டோம். மருத்துவமனையிலே அவளை சேர்த்தோம். அவளும், குழந்தையும் நன்றாக தான் இருந்தனர். திடீரென்று ஒரு நாள் அவள் மயங்கி கிடந்தாள். அருகில் சென்று பார்த்தால் விஷம் அருந்தி இருப்பால் போல வாய் முழுவதும் இரத்தம் இறந்து கிடந்தாள்.

இறந்ததை கூற யாருமில்லை என்ற பொழுது தான், அங்கே ஒருவன் இரத்த வெள்ளத்தில் வந்தான். அந்த நிலையிலும் அவன் அவளது பெயரை உச்சரித்தான். யாரென்று விசாரித்ததில் அவன் ரௌடி என்றும், அவளை பாதுகாக்கவே விட்டு சென்றான் என தெரிய வந்தது. நீங்கள் நம்பவில்லை என்றால் என் நண்பனிடம் கூறி பெண்ணுடையதையும், குழந்தைக்கான பரிசோதனை சான்றிதழ்களை அனுப்ப சொல்லி உங்களிடம் காண்பிக்கிறேன்.

பாகம் 5

என் மகள் தற்கொலை செய்திருக்க மாட்டாள் பார்வதியம்மா கூறிக் கொண்டே உள்ளே வர, அம்மா என பாலா கூற

நீங்கள் இதனை ஏற்று தான் ஆகணும். இது தான் உண்மை ரேணுவின் மாமா கூற,

பாலா, ரேணு கூறியதை யோசித்து விட்டு, அம்மா உங்களை பற்றி சுற்றியுள்ள அனைவரும் தவறாக பேசினால், என்ன செய்வீர்கள்?

எதற்காக இப்படி கேட்கிறாய்?

அம்மா, உங்களுடைய பெண்ணை பற்றி இவ்வாறு பேசினார்கள் என ரேணு சொல்லி விட,

அம்மா கோபப்பட, பாலா தான் இடையே வந்து, அவளை பற்றி தெரியும் தானே! அம்மா, கோப்படாதீர்கள் என அவர் அருகே வந்து, அவள் தான் என்றோ சென்று விட்டாளே! கட்டி அணைத்து பாலா அழ, அம்மா அமைதியானார்.

அய்யோ! ஸ்வேதா என ரேணு ஓட, மற்றவர்களும் பின்னே சென்றனர்.

ரகு தம்பியை நீ பார்த்தாயா ரேணு? மாமா கேட்க,

இல்லை மாமா. நான் வருவதற்குள் அவர் சென்று விட்டார். நீங்கள் இருவரும் ரகுவிடம் உண்மையை கூறுவது தான் சரியாக இருக்கும் என மாமா கூற,

மாமா, உங்களுக்கே தெரியும் ரகு அண்ணா, மித்துவை எவ்வளவு காதலிக்கிறார் என்று அவளை கொல்ல, அவருடைய உறவினரே முயற்சி செய்தார்கள் என்றால் அண்ணாவிற்கு எப்படி இருக்கும்? தயவு செய்து எதையும் அவரிடம் கூறி விடாதீர்கள்.

என்னவென்று கூறுங்கள்? என பாலா அருகே வர, மாமா கிளம்பிவிட்டார். ரேணு அவனை கண்டு கொள்ளாமல் ஸ்வேதா அருகே செல்ல,

இங்கே பார் என அவளை திருப்பினான், அவள் பட்டென பின்னே நகர்ந்தாள்.

என்ன ஆயிற்று?

ஒன்றுமில்லை என்றாள்.

என் கீதுவை தான் இழந்து விட்டோம். ஸ்வேதாவை என்னால் இழக்க முடியாது. தயவுசெய்து நடந்ததை கூறு?

நீங்கள் தான் போலீஸ் ஆயிற்றே? உங்கள் வேலையை பற்றி தான்.... நான் எப்படி கூறுவது? யோசித்துக் கொண்டே,

அவள் தன் கணவன், குழந்தை உயிரை காப்பாற்ற தன் உயிரையும் பணயம் வைத்து பிழைத்து வந்து சிகிச்சை அனைத்தையும் செய்து முழுவதும் வேறொரு பெண்ணாக ஸ்வேதா என்ற பெயரோடு வந்திருக்கிறாள்.

அந்த ரகு உண்மையிலே ஸ்வேதாவுடைய கணவனா? பார்வதியம்மா கேட்க, தலையசைத்தாள் ரேணு.

அவளுக்கு கஷ்டத்தை தவிர, இப்பொழுது வரை எதுவும் கிடைக்கவில்லைம்மா. அவளை பற்றிய நிறைய கேள்விகள் உங்களுக்கு இருக்கும் என நன்றாகவே புரிகிறது. அதற்கு நான் கண்டிப்பாக பதில் கூறுகிறேன். உங்கள் மகன் அவளது பிரச்சனையை காவலராக இல்லாமல், அண்ணனாக மட்டும் இருந்து, எங்களுக்கு உதவ தயாராக இருந்தால் மட்டுமே. ரகு, ரியாவிற்கு இவள் மித்து என்று தெரியக்கூடாது.

சரி. நான் உதவுகிறேன். பிரச்சனையை சரி செய்ய காவலர் உதவி தேவைப்பட்டால் நான் காவலராக வருவேன்.

ஓ.கே என்றாள்.

மருத்துவர் வெளியே வந்தார். சிகிச்சை நல்ல படியாக முடிந்தது. அவளால் உடனே எழவோ, நடக்கவோ முடியாது. ஒரு மாதம் இங்கேயே தான் சிகிச்சை அளிக்க வேண்டும். மேற்பார்வை செய்ய வேண்டும். அவள் கூடவே இருந்து யாராவது பார்த்துக் கொள்ள வேண்டும்.

மருந்து சீட்டை, மருத்துவர் பாலாவின் கையில் கொடுக்க, ரேணு அவனிடம், ரகு அண்ணாவிடம் என்னை பற்றி எதுவும் பேசாதீர்கள் என கூறினாள்.

அவன் எதுவும் கூறாமல் அவளை பார்த்து விட்டு, அம்மா மருந்து வாங்கி விட்டு வருகிறேன் என பாலா கூற, நீ வாங்கி வா, ஸ்வேதாவின் மயக்கம் தெளிய இன்னும் நேரமாகும். நீ வந்தவுடன் அவளை பார்ப்போம். அனைவரும் ஸ்வேதாவிற்காக காத்திருந்தனர்.

பாலா பல மணி நேரத்திற்கு பின் வர, ஸ்வேதா விழித்திருந்தாள். அம்மா அவளிடம் பேசிக் கொண்டிருந்தார்கள். பாலாவும் கதவை திறந்து உள்ளே நுழைய, பின்னாலே ரேணுவும் வந்தாள்.

ரேணு நீ.. நீயா? மெதுவாக கேட்டுக் கொண்டே கண் கலங்கினாள்.

என்ன மித்து, இப்படி செய்து விட்டாய்? அவள் முழித்தாள். உனக்கும், ரகு அண்ணாவிற்கும் உள்ள உறவை பற்றி இவர்களிடம் கூறி விட்டேன். என்னை மன்னித்து விடு.

மித்து, ரேணுவை அருகே அழைத்து, அவளது கையை பிடித்து, ரகு உன்னை பார்த்தாரா?

பயப்படாதே மித்து, அவருக்கு நம்மை பற்றி எதுவும் தெரியாது.

தேங்க்ஸ் ரேணு, என கண்ணை மூடி திறந்தாள் ஸ்வேதா.

அம்மா, அண்ணா, நீங்கள் அவர் மேல் கோபப்படாதீர்கள்.

உன் மேல் தான் கோபம் எங்களுக்கு பாலா கூறினான்.

ஏன் அண்ணா?

நீ வந்த உடனே கூறி இருக்கலாமே! அவன் கூற,

அண்ணா, எந்த அம்மாவும் தன் பிள்ளை கணவருடன் சேர்ந்து தான் வாழ வேண்டும் என நினைப்பார்கள். ஏற்கனவே அம்மாவின் உடல் நிலை சரியில்லாமல் இருந்தது. நான் எப்படி கூறுவது? என மெதுவாக பேசினாள்.

என்னை மன்னித்து விடுங்கள் அம்மா, அண்ணா என்றாள்.

நீ எப்படி இங்கே?

மாமாவை இந்த மருத்துவமனைக்கு தான் மாற்றினார்கள். அவர் கூறி தான் நடந்தது தெரிந்து உன்னை பார்க்க வந்து விட்டேன்.

நீ ஓய்வு எடுத்துக் கொள். நாங்கள் வெளியே செல்கிறோம்.

அம்மா, நான் ஸ்வேதாவிற்கு சாப்பாடு கொடுத்து விட்டு வருகிறேன் என்றாள் ரேணு பார்வதியிடம். மாமாவும் வந்து ஸ்வேதாவை பார்த்து விட்டு சென்றார்.

ஏன் இவள் தன்னிடம் பேச மாட்டாளோ? என ரேணுவை பார்த்து பாலாவின் மனம் ஏங்கியது.

மதிய சாப்பாட்டை கொடுத்து விட்டு வெளியே வந்த ரேணு, அம்மா நடந்த அனைத்துமே உங்கள் இருவருக்கும் தெரிய வேண்டும்.

சொல்லும்மா?

இங்கே எதுவும் பேச வேண்டாம் என பாலா, ஸ்வேதாவின் பாதுகாப்பிற்காக ஒரு காவலரை அவள் அறைக்கு வெளியே நிற்க வைத்து விட்டு, இருவரையும் ஒர் அறைக்கு அழைத்துச் செல்ல, மூன்றாவதாக ஒருவனும் அவர்களை பின் தொடர்ந்தான்.

(ஆறு வருடங்களுக்கு முன்பு)

நானும், மித்துவும் அன்பு விடுதியில் தங்கி மூன்றாம் வருடம் தமிழ் பிரிவில் படித்துக் கொண்டிருந்தோம். என்னுடைய அத்தை, மாமா மதுரையை ஒட்டிய ஒரு கிராமத்தில் வசித்தனர். அவர்களை கஷ்டப்படுத்தக் கூடாது என சிறு வயதிலிருந்தே விடுதியில் தங்கி படித்தேன். விடுமுறையின் போது நானும் மித்துவும், அத்தை மாமா வீட்டிற்கு செல்வோம். விடுமுறை முடிந்து விடுதிக்கு வர அத்தை எங்களை விடவே மாட்டார்கள், அடம்பிடிப்பார்கள் குழந்தை போல். அவர்களை சமாதானப்படுத்தி விட்டு தான் விடுதிக்கு திரும்புவோம்.

அன்றொரு நாள் கல்லூரி முடிந்து வந்து கொண்டிருக்கும் போது, ரேணு நீ முன்னே சென்று கொண்டிரு, நான் கோவிலுக்கு சென்று வருகிறேன் என்று கூறினாள் மித்து. நான் விடுதிக்கு சென்று வெகு நேரமாகியும் அவள் வரவில்லை. அவள் போனையும் எடுக்கவில்லை. எங்களுக்கு மிகவும் பதட்டமாகவே இருந்தது. எங்களது விடுதிக் காப்பாளர் மீரா அக்காவும் அவளை தேடியும், கொஞ்ச நேரம் அங்கேயே இருந்தும் பார்த்தார்கள். அவள் வரவே இல்லை. விடுதியில் சிறுமிகள் அனைவரும் தூங்கி விட்டனர். சரியாக மணி பதினொன்றரை இருக்கும். அப்பொழுது தான் வந்தாள்.

ஒரு காரின் கதவை திறந்து வெளியே வந்து, காரின் உள்ளே ஒரு இளைஞனிடம் பேசி விட்டு, கையசைத்து உள்ளே வந்தாள்.

ஏய் மித்து, உனக்கு என்னாச்சு? எதுவும் பிரச்சனையா? கேட்டார் விடுதிக் காப்பாளர்.

அக்கா, அதெல்லாம் ஒன்றுமில்லை. நீங்கள் பயப்படாதீர்கள்.

எவ்வளவு ஈசியாக பேசுகிறாய்? மணி எத்தனை என பார்த்தாயா? இல்லையா? ரேணு கோபமாக கேட்க,

அதான் ஒன்றும் ஆகலை தானே? மித்து சொல்ல,

அப்படின்னா, ஏதோ விபரீதம் நடந்துள்ளது தானே! என்னம்மா சேவை செய்து விட்டு வந்தாய்?

எனக்கு பசிக்கிறது, தூக்கம் வருகிறது, என அவள் பேச்சை மாற்ற,

இங்கே பாரு மித்து, நீ இவ்வளவு நேரம் கழித்து வந்தால், மோகன சுந்தரம் முதலாளியிடம் என்னால் பதில் கூற முடியாது. அவர் முதியவர், ஆதலால் நிறைய கேள்விகள் எழும். என்னால் ஒவ்வொரு முறையும் பதில் கூற முடியாமல் திணறுகிறேன் என்றார் வருத்தமாக மீரா அக்கா.

சாரி அக்கா. இனி நான் சீக்கிரமே வந்து விடுவேன். முகம் கழுவி விட்டு சாப்பிட வந்தாள். ரேணுவும் உடன் வந்தாள்.

என்ன நடந்தது, சொல்லு? உன்னை விடுதியில் இறக்கி விட்டது யார்? ரேணு ஆர்வமாக கேட்க,

நாளை காலையில் எல்லாவற்றையும் கூறுகிறேன். எனக்கு ரொம்ப சோர்வாக உள்ளது ரேணு. நாம் நாளை பேசுவோம்

ஓ.கே வா என செல்லமாக ரேணுவின் கன்னத்தை தட்டினாள் மித்து.

மலையின் பின் ஒளிந்து கொண்டிருந்த கதிரவன் மீண்டெழ அனைவரும் எழுந்தனர். தினமும் போல் அன்றும் தயாராகி இறைவனை வழிபட வரிசையில் நின்றனர் அனைவரும் எட்டு மணியளவில். பின் சாப்பிடுவார்கள். தினசரி பட்டியலில் உள்ள படி வேலையை கவனிப்பார்கள். பிறகு அவரவர் பள்ளி, கல்லூரி செல்வர்.

மித்ரா விடுதிக்கு நேரம் கழித்து வந்ததற்கு மறுநாள் தேனீர் பருகும் சமயத்தில் ரேணுவும், மற்றவர்களும் மித்ராவை சுற்றி வளைத்து நடந்ததை கேட்டனர்.

கோவிலுக்கு சென்று நடந்து வரும் போது காட்டுப்பகுதியில் யாரோ முணங்கும் சத்தம் கேட்டது. நான் ஓர் இடத்தில் ஒளிந்து கொண்டு, என்ன நடக்கிறது என கவனித்துக் கொண்டிருந்தேன்.

ஏய், உன்னால் இதற்கு மேல் வேகமாக நடக்க முடியாதா? ஒரு தடியன் சிறு பிள்ளையிடம் பேசினான்.

அந்த பிள்ளை அழுது கொண்டே சென்றது. அவன் அவளை இழுத்துச் சென்றான். அவன் கண்ணில் படாதவாறே அவனை பின் தொடர்ந்து சென்றேன்.

தயவு செய்து, என்னை விட்டு விடுங்கள். நான் என் அம்மாவிடம் செல்ல வேண்டும் அழுதாள் அந்த பிள்ளை.

உன் அம்மாவிடம் செல்ல முடியாது. சத்தம் போடாமல் வா. இல்லை அறுத்து விடுவேன் என அவன் கத்தியை நீட்டினான். அழுகையை கட்டுப்படுத்த முடியாமல் பிள்ளை சிரமப்பட, மீண்டும் மிரட்டினான்.

பெருமூச்சுடன் வந்து விட்டோம் என்றான் அவன். அங்கே பழைய தொழிற்சாலை இருந்தது. அந்த பிள்ளையை உள்ளே இழுத்துச் சென்றான். பேச்சு சத்தம் அதிகமாகவே கேட்டது. பின் பக்கத்தில் சிறிய துவாரம் இருந்தது. அதன் வழியாக பார்த்தால், நான்கைந்து தடியன்கள் பத்து பெண்களை கட்டி வைத்திருந்தனர்.

நான் பின் தொடர்ந்து வந்தேனே அவன், டேய் இவள் ரொம்ப படுத்தி எடுக்கிறாடா, இவளை இப்பொழுதே ஏதாவது செய்யணும்.

சும்மா இருடா, பாஸ்கு விஷயம் தெரிந்தால் நம்ம எல்லாரையும் கொன்னுடுவாரு.

இவர்களை பார்த்தால் சரியில்லை என தோன்றியது எனக்கு.

முதலில் இடத்தை சுற்றி பார்த்தேன். செடிகள் மட்டுமே இருந்தது. என் மனதில் ஓர் எண்ணம் உதித்தது. கீழே கிடந்த நிறைய கற்களை எடுத்து, தொழிற்சாலை மேலுள்ள சில்வர் தகட்டில் கற்களை எறிந்து கொண்டே சுற்றி ஓடி வந்தேன். அது எல்லா பக்கமும் ஒலி எழுப்பியது. அதனால் தடியன்கள் அனைவரும் என்ன சத்தம் என பார்க்க சென்றனர்.

இது தான் நேரம் என்று உணர்ந்து, அங்கிருந்த பெண்களை வெளியே வர வைக்க முயற்சி செய்தேன். அவர்களும் வெளியே வந்தனர். எங்களை ஒருவன் பார்த்து விட்டு, மற்றவர்களை அழைக்க பெண்கள் அனைவரும் ஓட ஆரம்பித்தனர். தடியன்கள் துரத்தினார்கள்.

ஓடிக் கொண்டிருக்கும் போதே, ஒரு சிறுமி கீழே விழுந்தாள். அவளை தூக்கி விட்டு இருவரும் ஓட, மற்ற பெண்கள் அங்கங்கு

ஒளிந்தனர். அனைவரும் ரோட்டை தாண்டிய காட்டிற்குள் ஒளிந்தனர். எந்த இடத்தில் உள்ளனர் என அனைவரையும் கவனித்துக் கொண்டு தான் ஓடினேன். அந்த சிறுமியும், நானும் மாட்டிக் கொண்டோம்.

சரியாக ரோட்டருகே வந்து தான் மாட்டினோம். காப்பாற்றுங்கள், காப்பாற்றுங்கள் என கத்தினோம். யாருமே இல்லை..

இங்கே யாரும் வர மாட்டார்கள் என என்னை இழுத்து,

உனக்கு எவ்வளவு தைரியம்? ஓங்கி அறைந்தான் அந்த ரௌடி. அந்த வழியாக கார் ஒன்று வந்தது. மறுபடியும் நான் கத்தினேன். என் வாயை பொத்தினான் ஒருவன், அவன் கையை கடித்து விட, அவனே கத்தி விட்டான். அந்த கார் நின்றது. அதிலிருந்து ஒரு இளைஞன் வெளியே வந்தான்.

என்னை மறுபடியும் அவர்கள் அடிக்க வர,

ஓய்,.... என ஒரு சத்தம், மஞ்சள் நிற காரின் ஒளியோடு இவர்களை நோக்கி அந்த இளைஞன் வர, அந்த சிறுமி அவளை பிடித்திருந்த தடியனை தட்டி விட்டு, அந்த இளைஞன் அருகே சென்று, அவன் கையை பிடித்துக் கொண்டு தயவு செய்து எங்களுக்கு உதவுங்கள் என அழ ஆரம்பித்தாள்.

அவன் சிரித்துக் கொண்டே, சிறுமியை ஓரமாக நிற்க வைத்து விட்டு என் பக்கம் வர, என்னை பிடித்திருந்த தடியன் எனது கையை இறுக்கமாக பிடிக்க,

டேய், கையை விடுடா என நான் அவனை அடிக்க,

என்னங்கண்ணா! ஒரு பொண்ணோட கையை இறுக்கமாக பிடிக்கலாமா? என்ன செய்றீங்க? அந்த பெண்ணை விடுங்கள் நாம விளையாடுவோம் என்றான் நக்கலாக,

விட முடியாதுடா. நீ என்ன செய்வ?

நீ உன் வழியே பார்த்து போய் விடு எச்சரித்தான் மற்றொருவன்.

அவனை பொருட்படுத்தாது, அந்த இளைஞன் அவன் கையை பிடித்து இறுக்கவே, அவன் என்னுடைய கையை விடுவித்தான்.

என்னுடைய கையை, அந்த இளைஞன் பிடித்துக் கொண்டு, அவ்விடம் விட்டு நகர, அவனது முதுகிலே தடியன் ஒருவன் அடிக்க,

அட என்னடா, சண்டை தானே போடணும். பக்கா ரெடி நான் என, எனது கையை விடுத்து, சண்டை போட ஆரம்பித்தனர்.

நான் அவரை பார்த்துக் கொண்டிருந்தேன். அந்த சமயம், உன்னால் தான் இவ்வளவு பிரச்சனை தடியன் என்னை அடிக்க, நான் மயங்கி விட்டேன்.

மீதியை அந்த சிறுமி தான் கூறினாள். அந்த இளைஞன் கோபத்தில், உங்கள் வீரத்தை என்னிடம் காட்டுங்கடா என சண்டையிட்டதில் தடியன்களில் இருவர் அங்கேயே சுருண்டு படுத்து விட்டனர். மற்றவர்கள் ஓடி விட்டனர். உடனே போன் செய்து போலீசை அங்கே வர வைத்து அந்த தொழிற்சாலையை காட்ட, தேவையான தகவல்களை சேகரித்துக் கொண்டனர். இவர்களை தானே, அவர்களது வீட்டில் விடுகிறேன் என கூறி விட்டு, என் அருகே வந்து என் மயக்கத்தை தெளிய வைத்தான்.

என்ன அக்கா, எங்களுக்கு உதவ வந்து உங்களுக்கு இப்படி ஆகி விட்டதே!

மற்ற பெண்களும் அங்கே வந்து, எனக்கும், அந்த இளைஞருக்கும் நன்றி கூறினார்கள்.

இவர்களுடன் நீ வரவில்லையா?

இந்த அக்கா தான் உதவினார்கள் நடந்ததை விளக்கினார்கள் அனைவரும் அந்த இளைஞரிடம்.

தைரியமான பெண் தான் நீ என என்னை கையில் வைத்தவாறே என்னை பார்த்து சிரித்தார். அவர் தலையில் அடி பட்டிருந்தது. மருத்துவமனை செல்ல சொன்னேன். அவர் தலையில் கட்டு போடுவதற்கான அனைத்தையும் காரிலே வைத்திருந்தார். நான் தான் கட்டு போட்டு விட்டேன். அனைவரையும் காரிலே அவர்களது வீட்டில் இறக்கி விட்டோம்.

நீங்கள் எங்கே போகணும்?

நான் விடுதி முகவரியை கூறினேன்.

விடுதியா?

ஆம்

அம்மா, அப்பா

எனக்கு யாருமே இல்லை. சிறுவயதிலிருந்து இப்பொழுது வரை விடுதி தான் எல்லாமே.

வேறு எதுவும் பேசவில்லை.

விடுதி வந்ததும் கீழே இறங்கினேன்.

தேங்க்ஸ் மிஸ்டர்....

மிஸ்டர் ரகு என்றான் சிரித்தவாறே,

ஓ.கே என்று காரை விரட்டினான்.

போதும்மா. எனக்கு டீ ஆறிடுச்சு? மித்து கூற

மித்துக்கா, உனக்கு சூடான டீ நான் கொண்டு வருகிறேன் குட்டி ராஜி ஓடினாள்.

என்ன மித்து, நீ மாறவே மாட்டிக்கிற, உனக்கு ஏதாவது ஆனால் என்னால தாங்கவே முடியாது. தயவு செய்து இது போல் செய்யாதே. அந்த ரகு சாருக்கு தான், நான் தேங்க்ஸ் சொல்லணும் என்றாள் ரேணு.

சரிம்மா.. மித்து கிண்டலாக ரேணுவை பார்த்தாள்.

"பார்த்தேன் தீரனை
மயங்கினேன் நான்
மயங்கினேன் நான்

கனவினுள் நுழைந்தாய்
காதல் கள்வனாய்
காதல் கள்வனாய்

மனமெங்கும் பரவசம்
பரவசமே!
பரவசமே!

உடலினுள் சிலிர்ப்பு
சிலிர்ப்பாகுதே!
சிலிர்ப்பாகுதே!"

பாகம் 6

மறுநாள் ஞாயிற்றுகிழமை. அனைவரும் எழுந்து எப்பவும் போல் தயாரானார்கள் கோவிலுக்கு. மீரா அக்கா, சிறுமிகள், ரேணு, மித்துவும் சென்றனர்.

மித்து பிரச்சனையில் இருந்த போது உதவி செய்த ரகு கையில் ஒரு குழந்தையுடன் இருந்தான்.

ஏய் ரேணு, அவர் தான் எனக்கு உதவியவர் மித்து கூற,

ஹலோ சார், அவனை கூப்பிட்டாள் ரேணு.

திரும்பி பார்த்த அவன் மித்துவை பார்த்துக் கொண்டே,

ஹாய் மேடம், எப்படி இருக்கிறீர்கள்?

ஹலோ சார், நான் தான் உங்களை கூப்பிட்டேன் ரேணு கூற,

அப்படியா! சாரி நான் கவனிக்கவில்லை.

ஆமாம் சார், நீங்கள் எப்படி கவனிப்பீர்கள்? நீங்கள் தான் உங்களுக்கு பிடித்தவரிடம் பேசிக் கொண்டிருந்தீர்களே!

ரேணுவை, மித்து முறைக்க,

இல்லை, குட்டி பாப்பாவிடம் பேசிக் கொண்டிருந்தாரே! அதை கூறினேன் என ரகுவை பார்த்து சிரித்துக் கொண்டே,

அப்படிதானே! சார், ரேணு மறுபடியும் அவனை பார்த்து சிரிக்க,

அவன், ஆமாம் அந்த பெண்ணுக்கு நான் என்றால் மிகவும் பிடிக்கும் என வழிந்து கொண்டே கூற,

தம்பி, பாப்பாவை கொஞ்சம் கொடுக்கிறாயா? அவளது முகத்தை பார். அழுது விடுவாள் போல, பாப்பாவின் அம்மா கூற,

அட போச்சுடா, மானம் போகிறது நினைத்துக் கொண்டே அவன் திரும்ப,

ரேணு வாய் விட்டு சிரிக்க ஆரம்பித்தாள். அவன் பேச ஆரம்பிக்க, மித்து அவனை அமைதியாக பார்த்து விட்டு,

ஏய் நிறுத்துடி, போதும் போதும் என சிரிப்பை அடக்கிக் கொண்டு மித்து கூற,

ரேணு கஷ்டப்பட்டு சிரிப்பை கட்டுக்குள் வைத்துக் கொண்டு,

நான் மித்துவுடைய தோழி ரேணு.

மேடம் உங்களுடைய பெயர் மித்துவா?

உங்களுக்கு இவளுடைய பெயர் தெரியாதா?

இல்லை தலையசைத்தான்.

அடியேய், உனக்கு எவ்வளவு பெரிய உதவி செய்திருக்கிறார்? உன் பெயரை கூட கூற வில்லையா?

என் பெயர் மித்ரா என்றாள்.

அட போடி ...

அவள் இருக்கிறாளே! இந்தாருங்கள் இது என்னுடைய நம்பர். எனக்கும் ஏதாவது பிரச்சனை என்றால் உதவுவீர்களா!

கண்டிப்பாக.....

ரேணு என்ன செய்கிறாய்? மித்து அவளை அதட்ட,

உங்களை பார்ப்போம் என்று நினைக்கவேயில்லை. அன்று உதவியதற்கு நன்றி மித்து கூற,

நானும் நன்றி கூறுகிறேன். சரியான நேரத்தில் உதவியதற்கு, இவள் ஏதாவது நல்லது செய்கிறேன் என பிரச்சனையில் மாட்டிக் கொள்வாள். ரொம்ப தேங்க்ஸ் அண்ணா.

இட்ஸ் ஓ.கே ரேணு. பிரச்சனை என்றால் கூறு, அண்ணா வந்து விடுகிறேன் என்றான் உரிமையாக.

ரேணு மனம் நெகிழ்ந்து போனாள்.

மித்து ரகுவிடம், தலையில் அடிபட்டதே, இப்பொழுது எப்படி இருக்கிறது?

கொஞ்சம் பரவாயில்லை என்றவுடன் மித்து அவனருகே வர, நான் கிளம்புகிறேன் ரேணு நகர,

நில்லுடி, மித்து அவளது கையை பிடித்துக் கொண்டு, அவனது அடிபட்ட இடத்தில் கையை வைக்க, ஸ்ச்.... ஆ..... என்றான்.

இன்னும் சரியாகாதது போல் உள்ளது மித்து கேட்க, அதெல்லாம் ஒன்றுமில்லை என்றான்.

நான் மருந்தை வாங்கி வருகிறேன் ரேணு கிளம்ப, மித்துவும், ரகுவும் ஓரிடத்தில் உட்கார்ந்தனர்.

உங்களை பார்த்துக் கொள்ள யாரும் இல்லையா?

அம்மா, தம்பி இருக்கிறார்கள். அவன் ரொம்ப பிஸியாகவே இருப்பான். நான் மருந்தை போட்டு கொள்கிறேன் அம்மாவிடம் கூறியதால் அவர்களும் ஏதும் கேட்கவில்லை.

அம்மா இப்படி கூட இருப்பார்களோ என மனதினுள் நினைத்தாள்.

எனக்கு வேற யாரும் இல்லை. நீ என்னை கல்யாணம் செய்து கொள்கிறாயா?

என்ன! வேகமாக எழுந்தாள் மித்து, ரேணு வாங்கி வந்த மருந்தை கீழே போட்ட, ரகு வேகமாக அதை பிடிக்க இருவரும் அவனையே பார்த்தனர். மித்து ஏதும் பேசாமல் விலகி நிற்பதை பார்க்க அவன் வருத்தப்பட்டான்.

நீ என்னை கிண்டல் செய்தாயே, அந்த பாப்பாவும், அம்மாவும் உண்மையான உறவுகள் அல்ல, பாப்பாவுடைய அம்மா, அப்பா இவளை என்னுடைய விடுதியில் விட்டு சென்றனர். அந்த அம்மா தான் இவளை பார்த்துக் கொள்கிறார். அவருக்கும் யாருமில்லை. தன் கணவனை விபத்து ஒன்றில் இழந்து விட்டார். அதனால் நானும் கவனித்துக் கொள்வேன்.

இப்படி தான் தூக்கி வைத்து உதவுவீர்களா? ரேணு கேலி செய்ய,

நீ கேடியான தங்கை தான் என அவளை பார்த்து சிறு புன்னகையை உதிர்க்க,

யாரு கேடி? நீங்களா? நானா?

ஓய், அதட்டுவது போல ரேணுவை பார்க்க.

இருவரும் வழக்காடுவதையும், அவனது நல்ல குணத்தையும் ரசித்துக் கொண்டிருந்தாள்.

அதை கவனித்தவனாய், மித்து அருகில் வந்து, நான் கேட்டதற்கு பதில்

கூற வில்லையே?

நீங்கள் பேசி முடியுங்கள். நான் காத்திருக்கிறேன் மித்து சொல்ல,

நீங்கள் காத்திருக்க வேண்டாம், நான் காத்திருக்கிறேன் உங்களுக்காக சட்டென ரகு கூற,

இருவரும் அதிர்ச்சியுடன் பார்க்க,

என்னை கல்யாணம் செய்து கொள்கிறீர்களா? அவன் மறுபடியும் கேட்க,

அவள் கண்கள் படபடக்க தடுமாறினாள் மித்து.

பார்த்த இரண்டே நாளில் திருமணமா? மித்து மீது காதல் வந்து விட்டதா? ரேணு வினவ,

சும்மா இருக்கிறாயா ரேணு என்றாள் சீரியசாக,

என்னை மன்னித்து விடுங்கள். என்னால் இது முடியாது தயங்கிக் கொண்டே, நான் செய்ய வேண்டிய நிறைய வேலைகள் உள்ளது. நான் எனது இலட்சியத்தை நோக்கி செல்ல வேண்டும்..

லட்சியமா? என்னவென்று கூறு, என்னால் முடிந்த அளவு உதவுகிறேன்.

எனக்கு யாருடைய உதவியும் தேவையில்லை.

அன்று மட்டும் தேவைபட்டதோ?

அது...... மித்து இழுக்க

நான் ஒரு விடுதி அமைத்து, அதற்கான செலவு முழுவதையும் நானே கவனித்து, நல்ல படியாக நடத்தணும். அது தான் எனது லட்சியம். தயவு செய்து தொந்தரவு செய்யாதீர்கள் தலை கவிழ்ந்த படி கூறினாள்.

மித்துவிற்கு, ரகுவை பிடித்து இருக்கிறது, புரிந்து கொண்டாள் ரேணு.

ரகுவும், என்னால் உனக்கு உதவ முடியும். நானும் விடுதி வைத்திருக்கிறேன்.

உங்கள் உதவி தேவையில்லை, அவனை பேச விடாமல் செய்யவே,

அவன் மனது கனமானது.

ரேணு பேச வாயெடுக்க, வா என்னுடன் இழுத்துச் சென்றாள் ரேணுவை மித்து, அவள் ரகுவை திரும்பி பார்த்துக் கொண்டே சென்றாள்.

ரகுவிற்கு ஏமாற்றமானது.

கோவிலில் மித்து சாமி கும்பிட்டுக் கொண்டிருந்த போது, அவளை விட்டு மெதுவாக விலகி ரகுவிடம் வந்தாள்.

கவலைப்படாதீர்கள் அண்ணா! உங்கள் நம்பரை கொடுங்கள். நாம் அவளை சம்மதிக்க வைப்போம் அவனை தேற்றி விட்டு அங்கிருந்து வேகமாக ஓடினாள்.

கடவுளை வழிபட்டு திரும்பிய போது, ரகுவை காணவில்லை. மித்துவின் கண்கள் அவனை தேடியது.

யாரை தேடுகிறாய்?

நான் யாரை தேடப் போகிறேன்?

சரி சரி வா போகலாம்.

கோவிலுக்கு வெளியே வந்தனர். பசங்க எல்லாருமே அக்காவுடன் கிளம்பி விட்டார்கள் தானே! பேசிக் கொண்டே வந்தனர் மித்துவும், ரேணுவும்.

ரகு தன் அம்மா, தம்பியுடன் நின்று கொண்டிருந்தான்.

ரகுவை பார்த்த ரேணு, மித்துவை அவர்களிடம் அழைத்துச் சென்றாள். மித்து ரேணுவை முறைத்தவாறே வந்தாள்.

அம்மா, நான் இந்த பெண்ணை பற்றி தான் கூறினேன் என மித்துவை காட்டினான்.

இவர் என்னுடைய அம்மா, தம்பி திலீப் அறிமுகப்படுத்தினான். மித்து ரகுவை பார்த்து முறைத்தாள்.

ஏன்மா, உனக்கு என்னோட ரகுவை பிடிக்கவில்லையா? ரகுவின் அம்மா மரகதம் கேட்டார்.

வாழ்க்கையில் நான் பட்ட கஷ்டம் வேற யாருக்கும் வரக் கூடாது என்ற லட்சியத்தோடு இருக்கிறேன் அவனது அம்மாவிடம் அமைதியாக கூறி விட்டு, ரகுவை பார்த்து முறைத்தாள்.

உடனே அம்மாவிடம் கூறி விட்டானே!

நீ என் மகனை திருமணம் செய்து கொள்கிறாயா? ரகுவின் அம்மா கேட்க,

என்னுடைய அத்தை, மாமா, மீரா அக்காவிடம் பேசி விட்டு சொல்கிறேன்.

தாராளமாக பேசி விட்டு சொல்லும்மா. அதற்கு முன்னால் நாங்கள் யார் என தெரிந்து கொள் என்றார் மரகதம் இருபதலியாக.

என்னோட கணவர் ராஜ துரை. என்னுடைய இரு மகன்களுமே ஆர்.ஹச் சன்ஸ் கம்பெனியின் முதலாளிகள். அவர்களுடைய அப்பா எங்களை விட்டு சென்று இரண்டு வருடமாகிறது கண்கலங்கிய படி மரகதம் கூறினார்.

அந்த கம்பெனியின் கிளைகள் பெங்களூரு, சென்னை, மதுரை ஆகிய இடங்களில் செயல்பட்டு வருகிறது. எனக்கும் இவர்களை தவிர யாரும் இல்லை. எங்களுக்கு விடுதிகளும், மருத்துவமனையும் உள்ளது.

என்னோட பையனுக்கு உன்னை ரொம்ப பிடித்திருக்கிறது. கல்யாணம் செய்தால் அது உன்னை மட்டும் தான் செய்வேன் என்கிறான். என் மகனின் விருப்பமே என்னுடைய விருப்பம். உனக்காக ரகுவும், நாங்களும் காத்திருப்போம்.

அவள் ஏதும் கூறாமல் நின்றாள்.

திலீப், ரேணுவை பார்த்து கண் சிமிட்டினான்.

என்ன திமிரு இவனுக்கு என மனதில் நினைத்த ரேணு, அண்ணா நாங்கள் பேசி விட்டு கூறுகிறோம்.

அவள் ரகுவை அண்ணா என்றவுடன் திலீப்பின் முகம் வெளுத்து போயிற்று. ஆனால் ரகு, மிகவும் நன்றி என்றான்.

நாங்கள் கிளம்புகிறோம் என அனைவரும் கிளம்பினர். ரகு, மித்துவை திரும்பி பார்த்துக் கொண்டே சென்றான்.

மீரா அக்காவிடமும், போனில் அத்தை, மாமாவிடமும் நடந்ததை கூறினாள் ரேணு.

மூவரும் விசாரிக்க ஆரம்பித்தனர் ரகுவின் குடும்பத்தை பற்றி,

ரகு, ரேணுவிற்கு போன் செய்து, என்ன ஆயிற்று? கேட்டான்.

அவர்கள் நேரம் வரட்டும், பார்ப்போம் என்றனர்.

அவன் கவலையாக, நான் மித்துவிற்காக காத்திருக்கிறேன் என்று போனை துண்டித்தான்.

ஒரு வாரம் ஆனது. ரகு, அவள் நினைவுடனே இருந்தான். ரகுவின் குடும்பத்தைப் பற்றி எதிர்மறையான பதில்கள் இல்லை என்பதால், மித்துவிற்கு ஏற்ற மணவாளன் ரகு தான் என

முடிவெடுத்தனர். மித்துவிற்கும் சந்தோசமாக தான் இருந்தது. அவள் அதை வெளிக் காட்டவில்லை. ரகுவை மித்துவிற்கும் பிடிக்கும் தான். அவன் பணக்காரன் என்பதால், தன் லட்சியத்தை அடைய அவன் காரணமாகி விடுவானோ என யோசித்திருப்பாள்.

ஆனால் ரேணு, மித்துவின் காதலை ரகுவின் முன்னே கொண்டு வந்து விட்டாள்.

அன்றொரு நாள் ஒருவரை பார்க்க மருத்துவமனைக்கு வந்தான் ரகு. அவன் யாரை பார்க்க வந்தானோ அவருக்கு இரத்தம் தேவைப்படவே, அவன் உதவி செய்தான். அதனை பார்த்த ரேணு, இது தான் சரியான சமயம் என மித்துவிற்கு போன் செய்து ரகுவிற்கு விபத்து ஏற்பட்டு விட்டது கூறி வரவழைத்து விட்டாள். அவள் வருவதற்குள் ரகுவின் அறைக்கு சென்று, சிவப்பு சாயத்தை அவனது வயிற்றில் கொட்டினாள். அவன் ஆழ்ந்த நித்திரையில் இருந்தான். மித்து கதவை திறந்து அழுது கொண்டே வருவதை பார்த்து ரேணு ஒளிந்து கொண்டாள்.

மித்து அழுது கொண்டே அவனை பார்த்து விட்டு, வேகமாக வெளியே சென்று மருத்துவரை அழைத்து வந்து,

இங்கே பாருங்கள், என் ரகுவிற்கு அடி பட்டு இரத்தம் வருகிறது. இரத்தமா? மருத்துவர் அருகே வந்து அது இரத்தம் இல்லை சாயம் தான் என்று அவளை முறைத்தார்.

ரகுவும் எழுந்து விட்டான். அவனருகே வந்து சாயத்தை தொட்டுப் பார்த்து, உங்களுக்கு அடி படவில்லையே அழுது கொண்டே அவனை கட்டிக் கொண்டாள்.

ஹாய் மித்து, இப்பொழுது ஒத்துக் கொள்கிறாய் தானே! ரேணு பேச,

அவனை அணைத்துக் கொண்டிருப்பதை உணர்ந்த மித்து, வேகமாக பின்னே தள்ளி நின்றாள்.

என்னை ஏமாற்றுகிறீர்களா? ரகுவை, மித்து பார்க்க

அண்ணா, உன்னை ஏமாற்றவில்லை. அவர் ஒருவருக்கு இரத்தம் கொடுக்க வந்தார்.

இது எல்லாம் உன்னுடைய வேலை தானா?

ஆமாம், நீ தான் அவரை காதலிப்பதை ஒத்துக் கொள்ள மாட்டேன் என்கிறாயே! அதனால் தான் இவ்வாறு செய்தேன். நடப்பது இப்பொழுது தான் புரிந்தது ரகுவிற்கு.

எல்லாருக்கும் தான் ரகு அண்ணாவை பிடித்து இருக்கிறது என கூறி விட்டார்களே! நீ ஏன் இப்படியெல்லாம் நடந்து கொள்கிறாய்?

என்ன, என்னை ஏற்று கொண்டார்களா?

ஆமாம் அண்ணா, ஒரு வாரத்திலே அனைவரும் ஏற்றுக் கொண்டனர். இவள் தான், கல்யாணம் பற்றி யாருமே பேச கூடாது என கூறி விட்டாள். அவன் வருத்தப்பட,

மித்து வெளியே செல்ல, எங்கே போகிறாய்? எனக்கு பதில் கூறி விட்டு செல் ரேணு கூற,

முகத்தில் அடித்தாற்போல, உன்னிடம் பேச முடியாது மித்து கூற, ரகுவிற்கு கோபம் வந்தது.

அங்கேயே நில் என்றான் மித்துவை. ரேணுவிடம் நீ உன் வேலையை பார். இவளை நான் பார்த்துக் கொள்கிறேன். ரேணு, மித்துவை முறைத்துக் கொண்டே வெளியே சென்றாள்.

அவன் அறை கதவை தாளிட்டு, ரகு மித்து அருகே வர, அவள் பின்னாலே சென்று கட்டிலில் பொத்தென்று விழுந்தாள். அவன், அவளருகே சென்று அவளுடைய கண்ணை பார்த்துக் கொண்டிருக்க, அவளும் அவனையே பார்க்க, திடீரென்று அவளது உதட்டை பிடிக்க அவள் கண்ணை மூடினாள். அவன் சிரித்துக் கொண்டே அவளை உட்கார வைத்து, அவளது முகத்தை அவன் தன் கையில் ஏந்தி,

உனக்கு என்னம்மா பிரச்சனை?

பக்கத்தில் இருந்த திரை விலக, ரகு ஒருவருக்கு இரத்தம் கொடுத்தானே, அவருடைய பெண்ணும் அங்கே தான் இருந்தாள்.

அவன் பேசுவதற்கு முன்னே, அவர் நான் நன்றாக இருக்கிறேன்.

ரகு மித்துவிடம், எங்களது கம்பெனியின் முதலீட்டாளர் என அறிமுகப்படுத்தினார். வணக்கம் என அவரிடம் மித்து கூறினாள்.

என்னம்மா, உனக்கு ரகுவை பிடிக்கவில்லையா? பதில் கூற பிடிவாதம் செய்கிறாய். நீ சீக்கிரம் முடிவெடும்மா. அவன் ரொம்ப நல்ல பையன். வேண்டாம் என முடிவு செய்தால் என்னிடம் கூறு. என் பெண்ணை ரகுவிற்கு கொடுக்கலாம் என்று நினைக்கிறேன்.

அவள் முகம் வாடிப் போனது. ரகுவும் கவனித்தான்.

மித்து அவரை உதட்டில் புன்னகையுடனும், கண்ணில் நீருடனும், ஏதும் பேசாமல் நடக்க, ரகு மித்து கையை பிடிக்க, முதலீட்டாளர் பெண் ரகுவின் கையை பிடிக்க, மித்து ரகுவின் கையை தட்டி விட்டு அழுது கொண்டே வெளியே வர, அந்த பெண்ணும் மித்துவின் பின்னாலே வந்து,

உன் மனதில் உள்ளதை கூறு, அமைதியாக அந்த பெண் கேட்க, பதில் கூறாமல் நின்றாள் மித்து.

ரகுவை நான் மணந்து கொள்ளவா? மித்துவிடம் கேட்க,

அவள் கண்கலங்கிக் கொண்டே, அவர் பணக்காரர். அது மட்டுமல்ல என் லட்சியத்தில் நான் மட்டுமே இருக்க வேண்டும். அவர் இதில் தலையிட்டு நான் வெற்றி பெற்றால் அது வெற்றியாகாது. அதனால் தான்.... மித்து கூற, அந்த பெண் சிரித்தாள்.

இதற்காகவா என்னை வேண்டாம் என்கிறாய்? ரகு கேட்க, மித்து தலையசைத்தாள்.

இங்கே பார் மித்து, நீ உனது லட்சியத்தில் வெற்றி பெற்ற பின் நாம் கல்யாணம் செய்து கொள்ளலாம்.

வெகு நாட்கள் ஆகுமே? கண்ணீருடன் கேட்க, அவளது கண்ணீரை துடைத்த படியே,

எத்தனை வருடங்களானாலும் நான் உனக்காக காத்திருப்பேன். கண்கள் சிவந்த வண்ணம் அவள், அவனை கட்டிக் கொள்ள, அவளது உச்சி வகிட்டில் முத்தமிட்டான். நான் கிளம்புகிறேன் என அந்த பெண் கிளம்பி விட்டாள். அவள்..... மித்து கேட்க, அவளுக்கு ஏற்கனவே ஆள் உள்ளது ரகு சிரித்துக் கொண்டே கூறினான்.

இருவரும் காதல் என்கிற நேசத்தில் கரைந்தனர்.

கடல் அலை ஓயாது அது போல் இவர்களது காதல் அலை ஓயாமல் என்றும் பெருகும்

"உன்சொல்
ஒன்றே
போதும்
உன்னை
என்னிடத்தில் நிறுத்தும்.

உன் அன்பு
ஒன்றே
போதும்
உன்னை விட்டு
நீங்காமல் காக்கும்.

உன் காதல்
ஒன்றே
போதும்
என் உயிருள்ளவரை
என்றும் மறவாது."

அவனுள் எண்ணம் உதித்துக் கொண்டே இருந்தது.

பாகம் 7

ஒரு நாள் ரேணுவும், மித்துவும் கல்லூரிக்கு சென்று கொண்டிருந்தனர். அதே சாலையில் மோட்டார் வாகனம் ஒன்று வேகமாக வந்தது. அதன் பின்னே அமர்ந்திருந்தவன் கையில் கத்தியுடன், ரேணு மித்துவை நோக்கி வர, அவர்கள் அதை கவனிக்காமல் பேசிக் கொண்டே சென்றனர்.

வண்டியில் இருந்து இறங்கிய ரகு, இருவரையும் சத்தமாக கூப்பிட, அவர்கள் திரும்பி பார்த்து, அப்படியே நிற்க, ரகு அவர்கள் அருகே ஓடி வந்து தள்ளி விட்டு, அவனும் கீழே விழுந்தான். அவனால் நகர முடியவில்லை. அவன் நகர்வதற்குள் கத்தியின் முனை ரகுவின் கையில் பட, கையை கிழித்துக் கொண்டு இரத்தம் வர ஆரம்பித்தது.

அய்யோ! என்ன ரகு இப்படி செய்து விட்டீர்களே!

டேய் நில்லுங்கடா, உங்களை சும்மா விட மாட்டேன் கத்தினாள் ரேணு.

ரகுவை மருத்துவமனையில் சேர்த்தனர். டாக்டர்... டாக்டர்... என கத்தினாள் மித்து அழுது கொண்டே,

ரகுவின் பரிசோதனை முடிந்து வெளியே வந்த மருத்துவர்,

பயப்படாதீர்கள், மேலான காயம் தான். நல்ல வேலை நரம்பிலோ, எலும்பிலோ அடிபட்டிருந்தால் உயிரே போயிருக்கும்.

கண்களில் நீருடன் அமர்ந்திருந்தவளை, தன் வார்த்தைகளால் ரேணு தேற்றினாள். ரகுவும் விழித்து நன்றாகவே பேசினான்.

மரகதமும், திலீப்பும் உள்ளே வந்து ரேணுவை பார்த்து ஏளனமாக ஒரு புன்னகையை உதிர்த்து விட்டு,

டேய் ரகு, எல்லாம் என் மருமகள் ராசிடா. அதனால் தான் உயிருக்கு பாதகமில்லை என்றார் மரகதம். அவருடன் சேர்ந்து திலீப்பும் மித்துவை புகழ, ரகுவிற்கு மகிழ்ச்சியாக இருந்தது.

ஆனால் இன்று அவர்களது பார்வை மித்து மேல் வேறொரு தொனியாக அமைய, அதனை பார்த்த ரேணு, அவர்கள் சென்றவுடன் ரகு, மித்துவிடம் எச்சரிக்க அவர்கள் பெரியதாக எண்ணவில்லை. ஆனால் ரேணுவிற்கு அவர்கள் மீது சந்தேகம் எழுந்தது. வாழ்க்கையில் நடக்க இருப்பதை முன் கூட்டியே அறிய முடியுமா? என்ன? இன்று, இப்பொழுது ஆனந்தமாக வாழ்வோம் என்பதனை இருவரும் பின்பற்ற ஆரம்பித்தனர்.

கல்லூரி முடிந்த பின் வங்கி பரீட்சைக்கு படித்து எழுதி தேர்வானாள் மித்து. அவளுக்கு கிடைத்த அந்த வேலையில் முதலில் இருபதாயிரம் வாங்கினாள். பின் கொஞ்சம் கொஞ்சமாக அதிகமாக பணம் கிடைத்தது. அவள் வேலைக்கு சேர்ந்து ஒரு வருடமானது. அதற்குரிய பணத்தை அவளுடைய பெயரிலே சேர்த்து வைத்து கொண்டிருந்தாள்.

ரகு தினமும் ஒரு முறையாவது மித்துவை பார்க்க வந்து விடுவான். என்ன வேலை இருந்தாலும் இருவரும் ஒரு முறையாவது சந்தித்து பேசுவர், ரேணுவும் தான்.

இப்படியே நாட்கள் நகர்ந்து கொண்டிருந்தன. ரகுவும் ஆர்வமாக அவனுடைய கம்பெனி பொறுப்புகளை தானே கவனித்து, கம்பெனியை உயர்த்த தானே உள்ளிருந்து நடவடிக்கைகளை மேற்கொண்டான்.

ஒரு முறை விடுதியில் மீரா அக்காவும், மித்துவும் மட்டுமே இருந்தனர். திடிரென மின்சாரம் இல்லாமல் இருக்கவே, ரகு முகமூடி போட்டு மெழுகுவர்த்தியுடன் மித்து முன் நிற்கவே, பார்த்து பயந்து மயங்கி விழுந்தாள். மித்து இருட்டிற்கு பயப்படுவால் என தெரியாமல் அவன் இவ்வாறு செய்யவே அவன் அதிர்ந்து விட்டான். பின் மருத்துவருக்கு போன் செய்து வர வைத்தான்.

அங்கே மீரா அக்கா வந்து, என்னாச்சு தம்பி? நீங்கள் இங்கே என்ன?

கொஞ்சம் தண்ணீர் என திக்கி கொண்டே, மித்துவை பார்க்க

சும்மா தான் விளையாடினேன், மயங்கி விட்டாள் என்றான்.

தண்ணீரை தெளித்தும் அவள் எழவே இல்லை. அவளுக்கு உடலில் எந்த பிரச்சனையும் இல்லை. ஆனாலும் அவள் விழிக்கவில்லை.

விடுதியில் உள்ள அனைவரும் வந்தனர். மித்து.... மித்து..... உனக்கு என்ன ஆயிற்று? என வந்த சிறுமிகள் அவளை கூப்பிட,

அவள் அசையவே இல்லை. ரகு அழவே ஆரம்பித்தான். அதிர்ச்சி மயக்கம் தான். சீக்கிரமே எழுந்து விடுவார்கள். தண்ணீரில் கலந்து கொடுங்கள் என மருந்தை கொடுத்து விட்டு கிளம்பினார் மருத்துவர்.

மருந்தை கரைத்து ரேணு, மித்துவின் வாயில் ஊற்றிக் கொண்டே ரகுவை முறைத்துக் கொண்டிருந்தாள். பத்தே நிமிடத்தில் விழித்தாள் மித்து.

விழித்தவள் அந்த இடத்தையே பார்த்துக் கொண்டிருக்க, மித்து நான் என்றான்.

நான் தான் விளையாட்டாக செய்தேன். விளையாட்டு விபரீதமானது. நீங்கள் தான் காரணமா? ராஜீ பாப்பா கேட்க, ரகு அமைதியாக இருக்க,

இது நடந்ததால் தான் உங்கள் அன்பு புரிந்தது. அவன் அவளை கட்டிக் கொண்டு அழ, மித்து மறுபடியும் அவ்விடத்தையே பார்க்க, ரேணுவிற்கு ஏதோ தவறாக தெரியவே, சிறுமிகளை உள்ளே அனுப்பி விட்டு, மித்துவிடம் வந்து

இப்பொழுது கூறு. ரேணு கேட்க,

என்ன கேட்கிறாய்? மித்து ரேணுவை பார்க்க,

ரகு வந்ததை ஏற்கனவே பார்த்து விட்டேன் சன்னல் வழியே, வேறொருவனும் இங்கே தான் இருந்தான். அவன் முகம் சரியாக தெரியவில்லை.

வேறொருவனா? ரேணு கேட்க,

இதனை நான் பார்த்துக் கொள்கிறேன். நீ எதை பற்றியும் யோசிக்காமல் ஓய்வெடு என மித்துவை அணைத்து விட்டு கிளம்பினான். அப்பொழுது ரேணு கையில் கீழே கிடந்த ஒரு பொத்தானை எடுத்தாள். இதனை எங்கோ பார்த்தது போல் உள்ளதே! என்று யோசித்தாள்.

உடல் சரியானவுடன் ரகுவை கோவிலில் சந்தித்தாள் மித்து.

உன் உடல் சரியாகி விட்டதா மித்து?

பார்த்தீர்களா ரகு, நீங்கள் இன்னும் அதை பற்றியே யோசித்துக் கொண்டிருக்கிறீர்கள்?

அவன் அதற்கு பதில் கூறாமல், ரேணுவை பார்த்து,

என்ன ரேணு வேண்டிக்கிட்ட? நீ உன்னுடைய காதலனை தேடிக் கொண்டு இருக்கிறாயா?

காதலனா? எனக்கா? அப்படியெல்லாம் இல்லை அண்ணா, நான் அத்தை, மாமா கூறுபவர்களை தான் கல்யாணம் செய்து கொள்வேன்.

அப்படி தெரியவில்லையே, உனக்கு யாரோ இருப்பது போல் தெரிகிறதே?

அண்ணா! என்னை பார்த்து என்ன கூறி விட்டீர்கள்?

உண்மையை தான் கூறுகிறேன் என ரகு மித்துவை பார்க்க,

அவளை கேலி பண்ணாமல் சும்மா இருங்கள் என்றாள் மித்து.

மித்து உனக்கே தெரியாமல் ஏதோ நடக்கிறது, ரேணுவை பார்த்து கூறினான் ரகு,

முகத்தில் பதட்டத்தை காட்டிக் கொள்ளாமல், அண்ணா! நான் கூறுகிறேனே மீண்டும் ஆரம்பிக்க,

ஒ அப்படியா! பார்ப்போமா? ரகு சவால் விடுக்க,

அதெல்லாம் எதற்கு? ரேணு கேட்க,

என்ன பயப்படுகிறாயா?

எனக்கு பயமா? நளினமாக சிரித்து சவாலை ஏற்றுக் கொள்கிறேன்.

ம்ம்.. என அழுத்துக் கொண்டே, உன் தோழிக்கு என் நினைவே இல்லை போல, நாங்கள் சந்தித்து இரண்டு வருடங்களாயிற்று. அவள் எப்பொழுது தான் கல்யாணத்திற்கு சரி என கூறுவாள் கேட்டு சொல்லேன்.

மித்து ரேணுவை முறைக்க, அட உங்கள் பிரச்சனையே வேண்டாம்டா சாமி, என்னை விட்டு விடுங்கள் கோவிலினுள் சென்றாள்.

"உன் கண்ணில்
ஆயிரம் நம்பிக்கை
என் மேல்
அதை
வெளிப்படுத்தாமல்
மறைப்பதேன்
என் கண்மணியே!

உன்னை
பார்த்த நொடியே
ஏதோ
புரியா உணர்வு
என்னுள்
உதித்தது
என் கண்மணியே!

என் கண்ணில்
நம்மை
பற்றி
ஆயிரம் கனவுகள்
என் கண்மணியே!
நிறைவேறும்
ஏக்கத்தோடு
என்
மனதோரம்
சிறு நீர்த்துளிகள்
என் கண்மணியே!

கனவோடு

நில்லாமல்

நினைவோடும்

நம்

காதல் மலரை

கல்யாண மாலையாக்குவது

எப்போது

என் கண்மணியே!"

என மித்துவிற்காக காத்துக் கொண்டிருந்தான்.

ரகு என் லட்சிய விடுதிக்காக நான் இடம் வாங்கி விட்டேன்.

எப்பொழுது வாங்கினாய்? என்னிடம் கூறவேயில்லையே?

உங்களுக்கு சர்பிரைசாக இருக்கட்டும் என்று தான் நான் கூறவேயில்லை.

கல்லூரியில் படிக்கும் போதே, பகுதி நேர வேலை செய்தேன் என்பது உங்களுக்கு தெரியும் அல்லவா? அதில் ஈட்டிய பணம் எனக்கு உதவியாக இருந்தது.

எந்த இடத்தில் பதிவு செய்து வாங்கினாய்?

அசோக் நகர் அருகே தான் இடம் வாங்கினேன். அதற்கு சொந்தக்காரர்கள் இடத்திற்கு பக்கத்தில் தான் உள்ளார்கள். விசாரித்ததில் எந்த பிரச்சனையும் இல்லாமல் இருந்தது. அதனால் பதிவு செய்து விட்டேன்.

அவருடைய பெயர் சந்திரனா?

ஆமா, அவரை எப்படி உங்களுக்கு தெரியும்? முறைத்துக் கொண்டு கேட்க,

அவரு அப்பாவோட தோழன் தான். இடத்தை விற்பது பற்றி ஏற்கனவே கூறி இருந்தார். நீ தான் உதவி தேவையில்லை என்றாயே அதனால் உன்னை பற்றி அவரிடம் கூறவில்லை.

வரும் வெள்ளிக்கிழமை பூஜையை ஆரம்பித்து அதற்கான வேலையை தொடங்கி விடுவோம்.

சரி, அம்மா, தம்பியை கூப்பிடுகிறேன். நீங்கள் கூப்பிட்டு வாருங்கள்.

சம்பிரதாயம்லாம் எதற்கு?

ப்ளீஸ் ரகு, நான் கூறுவதற்கு முன்பே நீங்கள் அம்மாவிடம் கூறக் கூடாது.

சரிங்க மேடம். நீங்கள் சொல்லீட்டிங்களே! நான் கேட்காம இருக்க முடியுமா? அவளை பார்த்து சிரிக்க, அவளும் சிரித்தாள்.

அன்றைக்கு நடந்த மோட்டார் வாகனம் பிரச்சனைக்கு காரணமானவர்களை கண்டுபிடித்து விட்டீர்களா?

ம்ம்.. போலீஸ் கண்டுபிடித்து விட்டனர். அன்று சிறுமிகளை கடத்தியவர்களுள் இவர்களும் உள்ளனர். அதனால் தான் உன்னை இரு முறை தாக்க முயற்சித்தனர்.

விடுதியில்?

ம்ம்.... இவர்கள் தான்.

இப்போதைக்கு எந்த பிரச்சனையும் இல்லை. அவர்கள் ஜெயிலில் தான் உள்ளனர். நீ எதற்கும் கவனமாக இரு. மற்றவர்களையும் தேடிக் கொண்டு இருக்கிறார்கள். அவர்கள் கிடைத்தால் கூட்டத்தின் தலைவனை கண்டறிய இயலும்.

நீங்களும் கவனமாக இருங்கள் ரகு.

சரிங்க மேடம், நீங்களும்...

புரிந்தது ரகு, சிரித்துக் கொண்டே,

வீட்டிற்கு வேலை செய்ய ஆட்களை பார்க்கணும்?

நீங்கள் அதை பற்றி கவலைப்படாதீர்கள் மேடம், அதற்கு தான் நான் இருக்கிறேன்.

என்ன நீங்களா? கொத்தனாராகவா? சிரித்துக் கொண்டே மித்து கேட்க,

மித்து...... என அவளை விரட்ட, நான் வருகிறேன் என கூறிக் கொண்டே ரேணுவை நோக்கி ஓடினாள்.

அவள் மகிழ்ச்சியாக இருப்பதை பார்த்த ரகுவிற்கு மேலும் இன்பமானது. அவளை பார்த்துக் கொண்டே நின்றிருந்தான்.

அன்று வெள்ளிக்கிழமை. காலை ஏழு மணியளவில் பூஜை நடைபெற அனைத்து ஏற்பாடுகளையும் ரகுவும், மித்துவும் சேர்ந்தே செய்து முடித்தனர். பின் ரேணு வந்தாள். அதன் பின் மரகதமும், திலீப்பும் வந்தனர்.

மித்து ரகுவின் அம்மாவை பார்த்து, ஆன்ட்டி என்னை ஆசிர்வாதம் பண்ணுங்கள்?

நல்லா இரும்மா.

இவர்கள் பேசிக் கொண்டிருக்க, அங்கே அத்தை, மாமா, மீரா அக்கா வந்தனர்.

பூஜை நன்றாகவே முடிந்தது. மறு நாள் விடுதி அமைப்பதற்கான வேலை ஆரம்பமானது. மித்துவின் மனதில் மகிழ்ச்சி பொங்கியது. இதனை பார்த்த ரகு, எப்படியோ நினைத்ததை சாதித்து விட்டாய்?

லட்சியம் முழுமையாக நிறைவேறவில்லை. நீங்கள் உறுதுணையாக இருந்ததால் தான், என்னால் இந்த அளவு சாதிக்க முடிந்தது.

என்னம்மா இன்னும் நிறைவேறவில்லை?

விடுதி அமைத்து முடித்தவுடன், ஆதரவற்றவர்களுக்கு எல்லா வசதிகளையும் செய்து கொடுக்கணும். ஒவ்வொரு நாளும் அவர்களுக்கு செய்கின்ற அனைத்தும் அவர்களை சென்றடைகிறதா? என பார்க்க வேண்டும்.

நீ அங்கேயே தங்கி விடுவாயா?

என்ன ரகு, இப்படி கூறுகிறீர்கள்?

நீங்கள் எனக்காக இரண்டு வருடங்களாக காத்திருக்கிறீர்கள், நம்முடைய கல்யாணம் சீக்கிரமே நடக்கும்.

சரி மித்து, எல்லாமே சரியாக நடக்கிறதா? கவனித்துக் கொள்.

ம்... பார்த்துக் கொள்கிறேன்.

கல்யாணத்திற்கு பிறகும் வேலைக்கு செல்வேன்.

வேண்டாம்மா என்றான் சட்டென்று ரகு.

இப்பவே என்னை உங்களுடைய கட்டுக்குள் வைக்க பார்க்கிறீர்களா?

அய்யோ, நான் அவ்வாறு கூறவில்லை. உன் உடல் நிலை பாதிக்கப்படுமோ! என எண்ணி தான் கூறினேன்.

அதெல்லாம் பார்த்துக் கொள்ளலாம் ரகு.

இத்தனை வருடங்களாக வேலை பார்த்து, படித்து, தேர்வு எழுதி, நல்ல வேலைக்கு சேர்ந்து கஷ்டப்பட்டு கொண்டிருக்கிறாய். கல்யாணத்திற்கு பிறகாவது ஓய்வு எடுக்கலாம்ல. நான் உன்னுடன் இருக்கும் வரை எந்த கஷ்டமும் உன்னை அணுக விட மாட்டேன்.

நீங்கள் கிடைக்க நான் கொடுத்து வைத்திருக்க வேண்டும்.

விடுதி வேலை அனைத்தும் முடிந்தவுடன் நம்ம கல்யாணம் தான்.

அம்மாடியோவ்! இப்போதாவது உனக்கு கல்யாண எண்ணம் தோன்றியதே.

ரகு "ஐ லவ் யூ" என அவனருகே வந்து கூறினாள்.

இதை சொல்ல இரண்டு வருடமா? முடியலப்பா. நான் கேட்டவுடனே, ஒ.கே சொல்லியிருந்தால் இப்பொழுது நமக்கு ஒரு குட்டி பாப்பா இருந்திருப்பாள்.

ச்சீ.... சும்மா இருங்கள் ரகு கண்ணை மூட, அவன் உன்னுடைய வெட்கம் கூட அழகாக உள்ளது என இருவரும் நெருக்கமாக, அவள் அங்கிருந்து ஓட முயற்சிக்க,

உன்னை எப்படி விடுவேன் என்று அவளை இழுத்து அணைத்து விட்டு, அவளது இதழ்களில் முத்தமிட்டான். பின் பேசி விட்டு கிளம்பினார்கள்.

விடுதிக்கான வேலை முடிந்தவுடன் அதற்கான நிகழ்ச்சி ஒன்றை ஏற்பாடு செய்து ரகுவின் உறவினர்கள், மித்துவின் நண்பர்கள் அனைவரும் அன்று விடுதி திறப்பு தினத்தை கொண்டாடினோம். அந்த விடுதிக்கு "மதுராந்தக விடுதி" பெயர் வைத்தனர். ஆதரவற்றோர்களை அங்கே சேர்த்து, அவர்களுக்கு தேவையான சூழலையும், உறவுகளையும் அமைத்துக் கொடுத்தனர். சமையற்கட்டிற்கென, சாப்பாட்டிற்கென, தூங்குவதற்கு என தனித்தனி அறைகளும், குழந்தைகளுக்கான விளையாட்டு மைதானம், தோட்டம் என அனைத்தும் இருந்தது. குழந்தைகளுக்கும், பெரியவர்களுக்கும் தனித்தனியே இடவசதி

அமைக்கப்பட்டு இருந்தது. மித்துவை பற்றி அனைவரும் பெருமையாக பேச அனைவருக்கும் சந்தோசமாக இருந்தது.

எங்களுடைய அடுத்த கொண்டாட்டம், வேறென்ன?

ரகு- மித்துவின் கல்யாணம் தான். அவர்களது திருமணம் ஆகஸ்டு இருபதாம் தேதி என அறிவிக்கப்பட்டது.

ரகு, மித்துவிடம் அந்நாளை பற்றி கேட்கவே, என்னால் எப்படி அந்த தேதியை மறக்க முடியும். முதல் முதலாக நாம் சந்தித்த நாளாயிற்றே. அதுவே நம் திருமண நாளாயிற்று. அது நம் பந்தத்தை பிரியாததாக மாற்றும் என்றாள் அவன் கையை பிடித்துக் கொண்டே,

அனைவரும் எதிர்பார்த்து காத்திருந்தனர் அந்நாளுக்காக. அந்நாளும் வந்தது. அழகர் மலை கோவிலில் திருமணம் நடந்து, அதே காட்டின் நடுவே பெரிய மைதானம் போன்ற பகுதி, மேலோட்டமான புல்வெளிகள், சுற்றிலும் மரங்கள், மரங்களில் குதித்து விளையாடும் மந்திகள், அங்கே இலை, செடி, கொடி, பூக்களால் அலங்கரிக்கப்பட்டு, அதன் இடையே கண்ணை கவரும் வண்ணத்தில் திரைச்சீலைகள் அமைத்து, அந்த இயற்கையான சூழலில் அனைவரும் ஒன்றிய வண்ணம் இருக்க, அங்கே மணமக்கள் வந்தனர்.

பட்டுச்சேலை இளஞ்சிவப்பு வண்ணத்தில் கழுத்தில் அணிகலனுடன் மித்ரா மின்ன, அவளது சடையலங்காரம் முழுவதும் பூக்களால் நிரம்பி வழிய, கந்தர்வ கன்னி போல் அழகாக இருந்தாள். ரகுவும் இளஞ்சிவப்பு வண்ணத்தில் சட்டையும், பட்டு வேஷ்டியுடனும் அழகாக இருந்தான். கோவிலுக்கு சென்று அனைவரும் பார்க்கும் வண்ணம் ரகு, மித்ராவிற்கு தாலி கட்டி, கை பிடித்து வலம் வந்தான் அழகர் கோவிலில்.

திருமணம் முடிந்து இயற்கையான அந்த வனச்சூழலுக்கு வந்தனர். ரகு, மித்ராவிற்கு வாழ்த்துக்களை குவித்தனர் உறவினர்களும், நண்பர்களும். இப்படியொரு திருமணத்தை யாரும் பார்த்ததில்லை அனைவரும் கூறிய வண்ணம் சென்றனர். சாப்பாடும் அங்கேயே பரிமாறப்பட்டது.

எல்லாம் முடிந்து ரகுவின் வீட்டிற்கு சென்றாள். தினமும் ரேணுவிடம், அங்கு நடப்பதை கூறுவாள். அவள் வேலையை விடவில்லை. காலையில் எழுந்து குளித்து கிளம்பி காபி

போட்டு அனைவரையும் எழுப்பி விட்டு, சாப்பாடு ரெடி செய்து, அங்கே வேலை செய்யும் சாந்தி அக்காவும் அவளுக்கு உதவுவார்கள். சாப்பாட்டை பரிமாறி விட்டு அவளும் சாப்பிட்டு ரகுவுடன் சேர்ந்து வேலைக்கு கிளம்புவாள். மித்துவும், ரகுவும், திலீப்பும் காலை ஒன்பது மணிக்கே கிளம்புவார்கள். இரவு ஏழு மணியாகும் மித்து ரகு வருவதற்கு.

அவளது சாப்பாட்டை பற்றி மரகதமும், திலீப்பும் பெருமையாக பேசுவார்கள். அதை நினைத்து மகிழ்வாள் மித்து.

இப்படியே சில நாட்கள் கடந்தது. ரகுவும், அவனுடைய வீட்டில் உள்ளவர்களும் மித்துவை நன்றாக கவனித்துக் கொண்டனர்.

மித்ரா கர்ப்பமானாள். மரகதம் மித்துவை வேலைக்கு செல்ல விடாமல் தடுத்தார். மித்துவும் வீட்டிலே இருந்து விட்டாள். மரகதமும் அவளை நன்றாக கவனித்துக் கொண்டார். ரகு எல்லையில்லா மகிழ்ச்சியில் திக்குமுக்காடினான்.

மித்து, நமக்கு பெண் குழந்தை தான் ரகு கூற,

இல்லை, ஆண் குழந்தை மரகதம் கூற,

எதுவாக இருந்தாலும், நல்லபடியாக பிறக்கணும் மித்து கூற, அனைவரும் சிரிக்க, திலீப் மட்டும் நடப்பதை கவனித்துக் கொண்டிருந்தான். ஒன்பதாம் மாதம் முதல் வாரத்தில் ஜனவரி ஏழாம் தேதி நாள் குறிக்கப்பட்டது. ஆனால் அதற்கு முன்பே மித்துவிற்கு வலி வந்து விட்டது. அன்று வீட்டில் யாரும் இல்லை சாந்தி அக்கா தவிர, திலீப் ஏதோ எடுக்க வீட்டிற்கு வந்தான். இருவரும் மித்துவை மருத்துவமனையில் சேர்த்தனர். ரகு வேகமாக மருத்துவமனைக்கு வர, மித்து வலியால் கத்துவதை கேட்டு அவன் கண்கலங்கிக் கொண்டே நிற்க, குழந்தை பிறந்தது.

ரகு வந்தவுடன் தன் குழந்தையை கூட காணாது, மித்துவை பார்க்கச் சென்றான். குழந்தை தொட்டிலில் தன் பிஞ்சு கால்களை உதைத்துக் கொண்டிருந்தது.

மித்து...... மித்து......... ரகு கூப்பிட,

மெதுவாக கண்ணை திறந்து எழ முயற்சித்தவளை உட்கார வைக்க முயற்சி செய்து, அவளது கையை இறுக்கமாக பற்றினான். மித்துவின் முகத்தை கையில் ஏந்தி, அவளது நெற்றியில் முத்தமிட்டான்.

திலீப், மரகதம், ரேணு உள்ளே வந்து குழந்தையை தூக்கி கொஞ்சினர்.

நான் கூறியதை போலவே பெண் குழந்தை என்றான் மகிழ்ச்சியோடு ரகு,

சிறு புன்னகையுடன் தலையசைத்தாள் மித்து.

எந்த குழந்தையாக இருந்தால் என்ன? எனக்கு பெயர்த்தி வந்து விட்டாள்.

கடைசியாக குழந்தை தன் அம்மா, அப்பா கையில் இருந்தது.

"என்னவளின்

இமைகள்

சோர்வாக

நீ

துடித்தெழ

நான் கண்டேன்

உன்னை.........

உன்

பிஞ்சு விரல்களை

பிடித்த

கணமே

என்னுள் தாக்கிய

உணர்வு
ஏராளம்..........

என்
கண்ணே
என்னவளை போல்
உன்னையும்
என்
இமையாய்
காப்பேன் என்றுமே......."

அவனுள் தோன்றிய எண்ணம் அவனை மெய் சிலிர்க்க வைத்தது.

பாகம் 8

ரகுவும், மித்துவும் தங்கள் குழந்தைக்கு ரியா என பெயரிட்டனர்.

ரியா பிறந்து ஒரு வருடமானது. அவளுடைய பிறந்த நாளை சிறப்பாக கொண்டாடினர். அவளுடைய மழலை பேச்சால் அனைவரையும் கவர்ந்தாள். தினமும் பாட்டு பாடினால் தான் தூங்குவாள். மித்து தான் பாட்டை பாடுவாள். இரவு எட்டு மணியானதும் ம்மா... பாட்டு என ஆர்வமாக மழலை பேச்சில் கேட்க, அவளும் பாடுவாள்.

"அழகான காடு

காட்டுக்குள்ளே

சத்தமொன்று கேட்டது

கம்பீர நடையுடன்

சிங்கமொன்று வந்தது (உர் உர் உர்)

இரண்டு

நீளமான காதுகளுடன்

குட்டி முயல்

தாவி தாவி வந்தது.

நரியொன்று

நான்கு காலில்

நடந்து

ஊளையிட்டு வந்தது. (க்கூ.... க்கூ ....)

கரடியொன்று
இரண்டு காலில்
தேனெடுத்து வந்தது.

அனைவரும்
கூடி
தேனை உண்டு
மகிழ்ந்தனர்.
கொண்டாட்டமோ கொண்டாட்டம்(ஊகூ...... ஊகூ......)
ஆனந்தமாக குரலெழுப்பினர்"

மித்து அழகான தொனியில் பாட்டு பாடிக் கொண்டே ஆட்டம் போட, குழந்தை கை தட்டி சிரித்தது. ரகுவும் குழந்தையுடன் சேர்ந்து கொண்டான். இப்படியே அழகாக அவர்களது நாட்கள் ஓட, விடுதியையும் மித்து கவனித்துக் கொண்டாள்.

இரண்டு வருடங்கள் கழித்து, ஒரு நாள் இரவில் மித்து உறங்க முடியாமல் தவிக்கவே, தண்ணீர் எடுக்க கீழிறங்கி வந்தாள்.

திலீப் யாருடனே பேசிக் கொண்டிருந்தான். இவனை எங்கேயோ பார்த்தது போல் உள்ளதே மறைந்து நின்று அவர்கள் பேசுவதை கேட்டு விட்டு, நம்முடைய திலீப்பா இவன்? அவள் மனதில் கேள்விகளுடன் மேலே சென்று படுத்தாள். அவளால் தூங்க முடியவில்லை.

மறுநாள் காலையில் முதல் வேலையாக நடந்தவற்றையும், அவர்களது திட்டத்தினையும் சேர்த்து போலீசிடம் கூறினாள். போலீசும் திலீப்பிற்கு உடந்தை என்பது மித்துவிற்கு தெரியாது.

அன்று குழந்தைகளை கடத்தியது, மித்துவை கொல்ல முயற்சி செய்தது எல்லாவற்றையும் செய்தது திலீப் தான். நடந்த அனைத்திற்கும் மூலக்காரணமே இவன் தான். கூட்டத்திற்கு தலைவனும் இவன் தான் என உறுதியாக தெரிந்தது மித்துவிற்கு.

அன்று தான் கம்பெனி வேலையாக ரகு, பெங்களூரு கிளம்பிக் கொண்டிருந்தான். இவரிடம் எப்படி கூறுவது? தன் தம்பி இவ்வளவு பெரிய தவறான காரியம் செய்கிறான் என தெரிந்தால்,

இவர் மிகவும் வருத்தப்படுவாரே, தம்பி மேல் அளவு கடந்த பாசமும், நம்பிக்கையும் வைத்திருக்கிறார் என யோசித்தாள்.

பின் முடிவெடுத்தவாறு, முதலில் போலீஸ் என்ன சொல்கிறார்கள் என பார்ப்போம்

ஏய் மித்து, என்ன யோசித்துக் கொண்டிருக்கிறாய்? ரகு கேட்க,

அது வந்து.... ஒன்றுமில்லை. நீங்கள் வர எத்தனை நாட்களாகும்?

எப்படியும் மூன்று, நான்கு நாட்களாகும் என்றான் அவன் உடைகளை எடுத்து வைத்தவாறே.

என்னாச்சு உனக்கு?

இல்லை, எனக்கு ஒருமாதிரியாக உள்ளது. நீங்கள் கண்டிப்பாக செல்ல வேண்டுமா?

ஏய் மண்டு, இன்று உனக்கு என்னாயிற்று?

பதில் கூறாமல், அழவே ஆரம்பித்தாள் மித்து.

என்னடா, சின்ன குழந்தையாட்டம் நடந்துக்கிற? அவளை அணைத்துக் கொள்ள, கொஞ்சம் அமைதியாகி,

நீங்கள் கிளம்புங்கள், நேரமாகிறது.

நிச்சயமாக தானே கூறுகிறாய்?

ஆமாம் தலையசைத்தாள் மித்து.

அவன் கிளம்ப, மித்துவும் ரியாவும் அவனுடன் வெளியே வந்தனர்.

ரியா குட்டி, அப்பாவிற்கு முத்தம் கொடு கன்னத்தை ரகு காட்ட, ரியாவும் முத்தமிட்டாள்.

ரியா குட்டி, "பை பை" என்றான்.

அவனுடைய அம்மாவிற்கும், தம்பிக்கும் கையை காட்டி விட்டு கிளம்ப, குழந்தை சிரித்துக் கொண்டே கையை அசைத்தது.

ஆனால் மித்து மறுபடியும் அவனை கூப்பிட்டு அணைத்துக் கொண்டாள். பத்திரமாக சென்று வாருங்கள் ரகு என்றாள்.

பதிலுக்கு அவனும் அவளை அணைத்துக் கொண்டு, ரியாவை பத்திரமாக பார்த்துக் கொள் உன்னையும் என கூறி விட்டு கிளம்பினான்.

மித்துவின் முகமே சரியில்லை. இதுவரை இவள் இவ்வாறு நடந்து கொண்டதில்லையே! உன்னுடைய பிரச்சனையை கம்பெனி பிரச்சனை முடிந்த பின் வந்து தீர்த்து வைப்பேன் என மனதில் நினைத்தவாறு சென்றவன் மித்துவை திரும்பி பார்த்து, சீக்கிரம் வந்து விடுகிறேன் என கூறி விட்டு சென்றான்.

ம்ம்.... என்றாள் சுரம் இல்லாமல்.

இப்படி கூறினால், நான் எவ்வாறு செல்வது?

கஷ்டப்பட்டு சிரிப்பை உதட்டிற்கு கொண்டு வந்து போயிட்டு வாங்க ரகு என கையசைத்தாள்.

ரகு கிளம்பி விட்டான். நடந்த அனைத்தையும் மரகதமும், திலீப்பும் நின்று பார்த்துக் கொண்டிருந்தனர்.

ரகு கிளம்பியவுடன் மரகதம் அவரது அறைக்கு சென்று விட்டார்.

என்ன அண்ணி! நீங்கள் அண்ணனிடம் எதையும் கூறவில்லை போல திலீப் கேட்க, சில நிமிடம் அதிர்ந்து நின்றாலும், சகஜ நிலைக்கு திரும்பி, நீ அவரை அண்ணன் என்று கூறாதே, அதற்கான தகுதி உனக்கு இல்லை என்றாள் கோபமாக.

என்ன தகுதி இல்லையா? அதை விடுங்கள்.

நீங்கள் போலீஸ் வரை சென்றுள்ளீர்கள் போலவே? கவலைப்படாதீர்கள், அவன் என்னோட தோஸ்த்து தான். நான் கூறுவதை மட்டும் தான் செய்வான். அந்த இரண்டு ரௌடிகளை பிடித்ததை அண்ணன் சொல்லியிருப்பாரே! அவர்களும் எங்களுடைய ஆட்கள் தான்.

அண்ணா முன்னாடி நாடகம் போட்டோம். அவர் ஏமாந்து விட்டார்.

இதை கேட்டவுடன் எதற்கும் பயப்படாத மித்து மனதில் பயம் தோன்றியது தன்னை பற்றி அல்ல, குழந்தையை பற்றி.

மறு நாள் போலீஸ் கமிஷனருக்கு போன் செய்து நடந்தவற்றை கூறினாள் அவள் அறைக்குள் சென்று

என்னால் திலீப்பை எதுவும் செய்ய முடியாது என்றார் கமிஷனர்.

அப்படியென்றால் நீங்களுமா?

உனக்கு எதுக்கும்மா இந்த பிரச்சனை?

சார், நானே பார்த்துக் கொள்கிறேன். ரொம்ப நன்றி கோபமாக கூறி விட்டு திரும்ப, அங்கே திலீப் நின்று கொண்டிருந்தான். ரியா தூங்கி கொண்டிருந்தாள்.

ஏய், நீ என்ன செய்து கொண்டிருக்கிறாய்? கத்தினான்

உன்னை உள்ளே தள்ள ஏற்பாடு செய்கிறேன்.

உனக்கு எவ்வளவு தைரியம்? கையில் கத்தியை எடுத்து ரியா அருகே கொண்டு செல்ல, மித்து துடித்துப் போனாள். தயவு செய்து என்னுடைய பொண்ணை விட்டு விடு கெஞ்சினாள்.

அத்தை,... அத்தை என கத்தினாள்.

நீ எதற்காக கஷ்டப்பட்டு கத்துகிறாய்? நானே கூப்பிடுகிறேன் என் அம்மாவை என அவனும் கத்தினான்.

மரகதமும் வந்தார்.

என்னடா செய்கிறாய்? பிள்ளை கழுத்துல கத்தியை வைத்துக் கொண்டிருக்கிறாய்?

அத்தை, இவன் ரியாவை என கண்கலங்க கூற,

இவள் கழுத்துல வைடா கத்தியை, என் பெயர்த்தி எனக்கு வேண்டும். இவளை கொன்னுடுடா,

அத்தை நீங்களுமா? கண்கலங்கினாள்.

என்னடி அத்தை, எனக்கு உன்னை முதலில் இருந்தே பிடிக்கவில்லை. ரகுவிற்காக தான் உன்னை ஏற்றுக் கொண்டேன். உன்னை எப்படி வெளியே அனுப்புவது என்று யோசித்துக் கொண்டிருந்தேன். வாய்ப்பு தானாகவே கிட்டி விட்டது.

இங்கே பாரு திலீப், ரியா நம்முடைய இரத்தம் அவளை விடு. இவள் உயிரோட இருக்கக் கூடாது என்றார் மித்துவை பார்த்து,

மித்ராவின் மனம் நொறுங்கியது. நான் உங்களை அம்மாவாக நினைத்தேன். ஆனால் நீங்கள் இப்படி பேசுகிறீர்களே!

என்னது நானா? உன்னுடைய அம்மாவா? வில்லத்தனமான சிரிப்பை உதிர்த்தார் மரகதம்.

வேலை செய்யும் சாந்தியும் அன்று விடுமுறை. அவளிடமும், ரேணுவிடமும் மித்துவை பார்த்துக் கொள்ள சொல்லி தான் அன்று கிளம்பினான் ரகு, மித்துவின் நடவடிக்கையால் தான்.

இவர்கள் போட்ட சத்தத்தில் ரியா விழித்து விட்டாள் மரகதம் உள்ளே நுழையும் போதே,

திலீப், மித்துவின் வாயை அடைத்து, அவளது கை, கால்களை கட்டிக் கொண்டிருக்க, ரியாவும் பார்த்தாள். மித்து அதனை கவனித்து விட்டாள். மற்றவர்கள் ரியாவை கவனிக்கவில்லை. திலீப் மித்துவை தூக்கிச் சென்று காரில் பின் பக்கம் அடைத்து, இருபுற கண்ணாடியையும் அடைத்தான். திலீப் முன்பக்கம் சென்று காரை எடுக்க, மரகதம் அவளை அவனும் கோபத்தில் ஓங்கி அறைந்தான். மித்து மயங்கி விட்டாள். பின் சீக்கிரம் முடித்து விட்டு வா என்றாள். காரை வேகமாக ஓட்டினான். அவளது வாயும், கையும் கட்டப்பட்டு மயங்கிய நிலையில் பரிதாபமாக காணப்பட்டாள்.

ரியா அம்மா... அம்மா... என்று கூப்பிட்டாள். அவளுக்கு நடப்பது புரியாமல் இருக்கவே,

மரகதம் ரியாவிடம், அம்மாவும் சித்தப்பாவும் ஒரு விளையாட்டு விளையாடுகிறார்கள். சீக்கிரமே வந்து விடுவார்கள்.

சரிங்க பாட்டி என்றாள்.

ரகு, மித்து முதன் முதலாய் சந்தித்த காட்டின் உள்ளே கார் சென்றது. வெகுதூரம் சென்ற பின் திலீப் காரிலிருந்து வெளியே குதித்தான். மித்ரா இருந்த கார் மிகப்பெரிய பள்ளத்தில் விழ, காரின் இரு பக்க கண்ணாடியும் உடைய, அவள் விழித்தாள். பயந்து கொண்டிருக்க, கார் பள்ளத்தின் இடையே இருந்த மரத்தில் மாட்டிக் கொண்டது. திலீப் கார் கீழே விழுந்த சத்தம் கேட்டு, மித்து இறந்து விட்டாள் என நினைத்து கிளம்பினான்.

அந்த நிலையில் அவளது கைக்கட்டு அவிழ்ந்து விட்டது. வாய்க்கட்டையும் அவிழ்த்தாள். கார் கீழே விழ, அவள் காரிலிருந்து வெளியே குதித்து, மரத்தை பிடித்து தொங்கிக் கொண்டிருந்தாள்.

யாராவது இருக்கிறீர்களா? காப்பாற்றுங்கள் என கத்தினாள். மித்துவிற்கு சரியான அடி, முகம் பாறைகளில் சிராய்த்தது. மரக்கிளை முறியும் நேரத்தில் கடவுள் போல ஒருவர் மித்துவை மீட்டெடுத்தார். அவர் மருத்துவமனையில் சேர்த்து விட்டு கிளம்பி விட்டார். ரேணுவின் மாமா வேலை செய்யும் மருத்துவமனையில் மித்துவை சேர்த்திருப்பார். அதனால்

மித்துவை பார்த்து ரேணுவிற்கு கூற, அவள் தான் மித்துவை பார்த்துக் கொண்டாள்.

மித்து ஒரு மாதத்தில் சரியானாள், ஆனால் முழுவதுமாக இல்லை. அவள் ஓய்வு எடுத்தால் தான் உடல் நிலை சரியாகும் மருத்துவர் கூறினார்.

நாங்கள் எவ்வளவோ கூறினோம், அவள் கேட்கவே இல்லை.

என்னை பற்றி என்றாவது ஒரு நாள் அண்ணாவிற்கு தெரிய வரும். அன்று அண்ணாவையும், ரியாவையும் உன்னோடு அனுப்பி வைக்கிறேன். அதுவரை நீங்கள் காத்திருங்கள் அண்ணி என திலீப் காரில் மித்து மயக்கத்தில் உள்ள போது கூறினான்.

மயக்கத்திலே மித்து திலீப்பிடம், நீ அவ்வாறு செய்யாதே!

நீங்கள் முதலில் செல்லுங்கள். பின் உங்களது குடும்பத்தை அனுப்பி வைக்கிறேன் பேசி விட்டு கீழே குதித்தது நினைவில் வர, அவன் பேசியதையும், மரகதத்தை பற்றியும், அவர்கள் அவளை கொலை செய்ய முயற்சி செய்ததை மித்து அப்படியே ரேணு, மாமா, அத்தையிடம் கூற,

என்ன மனிதர்கள் இவர்கள் என பொரிந்து தள்ளினார் மகா அத்தை.

அன்றே கூறினேன் அண்ணாவிடமும், உன்னிடமும் நீங்கள் தான் கண்டு கொள்ளவில்லை.

ஆம் ரேணு, நீ கூறியதை நாங்கள் பெரியதாக எடுத்துக் கொள்ளவில்லை. ஒரு வேலை நீ கூறியதை வைத்து நான் ரகு அம்மாவை பற்றி அன்றே பேசியிருந்தால், எங்களது உறவு என்றோ முறிந்து போயிருக்கும்.

என்ன கூறுகிறாய்? ரேணு கேட்க,

அவர் அம்மாவை அவ்வளவு நம்புகிறார். அளவு கடந்த பாசமும் உள்ளது. அதனால் நாங்கள் தான் சண்டை போட்டுக் கொண்டே இருந்திருப்போம். இப்பொழுது நாங்கள் தான் பிரிந்திருக்கிறோம். எங்கள் உறவு அல்ல.

பிரிய போகிறாயா? அத்தை கேட்க,

ஆமாம் அத்தை. அவர் தான் பிரிய போகிறார். நான் பக்கத்திலே தான் இருப்பேன்.

என்ன குழப்புகிறாய்? தலையில் அத்தை கை வைத்து உட்கார,

தெளிவாக கூறுகிறாயா? ரேணு கேட்க,

நான் ரகு, ரியா பக்கத்திலே இருந்து அவர்களை பார்த்துக் கொள்ள போகிறேன். அதுவும் அவர்களுக்கு தெரியாமலே, அதற்கு நீங்கள் தான் உதவ வேண்டும் மாமா.

அந்த வீட்டிற்குள் மறுபடியும் செல்ல போகிறாயா? அவர்களுக்கு தெரியாமலா?

ம்ம்.. நான் இறந்து விட்டேன் என்று தானே நினைப்பார்கள். அது அப்படியே இருக்கட்டும்.

ஆமாம், உன்னுடைய பெயரில் உடல் கூட வைத்து உன்னுடைய தோடு, வளையல் என அலங்கரித்து உடல் அடக்கம் செய்யப்பட்டது.

உடல், அணிகலன் எல்லாமே அவர்களே.. அத்தை கேட்க,

கண்டிப்பாக இல்லை அத்தை. மித்துவை காப்பாற்றியவர் தான் உடலை மாற்றி மித்துவிற்கு உதவி இருக்கிறார். நடக்கும் பிரச்சனை அவருக்கு ஏற்கனவே தெரிந்திருக்கும் போல,... அவர் யார்? என்று தான் தெரியவில்லை.

ரகுவோட அம்மாவை பார்க்கணுமே பயங்கரமாக நாடகமாடினார்கள். வேற லெவல் போ மித்து என ரேணு கூற மித்து வருத்தமடைந்தாள். ரகு அண்ணா ரொம்பவே உடைந்து விட்டார். அண்ணாவிடம் மறைமுகமாக மித்து நம்மை விட்டு எங்கும் செல்ல மாட்டாள் என்றும் கூறினேன். அவர் ரொம்பவே கஷ்டப்பட்டு விட்டார்.

உனக்கு தெரியுமா மித்து? நீ கார் எடுத்து சென்றதாகவும், ப்ரேக் வயர் அறுந்து உனக்கு விபத்து ஏற்பட்டதாகவும் கதை கட்டி விட்டிருக்கிறார்கள்.

இதுவும் நல்லது தான் ரேணு, மித்து சொல்ல

நான் எதற்கு உதவ வேண்டும்? மாமா கேட்டார்.

எனக்கு நீங்கள் பிளாஸ்டிக் சர்ஜரி செய்ய வேண்டும் மாமா.

உனக்கு என்ன பைத்தியமா? ரேணு கேட்க,

மருத்துவ விதிகளுக்கு எதிரானது. என்னால் முடியாதுமா. என்னுடைய உண்மையான உறவுகளை காப்பாற்ற நான் எதையும் செய்வேன். நீங்கள் உதவவில்லையெனில் வேறொரு மருத்துவரை அணுகுகிறேன் சவாலாக கூறினாள்.

வேண்டாம்மா, அவ்வாறு செய்யாதே. உனக்கு வேற விதத்தில் பிரச்சனை எழும். புரிந்து கொள்.

எந்த பிரச்சனை வந்தாலும் நானே பார்த்துக் கொள்கிறேன். அவரும், என்னுடைய குழந்தையும் தான் எனக்கு முக்கியம்.

மாமாவும் அவளது பேச்சில் மனமுருகி அரை மனதாக ஒத்துக் கொண்டார். சிகிச்சையை செய்தார். மித்துவின் கலர் மாற்ற மெலானாலஜி சிகிச்சையும், உடல் முழுவதும் பிளாஷ்டிக் சர்ஜரி செய்து மித்து ஸ்வேதாவாக மாறினாள். இந்த சிகிச்சை முடிந்த பின் அதிகமாகவே வலியால் அவதிபட்டாள்.

நடந்த எல்லாவற்றிற்கும் அந்த திலீப்பும், மரகதமும் தான் காரணம். அவர்களால் என் மித்து வாழ்க்கை ஒன்றுமில்லாமல் போய் விட்டது. அவர்களை சும்மா விடவே கூடாது கோபமாக ரேணு கூற,

நீ கோபப்படாதேம்மா! பார்வதி அமர்த்த,

அப்புறம் என்ன நடந்தது? பாலா வினவ

மித்து இறந்து விட்டால் என்பதால் ரகு இடிந்து போய் விட்டார். என்னால் முடிந்த போதெல்லாம் ரகு அண்ணாவை பார்க்க செல்வேன். அவர் யாரிடமும் சரியாக பேசாமல் தனித்தே இருந்தார். வேலைக்கும் போகவில்லை. ரியாவை மட்டும் பார்த்துக் கொண்டு மித்துவை நினைத்து கொண்டே இருந்தார்.

"இறைவா!
என்னவளை
என்னிடமிருந்து
பறித்து விட்டாயே!

நீ
இருக்கிறாயா? இல்லையா?
எங்களுக்கு
அவள்
வேண்டுமல்லவா!

அவளில்லா
உலகில்
நான் எவ்வாறு
இருக்க வல்லேன்?

வரம் கொடு இறைவா!
வரம் கொடு!

அவளிருக்கும் இடமே
சொர்க்கம்
அதை எனக்கு காட்டு
இறைவா காட்டு!"

பாகம் 9

மித்ரா இறந்து ஒரு வருடமானது. எங்களுடன் மித்து சிகிச்சையில் முழுவதுமாக குணமடைந்து விட்டாள். ரகு அண்ணா வீட்டில் அவருக்கு மரகதம்மா கல்யாண பேச்சை எடுக்க,

அம்மா என் மித்து என்னுடன் தான் இருக்கிறாள். என்னால் வேறு யாரையும் மணமுடிக்க முடியாது. தயவு செய்து இதை பற்றி இனிமேல் பேசாதீர்கள். ஏற்கனவே நான் சொல்லி விட்டேன். ஆனால் நீங்கள் கேட்கவே மாட்டேன் என்கிறீர்கள். நான் சென்னை செல்ல நினைக்கிறேன். மித்து எங்களை விட்டு சென்றதிலிருந்து ரியாவும் யாரிடமும் செல்ல மாட்டிங்கிறாள். அதுவும் உங்களிடமும், திலீப்பிடமும் என்றான்.

ரகு கூறியதை கேட்டவுடன் பகீரென்றது மரகதத்திற்கு.

தாராளமாக கிளம்பு ரகு. நான் உனக்கு பொருட்களை எடுத்து வைக்கிறேன் பேச்சை மாற்றினார்.

ரகு ரயிலில் பதிவு செய்வது தெரிந்து தான் மித்துவும், ஸ்வேதாவாக பதிவு செய்து ரகுவுடனும், குழந்தையுடனும் பயணம் செய்தாள். தன் கணவனையும், குழந்தையையும் அருகே வைத்துக் கொண்டே யாரோ போல் இருப்பது தாங்க முடியவில்லை என்று என்னிடம் கூறி அழுதாள். என்னாலும் ஏதும் செய்ய முடியவில்லை. இந்த விபத்து நடப்பதற்கு முன்னால் வரை என்ன நடந்தது என்பதை என்னிடம் ஏற்கனவே மித்து கூறி விட்டாள்.

ரகு அண்ணா எப்பவுமே அவரை சுற்றி இருப்பவர்களை சந்தோசமாக மாற்றி விடுவார். துறுதுறுப்பாகவும், ஜாலியாகவும் பேசுவார். எதையும் நேர்முகமாகவும் எடுத்துக் கொள்வார். ஆனால் இப்பொழுது முழுவதுமாக மாறி விட்டார்.

மித்து தன்னுடன் இல்லை என்பதால் தன்னை தானே வருத்திக் கொண்டு எல்லா பெண்களிடமும் கோபமாக நடந்து கொள்கிறார்.

மித்துவை காப்பாற்ற முடியவில்லை என்ற குற்றவுணர்ச்சியில் தான் இவ்வாறு நடந்து கொள்கிறார். மித்து அண்ணாவை நினைத்து மிகவும் கவலைப்படுகிறாள்.

என்னுடைய தோழி அவளுடைய குடும்பத்திற்காக தன் உயிரையும், அடையாளத்தையும் விட்டு கொடுத்து வாழுறதை நினைக்கும் போது எனக்கு ரொம்ப பெருமையாக உள்ளது கண்கலங்கினாள்.

ஏன்டா, இவ்வளவு பிரச்சனையை மனதில் வைத்துக் கொண்டு எதுவுமே நடக்காதது போல சாதாரணமாக இருக்கிறாள் பாருடா இந்த பொண்ணு என்றார் பார்வதி.

ஆமாம்மா, "ஷி இஸ் வெரி கிரேட் மா"

அந்த திலீப்பை சும்மா விடக் கூடாது. எவ்வளவு திமிரு அவனுக்கு என்றான் பாலா.

சார் கொஞ்சம் அமைதியாக இருங்கள். எதையும் அவசரப்பட்டு செய்யாதீர்கள். அந்த திலீப் ரொம்ப மோசமானவன்.

ம்... அதையும் பார்த்து விடுவோமே!

இவன் இப்படித்தான்மா என்று அந்த அறையை விட்டு வெளியே வர,

இவர்கள் இதுவரை பேசியதை யாரோ கேட்டு விட்டு ஓட, ரேணு கவனித்து

பாலாவிடம் கூற, அவனும் சென்று பார்த்தால் அங்கே யாருமே தென்படவில்லை. உடனே மருத்துவமனையில் இருக்கும் காவலர் ஒருவருக்கு போன் செய்து யாரேனும் வித்தியாசமாக தெரிகிறானா?

ஆமாம் சார்.

சீக்கிரம் அவனை பிடியுங்கள்.

அவரும் சென்றார். கவனமாக இருங்கள். அம்மாவையும், ரேணுவையும் பார்த்து கூறி விட்டு எகிறி குதித்து ஓடினான். ரேணு அவன் சென்ற பக்கமே பார்த்துக் கொண்டிருக்க,

அவனை என் மகன் பார்த்துக் கொள்வான். நீ கவலைப்படாதே!

அவள் பார்வதிம்மாவை ஒருவாறு பார்க்க,

எதற்காக இப்படி பார்க்கிறாய்?

உங்களுக்கு பயமாக இல்லையா?

ஆரம்பத்தில் இவன் வேலைக்கு செல்லும் பயமாக தான் இருந்தது. சில நேரம் காயத்துடன் தான் வருவான். நான் அழுவதை பார்த்து அவன் என்னிடம் கூறினான். நீங்கள் வேண்டாம் என்றால், எனக்கு பிடித்த சந்தோசத்தை கொடுக்கும் வேலையை விட தயாராக இருக்கிறேன்.

அதிலிருந்து நான் பழகிக் கொண்டேன்.

இவர்கள் பேசிக் கொண்டிருக்க, பாலா மூச்சிறைக்க ஓடி வந்தான். அவனுக்கு சட்டென தண்ணீரை நீட்டினாள். அவளை பார்த்துக் கொண்டே, அவன் நீரை அருந்திக் கொண்டிருக்க, அம்மாவோ இருவரையும் பார்த்து சிரித்துக் கொண்டிருந்தார்.

பிடித்து விட்டீர்களா? ஆர்வமுடன் ரேணு கேட்க,

இல்லை. அவனை ஒரு வண்டி விபத்துக்குள்ளாக்கி விட்டது. அவன் இறந்து விட்டான் என்றான் பாலா.

என்னடா இப்படி ஆயிற்று? பார்வதி கேட்க,

இதெல்லாம் விடுங்கள். நான் பார்த்துக் கொள்கிறேன் என்றான்.

உன்னுடைய குடும்பம்? பார்வதி கேட்க,

எனக்கு அம்மா, அப்பா இல்லை. அத்தை, மாமா, மித்து தான் எல்லாமே....

சார் மணி என்ன?

இரவு ஒரு மணி ஆயிற்று.

பதட்டமாக போனை எடுத்தாள். போன் அணைந்து இருந்தது. பின் பாலாவின் போனையே பார்த்துக் கொண்டிருக்க, அவனே தானாக புரிந்து கொண்டு போனை நீட்டினான்.

அவனிடம் போனை வாங்கி அத்தைக்கு போன் செய்தாள்.

அத்தை, மது என்ன செய்கிறாள்?

மது உன் மீது கோபமாக இருக்கிறாள்.

அவள் இன்னும் தூங்கவில்லையா? நான் அவளிடம் தூங்க சொல்லி தானே வந்தேன்.

உனக்கு தெரியாதாம்மா. நீ இல்லாமல் அவள் எப்படி தூங்குவாள்?

மித்து எப்படி இருக்கிறாள்? அத்தை விசாரித்து விட்டு, சீக்கிரம் கிளம்பி வீட்டிற்கு வாம்மா. என்னால் மதுவை சமாளிக்க முடியவில்லை.

இப்பொழுதே கிளம்புகிறேன் கூறி விட்டு, ஆன்ட்டி நீங்கள் வீட்டிற்கு செல்லவில்லையா?

வீடு வெகு தொலைவில் உள்ளது பாலா சொல்ல,

நீங்கள் எங்களது வீட்டிற்கு வாருங்கள் ஆன்ட்டி. பக்கம் தான் காலையயில் வந்து ஸ்வேதாவை பார்ப்போம்.

இருவரும் தயங்கி கொண்டிருக்க, சார் நீங்கள் எத்தனை பெயரை பார்ப்பீர்கள். உங்களது அம்மா ஸ்வேதாவிற்கு சரியாகும் வரை எங்கள் வீட்டிலே தங்கட்டும். இரவு நேரம் பாலா சார் ஸ்வேதாவை பார்த்து கொள்ளட்டும். காலையயில் நாம் பார்த்துக் கொள்வோம்.

நான் கூறுவது சரிதானே ஆன்ட்டி.

இல்லைம்மா மீண்டும் பார்வதியம்மா தயங்க, இப்பொழுது நிலைமை சரியில்லை. நம்மை யாரோ கண்காணிப்பது போல் உள்ளது. புரிந்து கொள்ளுங்கள். உங்களுக்கு ஏதாவது ஒன்று என்றால் ஸ்வேதாவிற்கு பதிலளிக்க என்னால் முடியாதும்மா.

அம்மா நீங்கள் அங்கே செல்லுங்கள். காலையயில் உடைகளை எடுத்து வந்து தருகிறேன். ஒரு மாதம் தானேம்மா.

இருந்தாலும் பாலா....

தயவு செய்து அம்மா. ஆபத்து நிறைய இருப்பது போல் தெரிகிறது. நானும் டென்சன் இல்லாமல் வேலையை கவனிப்பேன்.

அம்மாவும் தலையசைத்து சம்மதம் தெரிவிக்கவே, ரேணுவிடம் போன் நம்பரை வாங்கிக் கொண்டு, வீட்டிற்கு சென்றவுடன் போனில் இடத்தை அனுப்பி விடு.

நீங்கள் மறந்து ஸ்வேதாவை மித்து என்று அழைத்து விடாதீர்கள்.

அவன் அவளையே பார்த்துக் கொண்டிருக்க, நான் சென்று வருகிறேன். நீ ஓய்வு எடுக்க நினைத்தால் என்னை அழை. நான் உடனே வந்து விடுவேன் அம்மா கூறினார்.

நீங்கள் கிளம்புங்கள். நான் பார்த்துக் கொள்கிறேன்.

மருத்துவமனையிலிருந்து ரேணுவும், பார்வதியும் கிளம்பினார்கள்.

ரகு மருத்துவமனையிலிருந்து வீட்டிற்கு வரும் வழியில் ஸ்வேதாவின் பையை பார்த்து எடுத்துக் கொண்டு உள்ளே நுழைந்தான். ராஜம்மா வருத்தமாக உட்கார்ந்திருந்தார்.

ஸ்வேதா எப்படி இருக்கிறாள் தம்பி?

ஆப்பரேசன் நடந்து கொண்டிருந்தது. அவளுடைய அம்மாவும், அண்ணாவும் என்னை கிளம்ப சொன்னார்கள். அதனால் நான் வந்து விட்டேன்.

அவர்கள் கூறினால் நீங்கள் வந்து விடுவீர்களா?

உங்களை காப்பாற்றி தான் அந்த பெண் இந்த நிலையில் இருக்கிறாள்.

நான் ஒத்துக் கொள்கிறேன். ஆனால் நான் என்ன செய்வது? அவர்கள் என்னை போக சொன்ன பிறகு நான் அங்கே இருப்பது சரியாக இராதும்மா. தினமும் நானும், ரியாவும் அவளை பார்த்து பேசி விட்டு வருவோம். அவளது பையை ரியாவின் அறைக்கு எடுத்துச் சென்றான்.

ரகு செல்வதை பார்த்துக் கொண்டே உங்களை நான் சேர்த்து வைத்தே தீருவேன் மனதினுள் எண்ணிக் கொண்டே அவனை பின் தொடர்ந்து சென்றார்.

உங்களுக்கு ஏதும் அடிபட்டதா? வினவினார்.

எனக்கு ஒன்றுமில்லைம்மா வருத்தத்துடன் பேசிக் கொண்டே,

நான் சிறுவயதில் கவலையாக இருக்கும் போது உங்களது மடியில் தான் படுத்து தூங்குவேன். இப்பொழுதும் கவலையாக உள்ளது. படுத்துக் கொள்ளவா? தயங்க

என்ன தம்பி! நீங்கள், எனக்கு யாருமில்லாத சமயத்தில் அந்த கடவுள் போல் வந்து உதவி செய்தீர்கள். அப்படியிருக்க நீங்கள் எனக்கு மகனல்லவா! தாராளமாக படுத்துக் கொள்ளுங்கள்.

ராஜம்மா மடியில் படுத்த ரகு, மித்து அவளுடைய டைரியில் எங்களுக்கு ஏதோ ஆபத்து உள்ளது என்று எழுதியிருந்தாள். யாரால் ஆபத்து? எதற்காக? என்ற குறிப்பு ஏதும் இல்லை. நான் பெங்களூரு செல்ல இருப்பதை சொன்னவுடன் அவளது முகம் மாறியது. கிளம்பும் பொழுதும் ரொம்பவே வருத்தமாக

தான் இருந்தாள். திரும்பி வரும் போது அவள் இறந்து இருந்தாள். அனைத்தையும் வைத்து பார்த்தால் அவளுக்கு ஏதோ நடந்திருக்குமோ என்று தோன்றுகிறது.

தம்பி, நீங்கள் ரொம்ப யோசிக்காதீர்கள். எனக்கு என்னமோ நீங்கள் எதிர்பாராத ஏதோ நடப்பது போல் தோன்றுகிறது.

ஆமாம்மா, நம்மை சுற்றி ஏதோ ஒன்று நடப்பது போல் தோன்றுகிறது.

முதலில் நீங்கள் ஓய்வெடுங்கள். மற்றதை அப்புறம் கவனித்துக் கொள்வோம்.

சிறு வயதிலிருந்தே என்னுடைய அம்மாவிற்கு பிறகு நீங்கள் தான் என்னை நன்றாக கவனித்துக் கொண்டீர்கள். மித்துவிடம் உங்களை பற்றி பேசிக் கொண்டே இருப்பேன். ஆனால் இப்பொழுது அவள் என்னுடன் இல்லை அழ ஆரம்பித்தான். ராஜம்மாவிற்கோ உண்மையை சொல்லி விடுவோமா யோசித்தார். பின் நாம் அவ்வாறு செய்தால் காரியமே கெட்டு விடும் என ஸ்வேதா பேசியதை நினைத்து விட்டு, எதை பற்றியும் யோசிக்காமல் தூங்குங்கள் ரகுவை ஆறுதல் படுத்த, அவனும் கண்ணை மூடி தூங்கினான்.

எனக்கு யாருமில்லை என்கிற கவலையை போக்கிய உங்களுக்காக எதையும் செய்வேன் மனதினுள் நினைத்துக் கொண்டு மடியில் இருந்தவனை படுக்கையில் படுக்க வைத்து போர்வையை போர்த்தி விட்டு அங்கிருந்து அகன்றார்.

தன்னை காப்பாற்றியது மட்டுமில்லாமல் தன்னை அம்மாவிற்கு அடுத்தபடியாக வைத்து பார்ப்பதையும் நினைத்து மனம் நெகிழ்ந்தார். உங்களையும், மனைவியையும் கண்டிப்பாக சேர்த்து வைத்து நீங்கள் மகிழ்ச்சியோடு இருப்பதை காண்பேன்.

ரேணுவும், பார்வதியும் வீட்டினுள் நுழைய ஒர் அழகான குட்டிப் பொண்ணு ஓடி வந்து ரேணுவை கட்டிக் கொண்டாள்.

மது, உன்னை தூங்க தானே சொன்னேன். நீ என்ன செய்து கொண்டிருக்கிறாய்? ரேணு செல்லமாக கோபிக்க,

நீ இல்லாமல் நான் எப்படி தூங்குவேன் அக்கா? கண்களை கசக்கிய படி நிற்க, அவளை தூக்கிக் கொண்டு, உள்ளே வாருங்கள் ஆன்ட்டி.

மகா அத்தை அவர்களை, நீங்கள்?

அவர்கள் மித்துவின் அம்மா கூற, மகா அத்தை அவர்களை வரவேற்று உபசரிக்க ஆரம்பித்தார்.

மித்ரா அவளது வாழ்க்கையில் ரொம்பவே கஷ்டப்பட்டுக் கொண்டிருக்கிறாள். இந்த நேரத்தில் அவளுக்கென்று உறவுகள் கிடைத்தது மிகவும் சந்தோசமாக உள்ளது.

அத்தை, ஆன்டி நான் பாப்பாவை தூங்க வைத்து விட்டு வருகிறேன். இருவரும் தலையசைக்க அத்தை, ஆன்டியை ஓய்வெடுக்க விடுங்கள். பிளேடு போடாதீர்கள்.

அடி ராஸ்கல் என அத்தை எழ, பார்வதி அவர்களை பார்த்து சிரித்துக் கொண்டிருந்தார். பின் இவர்களும் உறங்க சென்றனர்.

சூரியன் உதயமானது. ரேணு எழுந்து குளித்து விட்டு, சமையலறைக்கு சென்று காபி போட்டு அனைவரிடமும் கொடுத்து விட்டு சாப்பாடு செய்ய தயாரானாள்.

சாப்பாடு செய்தவுடன் அதனை எடுத்து வந்து அனைவருக்கும் பரிமாறி விட்டு, மதுவை தேடி சென்றாள். மது தோட்டத்தில் பட்டுப்பூச்சியை பிடிக்க ஓடிக் கொண்டிருந்தாள்.

மதுக்குட்டி, எங்கே இருக்கிறீர்கள்?

அக்கா

என்ன செய்றீங்க பட்டு?

உஷ்...... பட்டுப்பூச்சி.

சாப்பிட்டு வந்து பிடிப்போமா?

சரிக்கா. மதுவை தூக்கிக் கொண்டு உள்ளே வந்தாள். ரேணு மதுவிற்கு பூரி ஒன்றை வைத்து ஊட்டி விட்டு, நீ விளையாடு கூறி விட்டு சாப்பிட வந்து உட்கார்ந்தாள்.

பார்வதி அவளருகே வந்து, அந்த பொண்ணு யாரும்மா?

நான் விடுதியில் தங்கி இருந்த போது ஒரு நாள் இரவு ஒரு குழந்தையின் அழு குரல் கேட்டது. வெளியே வந்த போது யாரோ குழந்தையை கீழே போட்டு சென்றுள்ளார்கள். அவளை முதல் முதலாக பார்த்ததும் நான் தான். அப்பொழுது தான் எனக்குள் ஓர் எண்ணம் உதிர்த்தது. அவளை வளர்க்க முடிவெடுத்தேன். நானே தான் அவளுக்கு பெயரும் வைத்தேன்.

இதை பற்றி ஏதும் அவளுக்கு தெரியாது. அவள் முன்னே இதை பற்றி நாம் பேச வேண்டாம்.

பாப்பாவை பார்த்துக் கொண்டிருந்தால், உனக்கு எப்படி கல்யாணம் நடக்கும்?

எனக்கு கல்யாணத்தில் பெரியதாக விருப்பமில்லை. இதை பற்றி பேச வேண்டாமே!

ஆண் துணையில்லாமல் எப்படியம்மா வாழ முடியும்?

ரேணுவோ சட்டென, மித்துவும் ரகு அண்ணாவும் கல்யாணம் செய்து அவளை பாதுகாப்பாகவா பார்த்துக் கொண்டார்.

அது வேற பிரச்சனை, இது வேறம்மா....

தயவு செய்து இதை பற்றி பேச வேண்டாமே!

மகா அங்கே வர, ரேணு பேசியதை பற்றி பார்வதி கூற, நானும் எவ்வளவோ சொல்லி பார்த்து விட்டேன். எங்கே கேட்கிறாள்? சோகமாக சொல்ல,

அவள் கூறினால் விட்டு விடுவதா?

அவளை பார்க்க வருபவர்களிடம் பிரச்சனை செய்து விடுகிறாள்.

ஆன்ட்டி, அத்தை நாங்கள் மித்துவை பார்க்க சென்று வருகிறோம்.

நானும் வாரேன்மா பார்வதி கூற,

ஆன்ட்டி, நீங்கள் இங்கேயே இருங்கள். நான் சென்று பாலா சாரை அனுப்புகிறேன். அவருடன் நீங்கள் வாருங்கள். மதுவை அழைத்து செல்கிறேன்.

கொஞ்சம் நில்லு என உள்ளே சென்று ஸ்வேதாவிற்கும், மாமாவிற்கும் இதை கொடு சாப்பிட கொடுத்தார்.

மாமா வரவில்லையா?

மாமா இரு வாரத்திற்கு வெளியே செல்ல போகிறார். மதியமே கிளம்பணுமாம். சரிங்க ஆன்ட்டி கூறி விட்டு இருவரும் கிளம்பினார்கள்.

மருத்துவமனைக்குள் வந்தவுடன் பாலா ரேணுவின் கண்ணில் பட்டான். அவனிடம் ஒரு காவலர் பேசிக் கொண்டிருந்தார்.

அவனருகே இருவரும் வந்து, ஆன்ட்டி உங்களை வரச் சொன்னார்கள்.

அவனோ அவரிடம் பேசிக் கொண்டே மதுவை பார்க்க, அவரிடம் விசாரித்து விட்டு போன் பண்ணுங்கள் எனக் கூற, அவர் சென்றார்.

இந்த பொண்ணு யாரு? உனக்கு கல்யாணம் முடிந்ததா? யார் அவன்? வினாக்களை பாலா தொடுக்க,

ஏன் இப்படி கேள்விக் கணைகளை தொடுக்கிறீர்கள்?

நான் கேட்டால் பதில் கூற வேண்டியது தானே!

உங்கள் கேள்விகளுக்கு நான் ஏன் பதில் கூற வேண்டும்?

கூறி தான் ஆகணும்.

என்னால் கூற முடியாது இருவரும் மாறி மாறி சண்டையிட குழந்தை இருவரையும் பார்த்துக் கொண்டு, அக்கா எனக்கு கால் வலிக்கிறது. என்னை தூக்கு கையை விரித்துக் காட்ட,

இருவரும் பேச்சை நிறுத்த, ரேணுவை அக்கா என்று கேட்டவுடன் தான் பாலாவிற்கு அப்பாடா என்றது.

ஸ்வேதா சிகிச்சை முடிந்து நன்றாக இருக்கிறாள் என்று ரகு அண்ணாவிடம் கூறி விட்டீர்களா?

நீ எதற்காக அவனை பற்றியே கேட்கிறாய்?

ஸ்வேதாவிற்கு அவரால் தான் அடி பட்டது என்று தான் நினைத்து வருந்தி கொண்டிருப்பார். அதனால் தான் கேட்டேன்.

நான் ரகுவை சந்திக்க செல்வேன். அப்பொழுது கூறி விடுகிறேன்.

நீங்கள் வீட்டிற்கு சென்று ஓய்வு எடுத்து விட்டு வாருங்கள்.

உனக்கு என் மேல் அவ்வளவு அக்கறையா?

சார், நீங்கள் அதிகமாகவே யோசிப்பது போல் உள்ளது. நீங்கள் சரியாக தூங்கி இருக்க மாட்டீர்கள் என்று ஆன்ட்டி வருத்தப்பட்டார்கள். அதனால் தான் கூறினேன்.

ஓ...... அப்படியா! இதற்கு காரணம் வேற வைத்திருக்கிறீர்கள் போல,

அவள் கோபமாக செல்ல, அவளை கூப்பிட்டு சும்மா தான் பேசினேன். கோபப்படாதீர்கள்.

அவள் திரும்பி அவனை முறைத்துக் கொண்டு செல்ல, அவன் அவளை கண்டு ரசித்துக் கொண்டிருந்தான்.

மதுவை, ஸ்வேதாவிடம் அழைத்து சென்றாள் ரேணு.

மது ஸ்வேதாவை பார்த்தவுடன், ஆன்ட்டி அவளருகே சென்றாள்.

அவளது வயிற்றில் கட்டை பார்த்து, ஆன்ட்டி கீழே விழுந்து விட்டீர்களா? வலிக்கிறதா?

அதெல்லாம் இல்லைடா பாப்பா. எனக்கு ஒன்றுமில்லை, வலிக்கவில்லை.

ரேணுவின் கண்ணில் நீர் கோர்த்தது.

எதற்கு ரேணு அழுகிறாய்? எனக்கு சீக்கிரமே சரியாகி விடும்.

உனக்கு தான் இப்படி அடுக்கடுக்காய் பிரச்சனைகள்.

அட ஒன்றுமில்லை ரேணு. அவளை சமாதானப்படுத்தினாள் ஸ்வேதா.

பாப்பா நீ ஆன்ட்டி கூடவே இருக்கிறாயா? என்னால் தனியாக இருக்கவே முடியவில்லை.

நான் உனக்கு ரகசிய விளையாட்டு சொல்லித் தரவா?

சொல்லுங்க ஆன்ட்டி சொல்லுங்க……

என்னுடைய பெயரை யாரிடமும் கூறக் கூடாது. மீறி சொல்லி விட்டால் நீ தோற்று விடுவாய்.

நான் சொல்ல மாட்டேன். இந்த விளையாட்டில் நான் வெற்றி பெறுவேன்.

என்னால் உன்னுடைய தனிமையை கூட போக்க முடியவில்லை.

நீ எப்பொழுதும் என்னுடன் இருக்க முடியாது என்று எனக்கு தான் தெரியுமே! நீ அதை நினைத்து கவலைப்பட தேவையில்லை. எனக்கு ஒன்றும் ஆகாது. நீ உன் மனதை போட்டு குழப்பிக் கொள்ளாதே!

மித்து, ரகு அண்ணாவிற்கு உன்னை பற்றி தெரிந்து விடுமோ என்று பயமாக உள்ளது.

கண்டிப்பாக தெரிய வாய்ப்பில்லை. அவரை பொறுத்தவரை ஸ்வேதாவிற்கு தன்னால் தான் அடிபட்டது என்று அவர் கஷ்டத்தில் இருப்பார். அங்கும் அவரை பார்த்துக் கொள்ள ராஜம்மா இருக்கிறார். அவரிடம் நான் எல்லாவற்றையும் சொல்லி விட்டேன்.

எல்லாவற்றையும் கூறிவிட்டாயா? அவர் ரகு அண்ணாவின் அம்மாவிற்கு சாதகமாக இருந்தால் என்ன செய்வது?

கண்டிப்பாக இல்லை. அவர்களுக்கு ரகு மகன் மாதிரி. நாங்கள் சேர்ந்து வாழ்ந்த போதே ராஜம்மாவை பற்றி அவர் நிறைய பேசுவார்.

நல்லவராக இருந்தால் நல்லது தான். நீ ஓய்வெடு. நான் வெளியே இருக்கிறேன். மது என்னுடனே இருக்கட்டும். மதுவை கட்டிலில் உட்கார வைத்து விட்டு ரேணு வெளியே வந்தாள்.

ரகு, ராஜம்மா, ரியா வந்து கொண்டிருந்தனர். உடனே ரேணு மறைந்து கொண்டாள். அவர்கள் உள்ளே சென்றவுடன், ரேணு மாமாவை பார்க்க கிளம்பினாள்.

ஸ்வேதா.. ஸ்வேதா.... கூப்பிட்டுக் கொண்டே ரியா ஓடி வர

ஹே, என்னோட ரியா குட்டி வந்துட்டா என உணர்சி வசப்பட்டு எழ, அம்மா..... சத்தத்துடன் படுத்தாள்.

ஏன்மா, இவ்வளவு அவசரப்படுற?

ரகுவை கவனிக்காத ஸ்வேதா, ரியாவை பார்க்கணும் போல் இருந்தது. அதனால் தான் அவசரப்பட்டு விட்டேன் பேசும் போது ரகுவை பார்த்ததும் அமைதியானாள்.

ஸ்வேதா, உனக்கு என்ன ஆயிற்று? ரியா கேட்க,

ஒன்றுமில்லைடா, ரியாவை தூக்க முயன்று தோற்றவளுக்கு உதவி செய்தான். ரியாவும், மதுவும் கட்டிலில் ஸ்வேதா அருகே உட்கார்ந்து இருந்தனர்.

குழந்தைகள் இருவரும் ஒருவரை ஒருவர் பார்த்துக் கொண்டிருக்க,

உனக்கு எப்படி உள்ளது? ரகு கேட்டான்.

" இட்ஸ் மச் பெட்டர்"

ஐ அம் சாரி எல்லாமே என்னால் தான்.

அதெல்லாம் ஒன்றுமில்லை சார். நீங்கள் உங்களை எதற்காக காரணமாக்கி கொள்கிறீர்கள். நான் வலிமையானவள். எனக்கு சீக்கிரம் சரியாகி விடும்.

அவன் சிறு புன்னகையை உதிர்த்து விட்டு, நான் உனக்கு ஆறுதல் கூற வந்தேன். நீ எனக்கு கூறுகிறாய்?

வெகு நாட்களுக்கு பின் அவன் சிரிப்பை பார்த்த மித்துவிற்கு பயங்கர சந்தோசம். அவனையே பார்த்துக் கொண்டிருக்க, ராஜம்மா புரிந்து கொண்டு,

சாப்பிட்டாயாம்மா?

இதோ... சாப்பிடணும்.

அம்மா, அப்பா இல்லாம இருக்கிறது எவ்வளவு கஷ்டம்ன்னு தெரியுமா? என் நிலைமை ரியாவிற்கு வரக்கூடாது என்று யோசித்து தான் உங்களுக்கு உதவி செய்தேன்.

அதற்காக உயிரையே கொடுப்பாயா?

அதில் என்ன தவறு உள்ளது?

தவறு என்று கூறவில்லை.

அவள் பதில் ஏதும் கூறவில்லை. தவறாக ஏதும் பேசி விட்டோமோ? ரகு மனதில் நினைக்க, நீங்கள் தவறாக ஏதும் கூறவில்லை.

நான் மனதில் நினைத்தது?

உங்களது முகபாவனை வைத்தே அறிந்து கொண்டேன்.

அவன் அதிர்ச்சியுடன் அவளை பார்த்துக் கொண்டிருந்தான்.

மதுவை பார்த்து, இந்த பொண்ணு யார்? கேட்டான் உரிமையாக

எனது தோழியின் தங்கை.

உனக்கு யாருமில்லை என்று தானே கூறினாய்?

மாமாவை பற்றி கூறி, இதே மருத்துவமனையில் தான் வேலை செய்கிறார் என்றும் கூறினான்.

உன்னுடைய தோழி எங்கே?

ஒரு வேலையாக வெளியே சென்றிருக்கிறாள்.

அவன் அமைதியானான்.

ஸ்வேதா விளையாடுவோமா? ரியா கூப்பிட,

ஆன்ட்டி, நானும் என்றாள் மது.

கண்டிப்பாக விளையாடலாம். ஆனால் இப்பொழுது அல்ல. நீங்கள் இருவரும் தோழிகளாகி கொள்ளுங்கள்.

எங்கே கையை கோர்த்துக் கொள்ளுங்கள். அவர்களும் கோர்த்துக் கொண்டனர். இருவரும் எப்பொழுதும் ஒற்றுமையாக இருக்க வேண்டும். சரியா? கேட்டாள்.

ரியாவும், மதுவும் பார்த்து சிரித்துக் கொண்டே, சரி என்று தலையசைத்தனர். வா.... நாம் விளையாடுவோம். இவர்கள் பேசுவதை கேட்டு அனைவரும் மகிழ்ச்சியடைந்தனர்.

"தடைகள் தாண்டி
உனை
தேடி வந்தேன்

மனமுடைந்து
பின்
நகர்ந்து சென்றேன்

என்னுயிர் தந்து
எப்போதும்
உன்னுயிர் காப்பேன்.

கண்ணுக்கு கண்ணாய்
உயிருக்கு உயிராய்
நேசிப்பேன்.

காதலுக்காக
பல ஜென்மம்
காத்திருப்பேன்".

<h1 align="center">பாகம் 10</h1>

பாலாவும், பார்வதியம்மாவும் மருத்துவமனை வந்தனர். ஒரிடத்தில் ரேணு நின்று கொண்டிருந்தாள். பாலாவை பார்த்து விட்டு, வெளியே சென்று உதவி கேட்போமா? எண்ணம் தோன்ற, அது சரிவராது என்று பாலாவிற்கு போன் செய்து, சீக்கிரம் பின்னே பாருங்கள் கூற, அவன் பார்த்து சிரிக்க ஆரம்பிக்க,

டேய், உனக்கு என்ன ஆயிற்று? எல்லாரும் உன்னை பார்க்கிறார்கள் பார்வதியம்மா கேட்க,

அவன் ரேணு பக்கம் கையை காட்ட, பார்வதியம்மாவும் சிரித்துக் கொண்டே,

இங்கே என்னம்மா செய்கிறாய்?

முதலில் அந்த அறையை விட்டு வெளியே வாம்மா. அந்தம்மா யாரு? உன்னை எதற்காக திட்டுகிறார்கள்?

ரகு வெளியே வந்திருப்பான் போல, மறைந்து கொள்ள வேறு இடமில்லாமல் இந்த அறையினுள் நுழைந்து விட்டேன். உள்ளே சென்றதிலிருந்து அந்த அம்மா திட்டுகிறார்கள் கூறியவுடன், அவன் மேலும் சிரிக்க,

ரேணு கோபமாக வெளியே வந்தாள்.

ஏய், ரகு... ரகு.... என்றவுடன், ஒரு நாற்காலியின் பின் மறைந்து கொண்டு எட்டி பார்த்தால், அங்கே யாருமில்லை.

கோபமாக அவனை பார்த்து ரேணு கையை ஓங்க, அவன் சிரிக்க அருகே பார்வதியம்மாவை பார்த்து அமைதியானாள்.

பாலாவை பார்த்து முறைத்துக் கொண்டே, உங்களுக்கு என்னை பார்த்தால் எப்படி தெரிகிறது? மது உள்ளே, ரகு வீட்டாருடன் இருக்கிறாள். அவளை அழைத்து வாருங்கள் சார்.

என்னது வீட்டாரா? அம்மா கேட்க

ரகு, பாப்பா, ராஜம்மா....

பாலாவோ அவளை பார்த்து சிரிக்க,

சார், இது சிரிப்பதற்கான நேரமில்லை. சீரியசான நேரம்.

அம்மா, சீக்கிரம் மருத்துவரை கூப்பிடுங்கள். மேடம் சீரியசாக இருக்கிறார்களாம். அவள் மேலும் முறைக்க,

சும்மா இருடா, மதுவை மட்டும் உள்ளே சென்று அழைத்து வா. எப்படியாவது அவர்களை சமாளி.

ரேணுவை பார்த்து சிரித்துக் கொண்டே உள்ளே சென்றான் பாலா.

பாலா, ஸ்வேதாவின் அறைக்குள் நுழைய, ஆன்ட்டியை தொந்தரவு செய்ய வேண்டாம் என்று ரகு குழந்தைகள் இருவரையும் வெளியே அழைத்து வருவதற்குள் பாலா உள்ளே நுழைந்தான்.

மதுவை ரகுவிடம் வாங்கி விட்டு, ஸ்வேதாவின் தோழி அவசரமாக வெளியே கிளம்பணுமாம், மதுவை அழைத்து வரச் சொன்னார்கள். நீங்கள் இங்கேயே இருங்கள். மதுவை தூக்கிக் கொண்டு கிளம்பினான்.

இவர் என் மீது கோபமாக தானே பேசினார். இப்பொழுது தன்மையாக நடந்து கொள்கிறார் ரகு யோசிக்க,

அங்கிள், ரியா, பாட்டி "பை பை" கூறினாள் மது.

பை என்று அவளை அனுப்பி வைத்தனர்.

பாலா, ரேணுவிடம் வந்து மதுவை அவளிடம் கொடுத்து விட்டு,

ஒரு வழியாக தப்பித்து விட்டாய் போல என்றான் குறுஞ்சிரிப்புடன்.

அவனை முறைத்தவாறே மதுவை தூக்கிக் கொண்டு அங்கிருந்து கிளம்பினாள்.

ஸ்வேதாவின் அறைக்கு பாலாவும், பார்வதியம்மாவும் வந்தனர். ரகு ரியாவுடன் வெளியே அமர்ந்திருந்தான். ஸ்வேதாவிற்கு ராஜம்மா சாப்பாடு ஊட்டிக் கொண்டிருந்தார். இன்னும் கொஞ்ச நேரம் ஸ்வேதாவையும், அம்மாவையும் பார்த்துக் கொள்கிறீர்களா? விசாரணை வேலை உள்ளது.

பார்த்துக் கொள்கிறேன் ரகு கூறினான்.

உங்களுக்கு யாரேனும் பகையாளிகள் உள்ளார்களா?

மித்து டைரியில் எழுதி இருந்ததையும், அவன் ராஜம்மாவிடம் கூறிய அனைத்தையும் பாலாவிடம் கூறினான்.

அப்படியென்றால் உங்கள் மனைவியை யாரோ கொலை செய்து இருக்கிறார்கள் என்று கூறுகிறீர்களா?

அன்று முழுவதும் அவள் வெளியே வரவில்லை. போன் பேசி விட்டு யாரையோ பார்க்க வெளியே கார் எடுத்து சென்றாள். பிரேக் வயர் அறுந்து விபத்து ஏற்பட்டதாக கூறினார்கள்.

யார் கூறியது?

என்னுடைய அம்மா...

உங்கள் மனைவிக்கு வேறு யாருடனும் பழக்கம் இருந்ததா?

கண்டிப்பாக இல்லை.

எப்படி அவ்வளவு உறுதியாக கூறுகிறீர்கள்?

அவளுக்கு, நானும் அவளுடைய தோழியும் தான் நல்ல பழக்கம். வேறு யாருடனும் தேவையில்லாமல் பேச மாட்டாள்.

அந்த போன் உங்களுடையதா? தோழியுடையதா?

நான் போடவில்லை.

தோழியுடையதா?

தெரியவில்லையே! யோசித்தவன், ரேணுவிற்கு போன் செய்து, மித்து இறந்த அன்று நீ அவளுக்கு போன் செய்தாயா?

இல்லையே, அன்று பாப்பாவிற்கு உடல் சரியில்லை என்பதால் மருத்துவமனைக்கு சென்றோம்.

என்ன ஆயிற்று அண்ணா, எதற்காக? அவள் கேட்க,

சும்மா தான் கேட்டேன் போனை துண்டித்தான்.

ரேணுவும் போடவில்லையென்றால் யாராக இருக்கும்?

அந்த போன் உங்களிடம் இருக்கிறதா?

ம்..... இருக்கிறது வீட்டில்,

அதை பார்த்தால் தெரிந்து விடும். அதை விடுங்கள். நாளை பார்ப்போம்.

ஸ்வேதா உடனிருக்கும் போது என்ன நடந்தது?

ரகு நடந்த அனைத்தையும் சொல்லி முடித்தான்.

நீங்கள் மனைவி இறப்பில் சந்தேகம் உள்ளதாக ஒரு கம்பிளைண்ட் எழுதி கொடுங்கள். உங்களது பாதுகாப்பிற்கு காவலர்களை வீட்டிற்கு அனுப்புகிறேன்.

எங்களை கொல்ல நினைப்பவன் அருகே தான் இருப்பது போல் தெரிகிறது. மறைமுகமாகவே விசாரிப்போம்.

நீங்கள் கூறுவதும் சரி என்று தான் தோன்றுகிறது. நீங்கள் இங்கேயே இருங்கள். நான் வந்து விடுகிறேன் என்று பாலா கிளம்பினான்.

பாலா, ரகுவின் வீட்டருகே சென்றான். ஆட்டோ ஸ்டாண்டு சென்று அங்கே இருப்பவர்களிடம் இரவு ஏதேனும் பிரச்சனை நடந்ததா?

ஒருவர் மட்டும் முன் வந்து ஒரு பொண்ணை இரத்த வெள்ளத்தில் ஒருவர் தூக்கி வந்தார். என்ன நடந்தது என்று தெரியவில்லை.

இவர்கள் சண்டையிட்ட இடத்தில் கேமரா ஒன்று இருந்தது. அவன் காலடியில் ஏதோ தட்டியது. மேக்கப் பொருட்கள் அங்கங்கு சிதறி கிடந்தது, அதனை எடுத்து ஒரு கவரில் போட்டான். பின் மருத்துவமனை வந்து ரகுவை கிளம்பச் சொல்லி, ஸ்வேதாவிடம் பேசினான்.

ரகு உன்னிடம் என்ன பேசினான்?

அவர் மிகவும் வருத்தப்பட்டார் அண்ணா. அவரால் தான் கஷ்டப்படுகிறேனாம் சொல்லிக் கொண்டிருந்தார். எனக்கு முதலில் கிடைத்த உறவு ரேணு, அடுத்தது அவரு தான் அவர் இப்பொழுது அவராகவே இல்லை. அவர் தெளிவாகவும், சுறுசுறுப்பாகவும், அனைவரையும் கவரும் வண்ணம் பேசுவார். அதை பார்த்து தான் எனக்கு அவரை பிடித்து விட்டது. அவருடைய வசதியை பார்த்து தான் நான் ஒதுங்கி இருந்தேன். ஆனாலும் அவரை மறக்க முடியாமல் தவித்தேன். அதுவும் வெளிச்சமாகி வெளியே வந்து தான் அவருடையவளானேன். என் வாழ்வும் பிரகாசித்தது. திடீரென புயல் அடித்தாற் போல் வாழ்வே முடிந்தது. சர்ஜரியில் கஷ்டப்பட்டதை விட அவர் அவராக இல்லை என்பது தான் இதயம் வெடிப்பது போல் உள்ளது அழுபவளை பாலா சமாதானப்படுத்தினான்.

ரேணுவும் இப்பொழுது மாறி தான் விட்டாள். முன்பு அவ்வளவு சந்தோசமாக இருப்பாள். மதுவை வளர்க்கும் பொறுப்பு மட்டும் தான் இப்பொழுது உள்ளது. மற்றபடி அத்தை, மாமாவிற்காக சந்தோசமாக இருப்பது போல் நடிக்கிறாள்.

ஏன் இவ்வாறு கூறுகிறாய்?

எனக்கு உதவுகிறேன் என்று என்னை விடுதியில் தாக்க வந்தவர்களை விசாரிக்க சென்ற இடத்தில் இருந்த அவளை ஒருவன் சுற்றி சுற்றி வந்து காதலித்தான். அவள் முதலில் கண்டுகொள்ளவில்லை என்றாலும் அவளை பின் தொடர்ந்தான். கொஞ்ச நாளில் அவளையும் காதலிக்க வைத்து விட்டான். நன்றாக தான் போவது போல் இருந்தது. ரகுவும் அவளை அடிக்கடி கிண்டலடித்துக் கொண்டிருப்பார். நாட்கள் நகர்ந்தது. அப்பொழுது அவள் ஒரு பள்ளியில் ஆசிரியராக வேலை பார்த்துக் கொண்டிருந்தாள். ஒரு நாள் வேலை முடிந்து வெளியே வந்த சமயத்தில் கார் ஒன்று வேகமாக வந்து சேற்றை அவள் மீது வாரியடித்து சென்றது. அந்நேரத்தில் அவளது காதலன், அவளை விடுதியில் இறக்கி விடுகிறேன் என்று நல்லவன் போல் குடிக்க நீரும் கொடுத்தான். அவள் குடித்து விட்டு மயங்க, அவளை ஹோட்டலுக்கு இழுத்துச் சென்று கட்டிலில் போட்டு விட்டு, போனில் அவனது நண்பர்களிடம், இது தான் சரியான வாய்ப்பு சீக்கிரம் வாருங்கள். அவளை பிடித்து வைத்திருக்கிறேன் என்று அவ்வறைக்கு வரச் சொன்னான்.

மயங்கிய நிலையில் அவளுக்கு இது கேட்கவே, அவளை அவளே கன்னத்தில் அடித்து அடித்து ஒருவழியாக மயக்கம் தெளிந்து விழித்தாள். சரியாக அனைவரும் உள்ளே வரும் சத்தம் கேட்டது.

ஒரு நிமிடம் யோசித்தவள், அங்கே இருந்த பூ பாட்டில்களை உடைத்து தன்னுடைய துப்பட்டாவில் திணித்து சரமாரியாக தாக்க ஆரம்பித்தாள். ஆனால் சுற்றி வளைத்து அவளை பிடித்தனர். மனம் சோர்வடையாமல் கையில் இருந்த பேனாவை வைத்து தாக்கினாள். வலி தாங்காமல் அவளை விடவே, கண்ணாடி பாட்டிலை எடுத்து ஒருவனது கையை கிழிக்க, மற்றவர்கள் பயந்து ஓடினர். காதலித்தவனோ அப்பொழுதும் விடாமல் இருக்கவே அவனையும் பாட்டிலால் அவனது தலையை அடித்து விட்டு பேனாவால் தொண்டையில் குத்தி விட்டு ஓடினாள்.

அவனுடைய நண்பர்கள் அவள் பக்கம் அனைத்தையும் மாற்ற, காதலன் ரேணுவை மிரட்டுவதற்காக வைத்திருந்த கேமரா மூலம் பதிவாகிய உண்மை வெளிவர, போலீஸ் அனைவரையும் பிடித்தனர். அவன் பணக்காரன் என்பதால் வெளி வர வாய்ப்புள்ளது என்று ரகு தான் அவனை வெளிவராது பார்த்துக் கொண்டார்.

அதிலிருந்து ஆண்கள் பக்கம் வந்தாலே அவளுக்கு பதற்றம், நடுக்கம், மயக்கம் கூட வரும். அவளுடைய மனது மிகவும் பாதிக்கப்பட்ட நிலையில் உள்ளது. அந்த கஷ்டமான சூழலில் தான், மதுவை பார்த்து வளர்க்க ஆரம்பித்தாள். அத்தைக்கு பெரிதும் விருப்பமில்லை என்றாலும் அவளுக்காக ஒத்துக் கொண்டார். அவள் கல்யாணத்தையே வெறுக்கிறாள். என் வாழ்க்கையை பார்த்து, தன் வாழ்க்கையில் மதுவை தவிர வேறு யாருக்கும் இடமில்லை என்று முடிவெடுத்து விட்டாள்.

அனைத்தையும் கேட்ட பாலாவின் முகம் வாடியது.

ரகுவிடமும்,, மாமாவிடமும் மட்டும் தான் சாதாரணமாக பேசுவாள். உங்களை பற்றி நல்ல விதமாக கூறி இருக்கிறேன். உங்களிடமும் பழகுவாள் என்று தோன்றுகிறது.

இருவரும் எப்படி எதுவும் நடக்காதது போல் இருக்கிறீர்களோ!

அதற்காக அழுது கொண்டே இருக்க முடியுமா? என்ன!

அவனுக்கு எத்தனை ஆண்டுகள் சிறை தண்டனை?

ஐந்து ஆண்டுகள் என்று நினைக்கிறேன்.

என்ன சொல்கிறாய்? ரேணு மனதளவில் மட்டும் தானே பாதிக்கப்பட்டு இருக்கிறாள். அதற்கு இரண்டாண்டுகளுக்கு குறைவான தண்டனை தான் கொடுப்பார்கள்.

என்ன! அப்படியென்றால் அவன் வெளியே தான் இருப்பானா? ஸ்வேதா பதட்டமாக,

கண்டிப்பாக வெளியே வந்திருப்பான். அவன் ரேணுவை தேடினாலும் பரவாயில்லை. நான் பார்த்துக் கொள்கிறேன். நீ பயப்படாதே!அவளிடம் இதை பற்றி கூறாதே! பாலா கூற,

அண்ணா இது எனக்காகவா! உனக்காகவா!

பாலா அதிர்ச்சியுடன் ஸ்வேதாவை பார்த்து விட்டு சிரித்தான்.

டேய், அண்ணா அவள் முன் போலில்லை. கோபக்காரியாக மாறி விட்டாள். "ஆல் தீ பெஸ்ட்"

அவன் சிரித்துக் கொண்டே வெளியே சென்றான்.

மருத்துவரிடம் சென்று ஸ்வேதாவின் உடல்நிலையை பற்றி விசாரித்து விட்டு அவனது அம்மாவிடம் வந்து மருத்துவர் கூறியதையும், ரேணுவை பற்றியும் கூறினான்.

அட, பாவம்பா அந்த பொண்ணு அதனால் தான் கல்யாணத்தை பற்றி பேசிய போது, முடியாது என்று ஆணித்தனமாக கூறினால் போல,

கல்யாணத்தை பற்றி அவளிடம் எதற்காக பேசினீர்கள்?

என் மகனிற்கு தான் அந்த பெண்ணை பிடித்து விட்டதே! அதனால் தான் சும்மா கேட்டு பார்த்தேன்.

அதெல்லாம் ஒன்றுமில்லை அம்மா.

உன்னை பார்க்கும் போதே நன்றாக தெரிகிறதே!

சிரித்து மழுப்பிக் கொண்டு, ரகு வீட்டிற்கு சென்று ஸ்வேதாவுடைய பையை எடுத்துக் கொண்டு, மதிய சாப்பாட்டை வாங்கி வந்து கொடுத்து விட்டு வேலைக்கு செல்கிறேன்.

அம்மாவும் சிரித்துக் கொண்டே சரி என்றார்

பாலா வீட்டினுள் நுழைய ரேணு வேகமாக ஓடி வந்தாள். பாலா வருவதை கவனிக்காத ரேணு, திரும்பி மதுவை பார்த்துக் கொண்டே வந்து பாலா மீது மோத, கீழே விழாமல் அவன் பிடிக்க, இருவரும் பார்த்துக் கொண்டிருக்க நினைவு வந்து ரேணுவிற்கு ஏதேனும் ஆகி விடுமோ நினைத்து கீழே விட்டான்.

அய்யோ அம்மா! வலிக்குதே கத்தினாள்.

தெரியாமல் கீழே விட்டேன் என்று மன்னிப்பு கேட்டுக் கொண்டே ஓரமாக சிரிக்க,

சிரிக்காதீர்கள் சார். கோபமாக அவள், நீங்கள் தான் பிடித்தீர்களே! ஏன் கீழே விட்டிர்கள்?

அப்புறம் சிந்தித்து விட்டு, அய்யோ அத்தை கத்திக் கொண்டே எழ,

காலில் சுளுக்கு பிடித்து விட்டது. முடியாமல் தத்தி தத்தி நடக்க,

ஏன்டி, கத்திக் கொண்டே இருக்கிறீர்கள்? மகா அத்தை கேட்டுக் கொண்டே வர,

ரேணு, பாலாவின் அருகே சென்று அத்தை இங்கே பாருங்களேன் என்று அவனது கையை அவள் கண்ணை மூடிக் கொண்டு தொட, அவளுக்கு ஏதும் செய்யவில்லை என்று பார்த்த அத்தையின் கண்ணில் நீர் கோர்க்க, மேலும் அவனது கன்னத்தையும் தொட்டாள். அவனோ அசையாமல் அவளையே பார்க்க, ரேணு அதை கூட அறியாது அவனது மார்பினை தொட வர, அத்தை வேகமாக வந்து, அவளது தலையில் ஒரு குட்டு வைத்து,

என்னடி பண்ற? எனக்கு புரிகிறது. அதற்காக இப்படியா செய்வ?

மன்னித்து விடுங்கள் தம்பி.

அவள் மீதுள்ள மயக்கம் தெளிந்து, அவளது கால்...

காலிற்கு என்ன?

முகத்தை பாவம் போல் வைத்துக் கொண்டு, சுளுக்கு பிடித்து விட்டது என்றாள். அவனோ அவளை ரசிக்க, அதை பார்த்த அத்தை, உட்காருங்கள் தம்பி.

மதுவோ கையில் ஒரு போட்டோவை வைத்துக் கொண்டு ஆட்டி ஆட்டி வெறுப்பேற்றிக் கொண்டிருந்தாள்.

அத்தை அவளை கொடுக்க சொல்லுங்கள் மதுவுடன் சேர்ந்து குழந்தை போல் பேச,

அடியே, சும்மா இருடி அத்தை கூற, பாலா சிரித்தான்.

இவளுக்கு மருந்து போட்டு விட்டு வருகிறேன்.

அவசரமில்லை மெதுவாக வாருங்கள்.

ரேணு, அத்தையின் தோள் மேல் கை போட்டுக் கொண்டு அவளது அறைக்கு செல்ல,

மது குட்டி, இங்கே வா? கூப்பிட்டான் பாலா.

இது என்ன போட்டோ? இது யாரு நீயா?

மது சிரித்துக் கொண்டே, இது நானில்லை ரேணுக்கா தான். அக்காவிடம் இதை வாங்க தான் ஓடி வந்தேன். அக்கா விழுந்து விட்டாள் சோகமாக கூற,

என்னுடைய டெடிகுட்டி இதற்கெல்லாமா வருத்தப்படுவது? உன்னுடைய அக்கா வலிமையான்வள். சீக்கிரம் சரியாகி

விடுவாள். நான் மேஜிக் செய்து உன்னுடைய அக்காவை சரி செய்து விடுவேன்.

உங்களுக்கு மேஜிக் தெரியுமா?

ம்ம்... நன்றாகவே தெரியும்.

செய்து காட்டுங்களேன்.

செய்யலாமே! ஆனால் இன்று இல்லை. இன்னொரு நாள் செய்து காட்டுகிறேன்.

உங்களை நான் எப்படி கூப்பிடுவது?

பாலாவென்று கூப்பிடு.

பெயரை சொல்லி அழைத்தால் அக்கா திட்டுவாள்.

அவள் ஏதும் கூறாமல் நான் பார்த்துக் கொள்கிறேன்.

பாலா நீயாவது என்னுடன் விளையாட வருவாயா?.

உன்னுடைய அக்காவுடன் விளையாடலாமே?

அவள் என்னுடன் விளையாட வர மாட்டாள். அவள் வேலை முடிந்தவுடன், அவளது அறைக்கு சென்று விடுவாள்.

நீ எப்பொழுது விளையாட நினைக்கிறாயோ, அப்பொழுது ரேணுவுடைய போனில் என்னை கூப்பிடு, உடனே வந்து விடுவேன்.

மது சிரித்துக் கொண்டே, போன் செய்தவுடன் வந்து விட வேண்டும். சரியா?

கண்டிப்பாக வந்து விடுவேன்.

பாலா, நீ என்னுடனே இருப்பாயா? சரியாக மகா அத்தை கீழே வந்து, இருவரும் என்ன பேசிக் கொண்டிருக்கிறீர்கள்?

அத்தை, பாலா எப்பொழுதும் நம்முடனே இருக்கட்டுமா? மது கேட்க,

அதிர்ச்சியுடன், நீ என்ன கூறுகிறாய்?

உன்னுடைய அக்கா ஒத்துக் கொண்டால், நாம் எப்பொழுதும் ஒன்றாகவே இருக்கலாம் பாலா கூற,

என்ன தம்பி சொல்கிறீர்கள்?

ஆமாம் ஆன்ட்டி, எனக்கு ரேணுவை பிடித்திருக்கிறது. நான் அவளை காதலிக்கிறேன்.

மகா அத்தை என்ன சொல்வதென்று தெரியாமல் அமைதியாக இருக்க,

மது பாலாவிடம், பாலா என்னை வெளியே அழைத்து செல்கிறாயா?

ஏய் மது, என்ன அவரை பெயர் சொல்லி அழைக்கிறாய்? சத்தமிட,

நான் தான் அவ்வாறு அழைக்க சொன்னேன் பாலா அத்தையிடம் கூற,

இல்லை தம்பி இருந்தாலும் என்று அத்தை யோசிக்க,

அதனால் ஒன்றுமில்லை. அவள் அவ்வாறே அழைக்கட்டும் என்றான் கனிவாக.

அவரும் எதுவும் கூறாமலிருக்க, மது பாலா மீது தாவிக் கொண்டாள்.

மது பாலாவுடன் நெருக்கமாக இருப்பது மகிழ்ச்சியாக இருந்தாலும், ரேணு என்ன செய்வாளோ என்று மனதினுள் வருந்தினார்.

வாருங்கள் சாப்பிடலாம் என்று பாலாவிற்கு சாப்பாடு பரிமாறினார்

சாப்பிட்டுக் கொண்டே பாலா ரேணுவை பற்றி விசாரித்தான்.

சுளுக்கு தான் தம்பி, சீக்கிரம் சரியாகி விடும்.

என்னை மன்னித்து விடுங்கள் ஆன்ட்டி. ரேணு கீழே விழாமல் பிடித்திருக்கலாம். எனக்கு அவளுடைய பிரச்சனை தெரியும். அதனால் தான் விட்டு விட்டேன்.

உங்களுக்கு எப்படி தெரியும்?

ஸ்வேதா தான் கூறினாள். அதனால் அவளை தவறாக எண்ணி விடாதீர்கள். பிரச்சனை நேரத்தில் உதவுவேன் என்று தான் கூறி இருப்பாள்.

எனக்கு ஸ்வேதாவை பற்றி நன்றாகவே தெரியும். காரணமில்லாமல் அவள் எதையும் செய்ய மாட்டாள். ரேணுவை

நினைத்தால் தான் கவலையாக உள்ளது. அவள் எப்பொழுது தான் சரியாவாளோ....

கவலைப்படாதீர்கள் ஆன்ட்டி. அவளுக்கு ஆண்கள் மீதுள்ள வெறுப்பு, பயத்தை நீக்கி விட்டால், பழைய நிலைக்கு வந்து விடுவாள்.

சரி, ரசம் ஊற்றவா?

ம்ம்.... என்றான்.

சாப்பிட்டு முடித்தவுடன் பாலா, நான் ரேணுவை பார்க்கலாமா?

பாருங்கள்.

ரேணுவின் அறைக்கு சென்றான். அங்கங்கு நட்சத்திரங்கள் கண்ணில் பட, சிறு குழந்தை போல் உறங்கிக் கொண்டிருந்தாள். அவளருகே அமர்ந்து, அவளது தலையை கோதினான். ரேணு உன்னுடைய பிரச்சனை சரியாகும் வரை உன்னுடனே இருப்பேன். என்னுடைய காதல் மொட்டாகவே உள்ளது. அதனை மலராக விரித்து அழகான மணத்தை பரப்புவேன் என்று அவளை பார்த்துக் கொண்டே மனதில் நினைத்தான்.

"மொட்டாகி

மலராகி

காதல் மணம்

எங்கும் பரவி

கிடக்க

மனமெங்கும்

பூஞ்சோலையாக

என் காதல்

வலையில்

பின்னிபிணைந்து இருக்க

நீயும்

காதல் செய்வாயாக

என்னை!"

பின் அறைக்கு வெளியே வந்து, டெடி அக்காவை நன்றாக பார்த்துக் கொள் கூறி விட்டு அகல, மாமா அவனை பார்த்து உள்ளே அழைத்துச் சென்றார்.

அன்று கூறினேனே! அந்த ரௌடியை உன் தங்கை திருமணம் செய்து கொண்டாள். சில நாட்கள் நன்றாக தான் இருந்திருக்கிறார்கள். அவன் செய்த தவறால் உன் தங்கை காயப்படக் கூடாது என்று விலகவே, அவள் வறுமையில் வாடி இருக்கிறாள். தங்க இடமும், சாப்பாட்டிற்கு கூட தவித்திருக்கிறாள்,

இருந்தும் அனைவரிடமும் திமிராக பேசியதால் சமூகத்தின் ஏளனப்பேச்சும், மற்றவர்கள் அவளை காயப்படுத்தவும், தாங்க முடியாமல் தற்கொலை செய்திருக்கிறாள்.

அவன், அவள் இறந்த பிறகு பார்த்த போது கதறி அழுதான்.

காவலர்களிடம் விசாரித்தால் பெரிய இடத்து பெண்ணை கொலை செய்திருக்கிறான் என்றனர். அவனிடம் பேச முயற்சி செய்தேன். ஆனால் சொந்தங்களுக்கு மட்டுமே பார்க்க அனுமதி கிடைக்கும் என்று கூறி விட்டார்கள். நீ பேசி பார்.....

நான் எதற்கு அவனிடம் பேச வேண்டும்? கோபமாக கேட்க,

உங்கள் நிலை எனக்கு புரிகிறது? நடந்த எதுவும் முழுமையாக உங்களது தங்கைக்கு தெரியாது. அவளுக்காகவாது தெரிந்து கொள்வது அவசியம். அவர் மீது தவறில்லாமல் தண்டனை அனுபவிக்க கூட வாய்ப்புள்ளது தானே என்றவுடன், பாலாவும் சிந்தித்து விட்டு, பார்க்கிறேன் என்று கூறி சென்றான்.

வெளியே வந்து அத்தையிடம் சொல்லி விட்டு, மதுவிற்கு பை கூறி விட்டு சென்றான்.

ரகு வீட்டிற்கு சென்றான் பாலா. ரகு பாலாவிடம், ஸ்வேதாவை பற்றி விசாரித்தான். ராஜம்மாவும் அவளை பற்றி கேட்க, அவர்களிடம் பேசி விட்டு, ரகுவிடம் தனியாக பேச அழைத்து சென்றான். இருவரும் தோட்டத்திற்கு வந்தனர்.

எனக்கு சில பொருட்கள் கிடைத்துள்ளது என்று கேமிரா, மேக் அப் பொருட்கள், மோதிரம் ஒன்றை எடுத்து காண்பித்தான்.

அது.... என்னுடையது தான். எங்களுடைய நிச்சய மோதிரம் என்றான் கண்கலங்கிய படி,

பாலாவும், ரகுவும் பேசிக் கொண்டிருக்க, தூரத்தில் இருந்து ஒருவன் ரகுவை துப்பாக்கியால் இரு முறை சுட்டான். முதல் தோட்டா அவனது கையை துளைக்க ரகு கீழே விழுந்தான். இரண்டாம் முறை சுடும் போது பாலா ரகுவை காப்பாற்றி விட்டான். துப்பாக்கி சத்தம் கேட்டு, ராஜம்மா காபி தம்ளரை நழுவ விட்டார். பின் ரகுவை பார்த்து,

அய்யோ தம்பி! உங்களுக்கு என்னாயிற்று? கத்திக் கொண்டே அழ, ரியாவும் வந்தாள். பாலா அவனை விரட்ட, கொலை செய்ய வந்தவனோ தப்பி ஓடி விட்டான்.

ரியா, அப்பா... அப்பா... அழ, அவளை அணைத்துக் கொண்டார் ராஜம்மா. இருவரும் ரகுவை பாலா வந்த ஜீப்பில் போட்டு ரியாவையும் அழைத்துக் கொண்டு ஸ்வேதா இருக்கும் மருத்துவமனையிலே சேர்த்தனர். ரகு வலியில் துடித்தான். மருத்துவர்கள் சிகிச்சையை ஆரம்பித்தனர்.

ரியா அழுவதை பார்த்து, பார்வதியம்மா சேதி அறிந்து வந்திருப்பார். அவர் அவளை கட்டிக் கொண்டு, அப்படியே ஸ்வேதா அறைக்கு அழைத்துச் சென்றார்.

ரியாம்மா எதற்காக அழுகிறீர்கள்? ஸ்வேதா கேட்க,

அப்பாவிற்கு இரத்தம்....

இரத்தமா? அம்மா என்ன ஆயிற்று அவருக்கு? எழ முயற்சி செய்தாள். அவரை பார்க்க வேண்டும் என்று தவித்தாள்.

பார்வதியம்மா ஸ்வேதாவை சமாதானப்படுத்த, ரியாவை ராஜம்மா பார்த்துக் கொண்டார்கள்.

சிகிச்சை முடிந்து மருத்துவர்கள் வெளியே வந்து, தோட்டா கையில் மட்டும் பட்டால் எந்தவொறு பாதகமும் இல்லை. அவரை நன்றாக பார்த்துக் கொள்ளுங்கள். கொஞ்ச நேரம் கழித்து உள்ளே செல்லுங்கள். அவர் நன்றாக தூங்கி எழட்டும் கூறி விட்டு சென்றார்.

அவர் செல்லவும், அங்கே ஒருவன் வந்து ரகுவின் அறையை நோட்டமிட்டு கொண்டிருக்க, அதை கவனித்த பாலா, அம்மாவிடம்

என்னம்மா, இப்படி கூறி விட்டார்கள். அவருக்கு பலமான அடி போல, காப்பாற்றுவது கடினம் என்று கூறுகிறார்களே! கண் சைகை காட்ட,

இப்பொழுது என்னப்பா செய்வது? அவன் மீது சாய, மெதுவாக நீங்கள் ரகுவை பார்த்துக் கொள்ளுங்கள்.

அவன் வேகமாக வண்டியை எடுத்துக் கொண்டு செல்ல, பாலாவும் அவனை பின் தொடர்ந்தான்.

அவன் ஒரு பெரிய வீட்டிற்குள் நுழைந்தான். அது ராசாத்தியின் வீடு. உள்ளே சென்று கொஞ்ச நேரத்தில் அவன் வெளியே வந்து வண்டியை எடுக்க, மீண்டும் பாலா அவனை பின் தொடர்ந்தான். மருத்துவமனை வந்தனர். பாலா அம்மாவிற்கு போன் செய்து ஏதோ கூறினான். அவன் நேராக ரகுவின் அறை அருகே செல்ல, அங்கே யாரும் இல்லை. இது பாலாவின் திட்டம் தான். உள்ளே சென்றவன் கத்தியை எடுத்து ரகு மீது வீச, பாலா கட்டிலின் பின்னே இருந்து அதை பிடித்து, அவனையும் பிடித்து கையை முறுக்கி, அவனை உட்கார வைத்தான்.

யார் நீ? எதற்காக ரகுவை கொல்ல வந்தாய்? ராசாத்திக்கும் உனக்கும் என்ன சம்பந்தம்? அவன் அமைதியாக இருக்க, பாலா அவனை மிரட்டினான். உன்னுடைய குடும்பத்திடம் பேசுகிறாயா? ஸ்டேசனுக்கு போன் செய்து பேச வைக்கவும், அவன் உண்மையை கூற ஆரம்பித்தான். சத்தம் கேட்டு ரகு விழித்தான்.

என் பெயர் சமர். ராசாத்தியின் ரகசிய உளவாளி. எனக்கு வந்த வேலை, அவரை கொல்வது. அவர் மதுரையில் ரயில் ஏறியதிலிருந்து பின் தொடர்ந்து வருகிறேன். முதலில் அந்த பெண்ணை தான் கொல்ல சொன்னார்கள்.

ஸ்வேதாவையா? ரகு கேட்க,

ஆமாம்.

அவளை எதற்காக?

காரணமெல்லாம் தெரியாது சார். ராசாத்தி மேடம் தான் கூறினார்கள்.

அவளுக்கும், ஸ்வேதாவிற்கும் என்ன சம்பந்தம்?

அவளை முடித்தால் பத்து கோடி என்றனர்.

பத்து கோடியா? ரகு கேட்க,

ஸ்வேதா பெரிய இடத்து பொண்ணா? என்ன?

போலீஸ் சார், அன்று கூட அவளை காப்பாற்றினீர்களே!அன்றும் கொலை முயற்சி தான். ரகு சாருடன் அவள் வரும் போது தான், நாங்கள் நினைத்தது போலவே மாட்டினாள். அவரை காப்பாற்றுவதாக நினைத்து அவளாகவே கத்தி குத்தை வாங்கிக் கொண்டாள். ரகு மேல் மித்து வைத்துள்ள காதலை புரிந்து கொண்டான் பாலா.

அன்று சண்டை போடும் போது, எங்களை யாரயாவது பார்த்து இருப்பீர்களோ என்று தான் உங்களை கொலை செய்ய வந்தேன்.

மதுரையில் உள்ள எல்லா பணக்காரர்களையும் எனக்கு தெரியும். கொலை செய்ய சொன்னது யார்? என்று கூறு ரகு கேட்க,

யாரென்று எங்களுக்கு தெரியாது.

சரி, நீ கொஞ்சநாள் ஜெயிலில் இரு. அதுதான் உனக்கு நல்லது பாலா கூற,

சார், என்னை தயவு செய்து விட்டு விடுங்கள். நாங்கள் வேற ஊருக்கு சென்று பிழைத்துக் கொள்கிறோம். பாலா அவனை முறைத்தவாறு இருக்க,

எனக்கு இன்னொரு செய்தியும் தெரியும். நீங்கள் என்னை விட்டு விட்டால் நான் கூறுவேன் சமர் கூற,

என்னடா, பிளாக்மெயில் பண்றியா? சற்று யோசித்து விட்டு, உன்னை விட்டு விடுகிறேன். நீ மறுபடியும் அவர்களுடன் சேர்ந்தால் கொன்று விடுவேன் மிரட்ட,

கொலை செய்ய சொன்னவனுக்கு இவ்வூரிலும் கம்பெனி இருக்கிறதாம். இன்னும் இரண்டு வாரத்தில் அவன் சென்னை வர போகிறானாம். இவனை சாட்சியாக கருதி, நீ செல்ல நானே ஏற்பாடு செய்கிறேன் என்று அவனது குடும்பத்தை பேருந்து நிலையத்திற்கு வர வைத்து, பாலாவே அனுப்பி வைக்க, திடீரென பேருந்தை வழி மறைத்து, நீ எங்கேயும் செல்ல வேண்டாம் என்று மருத்துவமனைக்கே அவனையும், குடும்பத்தையும் அழைத்து வந்து, உடல் நலமில்லாதவன் போல்

நடித்து இங்கேயே இருந்து கொள்ளுங்கள். இந்த அறையை விட்டு யாரும் வெளியே வராதீர்கள். உங்களுக்கு தேவையான அனைத்தையும் நானே கொண்டு வந்து தருகிறேன். மூன்று நாட்கள் பொறுத்துக் கொள்ளுங்கள் அவ்வறையில் விட்டு சென்றான்.

ரகுவிடம் வந்து அவனது கையை பற்றி விசாரிக்க, வலி இருக்கிறது. நானும் அந்த கொலைகாரனை பற்றி கண்டறிய உதவுகிறேன் ரகு கூற,

வேண்டாம், நீங்கள் ஓய்வெடுங்கள். நான் பார்த்துக் கொள்கிறேன்.

ரகு, ஸ்வேதாவை பற்றி விசாரித்தான்.

அவளால் எழ முடியவில்லை. வலி இருக்கிறது. மெதுவாக பேசுகிறாள். ரகுவிடம் பேசி விட்டு, ரேணுவிற்கு போன் செய்து, உனக்கு எப்படி இருக்கிறது?

என் மேல் உங்களுக்கு என்ன ஒரு அக்கறை! நான் கீழே விழுந்த போது அப்படி சிரித்தீர்கள்?

ஹே, நீ அதனை சீரியசாக எடுத்துக் கொண்டாயா? நான் சும்மா விளையாட்டிற்காக தான் சிரித்தேன்.

ஒருவர் கீழே விழுவதை பார்த்து விளையாட்டிற்காக யாராவது சிரிப்பார்களா?

அதை விடும்மா என்று மருத்துவமனையில் நடந்த அனைத்தையும் கூறினான்.

இதற்கு காரணம் திலீப்பாக தான் இருப்பான். அவனை சும்மா விடக் கூடாது. அண்ணா இப்பொழுது எப்படி இருக்கிறார்? என்று கேட்க,

வலியுடன் தான் இருக்கிறான். திலீப் தான் காரணமென்று கூற முடியாது. முதலில் அதற்கான சாட்சியை கண்டறிய வேண்டும்.

ரேணு உன்னால் மதுவுடன் ரியாவையும் சேர்த்து கவனித்துக் கொள்ள முடியுமா?

நான் பார்த்துக் கொள்கிறேன். ஆனால் அண்ணா ஒத்துக் கொள்ள மாட்டாரே!

ரகுவை சம்மதிக்க வைப்பது என்னுடைய பொறுப்பு.

ரொம்ப சந்தோசம் பாலா. ரியாவுடன் பேசியே வெகு நாளாகி விட்டது. அவளுக்காக காத்திருப்பேன் ரேணு கூறினாள்.

இதுவரை என்னை சார் என்று தானே கூப்பிடுவாள். இப்பொழுது உரிமையாக பாலா என்று கூப்பிடுகிறாளே என்று மகிழ்ச்சியடைந்தான். இருவரும் பேசியவுடன் போனை துண்டித்து விட்டு, ரகுவிடம் பேச ஆரம்பித்தான் பாலா.

ரகுவோ யாரென்று தெரியாதவர்களிடம் ரியாவை எப்படி விடுவது? அவளை ராஜம்மா பார்த்துக் கொள்வார்.

அவர்கள் உங்களையும் பார்த்துக் கொண்டு, ரியாவையும் எப்படி பார்த்துக் கொள்ள முடியும்? இப்பொழுது நிலைமையும் சரியில்லை எந்த நேரம் எவன் எப்படி வந்து தாக்குவான் என்று கூற முடியாது. நான் சீக்கிரமே பிரச்சனையை சரி செய்ய பார்க்கிறேன். அதுவரை அனைவரும் ஒன்றாக இருந்தால் தான் பாதுகாப்பாக இருக்க முடியும். ராஜம்மாவும் ரியாவுடனே இருக்கட்டும்.

அதுமட்டுமல்லாமல் மது பாப்பாவும் அங்கே தான் இருக்கிறாள். ரியாவிற்கு விளையாடவும் ஆள் இருக்கும். என்னுடைய அம்மாவும் இருக்கிறார். அவரும் பார்த்துக் கொள்வார் கூற, யோசித்து விட்டு சரி என்றான்.

நன்றாக பார்த்துக் கொள்வார்கள் தானே!

இரண்டே நாட்கள் தான். ரியாவிற்கு நான் பொறுப்பு.

என் உயிரே ரியா தான்.

நீங்கள் கவலைப்படாதீர்கள்!. அவளை நன்றாக கவனித்துக் கொள்கிறோம்.

ரியாவை ரகுவிடம் அழைத்து வந்து காட்டி விட்டு, கிளம்புகிறோம் என்று அங்கிருந்து அழைத்துச் செல்ல, ரகு வருத்தத்துடன் இருந்தான்.

பாகம் 11

ரியாவையும், ராஜம்மாவையும் அவர்களது வீட்டிற்கு அழைத்து சென்று இரண்டு நாட்களுக்கு தேவையான உடைகளை எடுத்துக் கொண்டு, மகா வீட்டிற்கு வந்தனர்.

ரியா உனக்காக நான் ஒரு பரிசு வைத்திருக்கிறேன். நீ அதற்காக கொஞ்ச நாட்கள் காத்திரு. அது உனக்கு கிடைக்கும் பாலா கூற,

அங்கிள், என்ன பரிசு?

அது தான் ரகசியம் கூறிக் கொண்டே வீட்டினுள் நுழைய, ரேணு ரியா பார்த்தவுடனே அவளை அணைத்து ஆசை தீர முத்தமிட்டாள். என் செல்லமே ஆன்ட்டியை பார்க்க இத்தனை நாளா?

ரேணு ஆன்ட்டி,... நீங்களா? என்று ரியாவும் ரேணுவை அணைத்துக் கொள்ள, மது அங்கே வந்தாள். அவளை பார்த்தவுடன் ரியா மகிழ்ச்சியாக அவளை நோக்கி ஓடி வர, மதுவும் அவளை பார்த்து மகிழ்ந்தாள்.

ரியா, மதுவிடம் நீ ரேணு ஆன்ட்டியுடன் தான் இருக்கிறாயா?

ஆமாம், என்னுடைய அக்கா... கூற

அக்கா, அன்று மித்து ஆன்ட்டியை பார்க்க சென்றோமே! அன்றே நாங்கள் தோழிகளாகி விட்டோம். ரேணு இருவரையும் பார்த்து புன்னகைக்க,

அய்யோ! அவள் பெயர் மித்து அல்ல, ஸ்வேதா.... கூற,

இல்லை மித்து தான் என்று இருவரும் மாறி மாறி பேச,

சரி, சரி...... சண்டை போடாதீர்கள். அவள் பெயர் ஸ்வேதா தான். அவளை மித்து என்றும் கூறுவோம் ரேணு கூற, ரியாவின் முகம் மாறியது.

அதை கவனித்த ரேணு, என்ன ஆயிற்று டா?

என்னுடைய அம்மாவின் பெயரும் மித்து தானே! உங்களுக்கு தெரியும் தானே ஆன்ட்டி கூற, அவளுக்கு என்ன கூறுவதென்று தெரியாமல் ரேணு கண்கலங்க, பாலா ரியாவை தூக்கிக் கொண்டு, உன்னுடைய அம்மா பெயர் அழகாக இருப்பதனால் ஸ்வேதா அவளது பெயரை மித்து என்று செல்ல பெயராக வைத்துள்ளாள் என்று கூறி சமாளித்தான்.

அப்படியென்றால் நான் அவளை மித்து என்று கூப்பிடவா? நீ ஸ்வேதா என்றே கூப்பிடு என்றான்.

உள்ளே வாருங்கள் என்று அனைவரையும் உட்கார வைத்து, ராஜம்மாவும், மகாலட்சுமியும் பேசி கொண்டிருக்க, குழந்தைகள் விளையாட, பாலா அங்கிருந்த சோபாவில் சாய்ந்து கண்ணை மூடி படுத்திருந்தான்.

குழந்தைகளுக்கு பாலை ஆற்றி கொடுத்து விட்டு, காபி போட்டு எடுத்து வந்து அனைவருக்கும் கொடுத்தாள். பாலா உறங்கி கொண்டிருக்க, அவனை எழுப்பாமல் அவனுக்கு எடுத்து வந்ததை உள்ளே எடுத்து செல்ல, அவளது அத்தை கவனிக்க, ராஜம்மாவும் கவனித்து சிறு புன்னகையை உதிர்த்தார்.

கொஞ்ச நேரத்தில் பாலா எழுந்திருக்க, நேரமாகி விட்டது. இப்படியா அயர்ந்து தூங்குவேன் மனதினுள் நினைத்தவாறு, நான் கிளம்புகிறேன் ஆன்ட்டி கூற,

அவரோ, நான் ஒத்துக் கொள்கிறேன் என்று கூற, புரியாமல் விழித்தான் பாலா.

அன்று ரேணுவை பற்றி கூறினாயே! அதற்கு ஒத்துக் கொள்கிறேன் கூற, அவனுடைய காதலுக்கு ரேணுவின் அத்தை ஒத்துக் கொண்டார் என்று மகிழ்ச்சியுடன் அவரது காலில் விழ, எனக்கு இதெல்லாம் பிடிக்காது. யாருடைய காலிலும் விழாதே என்று கூற, மகிழ்ச்சியுடன் சரிங்க ஆன்ட்டி என்றான்.

ரேணு அங்கே வந்து, கிளம்பி விட்டீர்களா? காபி குடித்து விட்டு கிளம்புங்கள் கூற, அவனோ பல்லை காட்டிக் கொண்டே நிற்க, அவள் அவனை ஒருவாறு பார்த்து விட்டு,

எதற்காக இப்படி பல்லை காட்டுகிறீர்கள்?

அவன் ஏதும் கூறாமல் அமைதியானான். மற்றவர்கள் அவனை பார்த்து சிரித்துக் கொண்டிருந்தனர்.

பாலா காபியை குடித்து விட்டு, ரியாவிடம் வந்து, அப்பாவை பார்க்க வேண்டும் என்றால் ரேணுவிடம் கூறு, அவள் என்னிடம் கூறியவுடன் வந்து அழைத்து செல்கிறேன்.

தேங்க்ஸ் அங்கிள், பாலாவின் கழுத்தை கட்டிக் கொள்ள, மதுவும் அவளுடன் சேர்ந்து கொள்ள, பாலா அங்கிருந்து சென்றான்.

ரேணுவின் மாமா கூறியது போல கீதாவின் கணவரை சந்திக்க, ஜெயிலுக்கு சென்றான் பாலா. கோபத்துடன் அவனை முறைத்துக் கொண்டே நிற்க,

நீங்கள் என் மீது கோபமாக இருக்கிறீர்கள் போல, என்னை ரௌடி என்று தானே அனைவரும் கூறுகிறார்கள். அது உண்மையில்லை. நானும் சராசரி மனிதன் தான். என்னை ஒரு பெண் காதலித்தாள். ஆனால் எனக்கு கீதாவை தான் பிடித்தது. உங்களிடமும், அம்மாவிடமும் பேச நினைத்தேன். அவள் தான் தன் வீட்டில் யாரும் தன்னை புரிந்து கொள்ள மாட்டார்கள். நம் காதலையும் ஏற்றுக் கொள்ள மாட்டார்கள் என்று கூறவும் நாங்களே திருமணம் செய்து கொண்டோம். நன்றாகவே நாட்கள் நகர்ந்தது.

அப்படியொரு நாள் தான், கீதாவை யாரோ கொலை செய்ய போகிறார்கள் என்று என்னுடன் படித்த ஒரு பெண் கூறினாள். அதுபோலவே வீட்டிற்கு வெளியே ஆட்களை பார்த்தேன் வேண்டுமென்றே கீதாவுடன் சண்டை போட்டேன். இருவரும் ஒரு நாள் முழுவதும் பேசாமல் இருந்தோம். அப்புறம் யாரும் வீட்டருகே இல்லை. மீண்டும் சமாதானமாகி மகிழ்ச்சியாக இரண்டு நாட்கள் தான் இருந்தோம். வீட்டிற்கு வெளியே அதே ஆட்கள் கத்தியுடன் இருந்தனர். இதற்கு மேல் அமைதியாக இருக்கக்கூடாது என்று அவர்களிடம் சென்று பேசினேன். அவர்கள் கீதாவை விட்டு பிரிந்து செல்ல சொன்னார்கள்.

நான் முடியாது என்று கூறியவுடனே வீட்டிற்குள் கத்தியுடன் செல்ல, கோபத்தில் நானும் அவர்களுடன் சண்டை போட்டேன். கொலையும் செய்து கீதாவிற்கு தெரியாமல் மறைத்து விட்டேன்.

இதனை வீடியோ எடுத்து, என்னை காதலித்த பெண் என்னை மிரட்டினால் அவளை திருமணம் செய்து கொள்ள சொன்னாள். என்னால் முடியாது என்று உறுதியாக கூற, கீதாவை கொலை செய்து விடுவேன் என்று கூறவே மனதை கல்லாக்கிக் கொண்டு, கீதாவுடன் இருக்க முடியாது என்று அவளை விட்டு சென்று தலை மறைவானேன். கீதா கஷ்டப்படுவதை தூரத்தில் இருந்து

பார்த்தேன். எனக்கு அவளது உயிர் தான் முக்கியமாக பட்டது. அதனால் அவளருகே செல்லவில்லை. அவள் கர்ப்பமாக இருப்பது தெரிந்து தான் அவளை சந்திக்க மருத்துவமனைக்கு வந்தேன். அதற்குள் அவள் தவறான முடிவெடுத்து விட்டாள் அழவே ஆரம்பித்தான் அவன். அன்று என்னை போலீஸ் அழைத்து சென்றனர். அவளிடம் தான் அழைத்துச் சென்றனர். அவள் மறுபடியும் திருமணம் பற்றி பேசவே நான் வெறியாகி விட்டேன். நான் என் மனைவியை பறி கொடுத்து நின்றால், அவள் பேசியதை கேட்டு பொறுக்க முடியாமல் அவளை கொன்று விட்டேன்.

பாலாவே அதிர்ச்சியாகி விட்டான். அவளையும் கொன்று விட்டாயா?

ஆமாம்.

நான் நீ வெளியே வர ஏதாவது செய்கிறேன் பாலா கூற,

வேண்டாம். நான் சீக்கிரமே என் மனைவியையும், குழந்தையையும் சந்திக்க போகிறேன் அவன் கூற

பாலா கண்ணிலும் நீர் கசிய,

என்னை கீதாவின் கணவனாக ஏற்று கொள்வீர்கள் தானே!

என் தங்கைக்கான சரியான கணவன் நீ தான் அவன் கை மீது பாலா கை வைக்க,

எனக்கு ஒன்று மட்டும் செய்கிறீர்களா?

கீதாவின் சமாதி அருகே எனக்கும் சமாதி வைக்க வேண்டும் அவன் கேட்க, பாலாவால் தாங்க முடியாமல் அழுதான்.

அதற்குள் பாலாவை கிளம்ப சொல்லி அழைப்பு வரவே, கண்ணை துடைத்துக் கொண்டு வெளியே சென்றான்.

நேராக போலீஸ் ஸ்டேசன் சென்று, பிடித்து வைத்தவர்களை விசாரித்தான் பாலா.

சார், நீங்கள் என்ன தான் விசாரித்தாலும் அந்த பெண்ணை கொல்ல தான் போகிறார்கள்.

என் தங்கையவே கொல்வார்களா?

உங்கள் தங்கையா? அவளை அனாதை என்று கூறினார்களே!

அவள் அனாதையா? நான் இருக்க அவள் எப்படி அனாதையாக முடியும்?

பின் அவனை அவனே கட்டுபடுத்திக் கொண்டு, பத்து கோடி கொடுத்தது யார்?

எங்களால் எதையும் கூற முடியாது அவர்கள் கூறவே, துப்பாக்கியை எடுத்து நீட்டினான்.

சார், பூச்சாண்டி காட்டாதீர்கள் ஒருவன் கூற, அவன் கையிலே சுட்டான் பாலா.

அவன், அய்யோ! அம்மா! என்று கத்த,

இப்பொழுது எப்படி வசதி? பாலா மற்றவன் நெற்றி முன் நீட்ட, மற்றவர்கள் பயந்து கூறுகிறோம் என்றனர்.

மதுரை ஆர். ஹச் சன்ஸ் கம்பெனி முதலாளி ராமச்சந்திரன் கொலை செய்ய சொன்னார்.

பொய் கூறாதீர்கள், அந்த கம்பெனி ரகுவுடையது தானே!

முன்பு அவர் தான் இருந்தார். அவர் எப்பொழுது சென்னைக்கு கிளம்பி வந்தாரோ அப்பொழுதே அனைத்தும் மாறி விட்டது.

அப்படியென்றால் அந்த திலீப்?

அவனுடைய மருத்துவமனையையும் பிடுங்கி விட்டார்கள்.

யார் அந்த ராமச்சந்திரன்?

அனைவரும் தயங்க, கூறுங்கள் துப்பாக்கியை காட்ட,

நாங்கள் கூறினால், எங்களையும் கொன்று விடுவார்கள்.

நீங்கள் ஜெயிலுக்குள் பாதுகாப்பாக இருக்கலாம்.

சார், நாங்கள் என்ன செய்தோம்? உங்களிடம் சாட்சி உள்ளதா? கேட்க, சரி,..... சரி.... ஒருவனது தோளில் கையை போட்டு கொண்டு, உங்களது பாதுகாப்பிற்காக தான் சொல்கிறேன். அங்கு தான் பாதுகாப்பு மிக அதிகம். அதனால் தான் கூறினேன். நீங்கள் என்னுடன் இங்கே இருப்பது எப்படியும் அவர்களுக்கு தெரிந்திருக்கும். வெளியே சென்றால் உங்களை சும்மா விடுவார்களா என்ன! நீங்கள் எதையும் கூறவில்லை என்றால் நம்புவார்களா?

அவர்கள் யோசித்து விட்டு, நாங்கள் உள்ளே செல்கிறோம் கூற, கூறுங்கள் என்று பாலா கேட்க,

அவர்..... என்று தயங்கிக் கொண்டு,...... மரகதம்மாவின் இரண்டாவது கணவர் என்றனர்.

என்னடா கூறுகிறீர்கள்? அதிர்ச்சியோடு கேட்க,

அந்த அம்மாவின் முதல் கணவர் இருக்கும் போதே, இவருடனும் பழக்கம் இருந்தது. இருவரும் ரகசியமாக பார்த்துக் கொள்வார்கள். அந்த திலீப் ராமச்சந்திரனின் மகன் தான். அந்த அம்மாவும் சேர்ந்து தான் இந்த பெண்ணை கொல்ல கூறியது.

எப்படி கம்பெனி மாறியிருக்கும்?

ரகுவின் மனைவி இறந்த சமயம் பார்த்து அவரிடம் ஏதோ கூறி அவருடைய கையெழுத்தை வாங்கிக் கொண்டார்கள்.

ஆனால் திலீப் தான் காரணமென்று ஸ்வேதா கூறினாளே!

அதெல்லாம் எங்களுக்கு தெரியாது. இதுவே மறைந்திருந்து தான் தெரிந்து கொண்டோம்.

போனை எடுத்து அவனது நண்பன் ராஜாவிடம், அந்த விடுதி பெண்ணை அழைத்து வாடா... கூறி விட்டு அவனது டேபிள் மீது காலை வைத்து கண்ணை மூடினான்.

ராஜா, அந்த பெண்ணை ஸ்டேசனுக்கு அழைத்து வந்து, நீ உள்ளே செல்...

உள்ளே அவர் இருக்கிறாரா? அவள் கேட்க,

எவர்மா?

எங்கள் விடுதிக்கு என்னை தேடி வந்தாரே! அவர்.. குனிந்து கொண்டே பேச, அவளை ஒரு மாதிரி பார்த்து விட்டு, இருக்கிறான் என்றான் கடுகடுப்புடன்..

அவள் உள்ளே வந்து, அவன் கண்ணை மூடி இருப்பதை பார்த்து விட்டு, அவனருகே மெதுவாக வந்து உற்று பார்த்துக் கொண்டிருக்க, அவன் சட்டென விழித்து பயந்து,

ஏய், என்ன செய்கிறாய்? மிரட்டும் தொனியில் பேச, அவள் பயந்து பின்னே வர, வந்து கொண்டிருந்த ராஜாவின் மீது மோதி மீண்டும் பயந்து பின்னே செல்ல, மினரல் வாட்டரை தட்டி நீரை கொட்டி விட்டு மீண்டும் பயப்பட, இருவரும் அவளை பார்த்து முறைக்க, விழிக்க விழிக்க படபடப்புடன் இருக்க, கைதிகளுள் ஒருவன் அவளை பார்த்து விட்டு பாலாவை முறைக்க,

உட்காரும்மா,.... அவளை முறைத்த படி ராஜா கூற, அவளே பயந்து இருக்கிறாள். ஏன்டா, நீயும் பயமுறுத்துகிறாய்? சும்மா இருடா பாலா கூற,

மச்சான், யாரையும் சாதாரணமாக எடை போட்டு விடாதே! அவள் ராஜாவை முறைக்க,

கைதிகளை வெளியே வர வைத்து, அவர்களை பார்த்துக் கூறு. இவர்களில் நீ யாரை பார்த்தாய்?

பாலாவை முறைத்தவனை அவள் கையை காட்ட, மற்றவர்கள் அவனை பார்த்து, சாட்சி உள்ளது என்று உனக்கு தெரியுமா? கைதிகளே சண்டை போட ஆரம்பிக்க, அந்த பெண்ணை விலக்கி விட்டு, ராஜாவும், பாலாவும் நிறுத்துங்கடா கத்த, அவர்களுள் ஒருவன் மட்டும் அந்த பெண்ணை தாக்க வர, ராஜா அங்கிருந்த நாற்காலியை எடுத்து அவன் தலையில் போட, அவனுக்கு இரத்தம் பொள பொளவென கொட்ட, அந்த பெண் காட்டி கொடுத்த கைதி மட்டும், அவளை ஏதும் செய்து விடாதே! கத்த, அனைவரும் அவனை பார்த்தனர்.

எனக்கு அவளை பிடிக்கும். நான் அவளை ஏற்கனவே பார்த்திருக்கிறேன்...

அவளோ, இல்லை சார் எனக்கு இவன் யாரென்று தெரியாது பதற,

தெரியவில்லை என்றால் எதற்காக பதறுகிறாய்? கூறு ராஜா கேட்க,

அதற்கு அவன், அவளுக்கு பாலா சாரை பிடிக்கும் என்றான்.

என்ன! என்னையா? அ வளை பார்க்க, அவளது கண்கள் கலங்கியது.

சட்டென அவளருகே வந்து, நான் ஏற்கனவே வேறொருவரை காதலிக்கிறேன் கூற, அவள் அழுது கொண்டே செல்ல, பாலா ராஜாவை கண்ணை காட்ட, ராஜா அவளை கூப்பிட, அவள் கோபத்தில் போடா கூற, அவளை தூக்கி ஜீப்பினுள் நுழைத்தான். அவள் அவனை அடிக்க அவர்கள் அவ்வாறே சென்றனர். பாலா அவசர சிகிச்சை வண்டியை அழைத்து அடிபட்டவனை மருத்துவமனையில் சேர்த்தான்.

அன்று இரவு சோகமாக பாலா வீட்டினுள் நுழைய, ரேணு வேகமாக வெளியே வந்தாள். பாலாவை பார்த்து நின்று,

அவனருகே சென்று, நீங்கள் ரியாவை கொஞ்சம் பார்த்துக் கொள்ளுங்கள். இதோ வந்து விடுகிறேன் என்று வெளியே கிளம்ப,

இந்த நேரம் எங்கே செல்கிறாய்? எப்படி செல்வாய்?

வண்டி சாவியை ரேணு பாலாவிடம் காட்ட, நீ வண்டி வாங்கி விட்டாயா? என்னிடம் கூறவேயில்லை என்று கூற, மாமா தான் வாங்கி தந்தார்கள் என கூறிக் கொண்டே ஓடினாள். இருவரையும் பாலாவை காதலிப்பதாக கூறிய அந்த பெண் கவிதா பார்த்துக் கொண்டிருந்தாள். ரேணுவை தான் பாலா காதலிக்கிறான் என்பது தெளிவாக தெரிந்தது. பாலாவின் பின்னே சுற்றி வீடு வரை வந்து விட்டாள். பாலா வீட்டினுள் செல்ல, அழுகுரல் கேட்கவே உள்ளே சென்று பார்த்தால், மதுவிற்கு காய்ச்சல் போல, பாலாவை பார்த்து மீண்டும் அவள் அழ, அவன் மதுவை சமாதானப்படுத்தி வெளியே வந்தால், ரியாவும் அழுது கொண்டிருந்தாள்.

ராஜம்மா, பாலாவிடம் இவளை சமாளிக்கவே முடியவில்லை. அவன் ரியாவை தூக்கிக் கொண்டு வெளியே வர, பார்வதியம்மாவும் அவனுடன் வந்து ரியாவை சமாளிக்க, கவிதா பார்த்துக் கொண்டிருந்தாள்.

திடீரென்று எப்படி மதுவிற்கு காய்ச்சல் வந்ததும்மா?

தூங்கும் போது கட்டிலிலிருந்து கீழே விழுந்து பயத்தில் காய்ச்சல் வந்து விட்டது.

ரியா எதற்கு அழுகிறாள்?

மது அழுவதை பார்த்து அவளும் அழுகிறாள்.

பாலா அழுது கொண்டிருந்த ரியாவிடம், மதுவிற்கு ஒன்றுமில்லை. வெறும் காய்ச்சல் தான். அவள் மருந்து சாப்பிட்டால் சரியாகி விடுவாள். நீ இப்பொழுது தூங்கு, நாளை அவளுடன் விளையாடலாம். பின் உன் அப்பாவை பார்க்க அழைத்துச் செல்கிறேன் என்று பேசியே சமாதானப்படுத்தினான். இதை பார்த்த அந்த பெண்ணுக்கு பாலாவை மிகவும் பிடித்து விட்டது. அவருடன் தான் என் வாழ்க்கை முடிவெடுத்தாள்.

பார்வதியம்மாவிற்கு கீதாவின் நினைவு வரவே, அவளை பற்றி பேசவே, பாலா ரியாவை தோளில் போட்டுக் கொண்டே, அம்மா நானும் உங்களிடம் ஒன்று கூற வேண்டும் என்று கீதாவிற்கு

நடந்ததையும், அவளது கணவனது நல்ல குணத்தையும் கூற, நானும் அவரை பார்க்கணும் அவர் கூற,

எதற்காக வெளியே நின்று கொண்டிருக்கிறீர்கள்? உள்ளே வாருங்கள் மாமா அழைக்க, இருவரும் திரும்பி பார்க்க அவரே வெளியே வந்தார்.

நீங்கள் எங்கோ கிளம்புவதாக ரேணு கூறினாள். மாமாவிடம் பாலா கேட்க, எனக்கு பதில் வேறொருவர் செல்கிறார் என்றார் மாமா.

ஓ அப்படியா?

மிகவும் நன்றி. நீங்கள் கூறியதால் தான் நான் என் தங்கையை பற்றியும், அவளது கணவரை பற்றியும் தெரிந்து கொண்டேன் கண்கலங்க,

என்ன ஆயிற்று? அவர் கேட்க, அவரிடமும் கூற, அவ்விடம் அமைதியாக, ரேணு வந்தாள்.

மாமா, நான் வாங்கி விட்டேன் என்று அனைவரையும் பார்க்க, அவர்கள் கண்கலங்கி நிற்க,

உள்ளே வாருங்கள் அழைத்துச் செல்ல, பாலா ரியாவின் அறைக்கு சென்று அவளை தூங்க வைத்து விட்டு, வெளியே வந்தான். ரேணுவும் மதுவிற்கு மருந்தை கொடுத்து தூங்க வைத்து விட்டு அத்தையுடன் வெளியே வந்தாள்.

பாலா, சாப்பிட வாருங்கள் ரேணு அழைக்க, எனக்கு பசியில்லை அவன் கூற, பார்வதியம்மாவும் எனக்கும் பசிக்கவில்லை கூற,

ஆன்ட்டி, நீங்கள் மருந்து சாப்பிட வேண்டும் என்று கூற,

பாலா, அம்மாவிடம் வந்து சாப்பிடுவோம் என கூற, எப்படிடா? அழ ஆரம்பித்தார். அவனும் அம்மாவை கட்டி கொண்டு அழ, ரேணு எதற்கு அழுகிறீர்கள்?

பாலா கண்ணை துடைத்துக் கொண்டு, அவனது அம்மாவை சாப்பிட வைத்து மருந்தை கொடுத்து விட்டு, அவனும் சாப்பிட்டு விட்டு அங்கிருந்து சோர்வாக சென்றான்.

மறுநாள் காலையில் வீட்டிற்கு வெளியே ஏதோ சி.டி இருக்கவே, ரேணு அதை எடுத்து மாமா இது என்னவென்று பாருங்கள் கூறி விட்டு, சமையலறைக்கு செல்ல, மாமா அதை தொலைக்காட்சியில் இணைத்து போட, அனைவரும்

அதிர்ச்சியோட இருக்க, ரேணுவும் பார்த்து விட்டு வருத்தத்துடன் செல்ல, பாலா கீழே இறங்கி வந்தான். அனைவரும் அவனை பார்க்க, ரேணுவின் அத்தை கோபமாக அவனை முறைத்து விட்டு உள்ளே செல்ல, ராஜம்மாவும் அவனை குறுகுறுவென பார்க்க, மாமா பாலாவை பார்த்து விட்டு எதுவும் கூறாமல் உள்ளே சென்றார்.

மாமா, ரேணு முகம் வாடியதை பார்த்திருப்பார். என்ன நடக்கிறது? அவனும் தொலைக்காட்சியை பார்க்க, கவிதா அவனுக்கே தெரியாமல் போட்டோ எடுத்து, அவளுடைய போட்டாவையும் சேர்த்து நெருக்கமாக இருப்பது போல வீடியோ தயார் செய்து கடைசியில் அவனை காதலிப்பதாக கூறி சி.டி செய்து அனுப்பி வைத்திருக்கிறாள்.

இதை பார்த்தவுடன், அவன் அம்மாவிடம் செல்ல, என்னடா இது? கன்னத்தில் ஓங்கி அறைந்தார். ராஜம்மா மேலும் அடிக்க விடாமல் பார்வதியம்மாவை தடுக்க, இருவரும் உள்ளே சென்றனர். அவன் ரேணுவிடம் பேச,... அவள் ஏதும் பேசாமல் சாப்பாட்டை எடுத்து வைத்து விட்டு, அவளும் செல்ல,

ஆன்டி, நான் உங்களிடம் பேசணும். உன்னிடம் பேச ஏதுமில்லை அவரும் கூற, கோபமாக நான் சொல்ல வருவதை யாரும் கேட்க மாட்டிர்களா? கத்தி விட்டு சாப்பிடாமலே வெளியே கிளம்பி, நேராக விடுதிக்கு சென்று சி.டி யை விட்டு எறிந்து என்ன செய்து வைத்திருக்கிறாய்? கத்திக் கொண்டே உள்ளே வர,

நீங்கள் உள்ளே வரக்கூடாது வார்டன் சொல்ல, கவிதாவை வர சொல்லி அவள் வந்தவுடன் பயங்கரமாக திட்டி விட்டு வெளியே வந்தான். அவள் அழுது கொண்டிருக்க, மற்ற பெண்கள் அவளை தேற்றிக் கொண்டிருந்தனர். வார்டன் பாலாவிடம், என்னப்பா இப்படி பேசி விட்டீர்கள்?

அவளால் நான் வீட்டிற்கே செல்ல முடியாது? நான் காதலிக்கும் பெண் வீட்டில் உள்ளவர்களும், என்னுடைய அம்மாவும் அவள் செய்த காரியத்தால், என்னை தவறானவனாக எண்ணிக் கொண்டனர். அந்த பெண் தற்பொழுது தான் நன்றாக பேசுகிறாள். இப்பொழுது இப்படி செய்து விட்டாளே! இனி அவள் என்னை தொந்தரவு செய்ய கூடாது. சொல்லி வையுங்கள் கூறி விட்டு அவன் சென்றான்.

பாலா தன் மற்றொரு நண்பன் சூர்யாவிற்கு போன் செய்து, பைக் கேட்டு வாங்கி ஒரு நதிக்கரையோரம் வந்தான். அங்கே இருந்த இயற்கை சூழல் அவனை அமைதியாக்க, அங்கே இருந்த பெஞ்சில் சாய்ந்து தூங்கினான்.

கவிதாவோ பாலாவை தேடி ஸ்டேசனுக்கு வர, ராஜாவை வெளியிலிருந்து பார்த்து வேகமாக அங்கிருந்து சென்றாள்.

பார்வதியம்மா மகனை நினைத்து வருந்த, ரேணு புரிந்து கொண்டு,

என்ன ஆன்ட்டி, ஒரு பெண்ணை மகன் காதலித்தால் ஏற்றுக் கொள்ளலாமே! எதற்கு வருத்தப்படுகிறீர்கள்?

அவன் காதலிப்பது வேறு பெண்ணை, ஆனால் யாரோ ஒரு பெண்ணுடன் இப்படி இருக்கிறானே! நான் அவனை தவறாக வளர்த்து விட்டது போல் தோன்றுகிறது வருத்தப்பட,

அதெல்லாம் இருக்காது ஆன்ட்டி, மனதை போட்டு குழப்பிக் கொள்ளாதீர்கள் ஆறுதல் கூறி சமாதானப்படுத்தி சாப்பிட வைத்து தூங்க அனுப்பினாள்.

பாலா அன்றிரவு வெகு நேரம் கழித்து வீட்டிற்கு வரவே, எல்லா விளக்குகளும் அணைத்து இருப்பதை பார்த்து வருத்தத்துடன் உள்ளே வர, சமையற்கட்டில் மட்டும் வெளிச்சம் தெரிந்தது. ரேணு சாப்பாட்டை டைனிங் டேபிளுக்கு எடுத்து வந்து, சாப்பிட்டு விட்டு செல்லுங்கள் என்றாள். அவன் அவளருகே வந்து, நான் தவறானவன் என்று எண்ணுகிறாயா? அவள் எதுவும் பேசாமலிருக்க, அவளது கையை அவன் பிடிக்க, அவள் கையில் நடுக்கம் தெரியவே, கையை விட்டு நிமிர்ந்து பார்த்தான். அவளுக்கு வியர்க்க ஆரம்பிக்க, ரேணு என்று கூப்பிட அவள் தடுமாறிக் கொண்டே, நீங்கள் சாப்பிடுங்கள் என்று சமையலறைக்குள் நுழைய அவனால் சாப்பிட முடியாமல் தவித்தான். அவள் என்னை நம்பவில்லை. அதனால் தான் அவளுக்கு பழைய அறிகுறிகள் வந்து விட்டது கவலையோடு சாப்பிடாமல் அவனது அறைக்கு சென்றான்.

உடையை கழற்றி எறிந்து விட்டு, பனியனோடு கட்டிலில் விழுந்தான். மிகவும் குளிராக இருப்பதால் ஜன்னலை மூட சென்றான். வெளியே கவிதாவை பார்த்து பயங்கர கோபமாக, கீழே வர, இந்த நேரம் எங்கே செல்கிறார் என்று மெதுவாக எழுந்து வெளியே ரேணுவும் வர, ரேணுவை பார்த்த கவிதா

பாலா அருகே வந்து அவனை கட்டி அணைக்க, இதை பார்த்தவுடன் ரேணுவிற்கு மூச்சு வாங்க கதவின் பின் மறைந்து உட்கார்ந்தாள். ஆனால் பாலாவோ சட்டென கவிதாவை தள்ளி விட, அவள் கீழே விழுந்தாள்.

உனக்கு என்ன தான் பிரச்சனை? அவன் கத்த, போன் பாலாவை அழைக்க அதை அணைக்கிறேன் என்று தெரியாமல் எடுத்து விட்டான். ராஜா தான் போன் செய்திருப்பான். அவர்கள் பேசுவதை கேட்கவும் ஆரம்பித்தான்.

ஏய், உனக்கு அறிவே இல்லையாடி,.... எத்தனை தடவை கூறுவது... போய் விடு.. இல்லையென்றால் உன்னை என்ன செய்வேனென்று தெரியாது... போ.... உரக்க கத்தவே, ரேணு கொஞ்சம் கொஞ்சமாக சாதாரண நிலைக்கு மாறுகிறாள். அவள் எழுந்து நிற்க, பாலாவின் சத்தம் கேட்டு அனைவரும் வந்தனர்.

சார், நான் உங்களிடம் என் காதலை நேரில் கூற தான் வந்தேன். குரலை உணர்ந்த ராஜா வண்டியை எடுத்து கிளம்ப, கவிதா நிறுத்தாமல் பேச,...

பேசுவதை நிறுத்து.... பாலா கத்த பயந்து அவள் பின் சென்றாள். ஒருவன் உன்னுடைய காதலை ஏற்று கொள்ளவில்லை என்றால், தொந்தரவு செய்யாமல் விலகி விட வேண்டும். கொஞ்சம் கூட இங்கிதம் இல்லாமல் நடந்து கொண்டால், உன்னை தேவைக்கு பயன்படுத்தி விட்டு தூக்கி எறிந்து விடுவார்கள் பாலா எல்லை மீறி பேசவும் கவிதா அழுதாள். ரேணு கோபமாக அவனருகே வந்து,

ஒரு பெண்ணிடம் இப்படி தான் பேசுவீர்களா? பார்வதியோ!அவள் என்ன செய்தாலும் இப்படி பேச கூடாது. அமைதியாக, கவிதா

அழுது கொண்டே சார், நீங்கள் அந்த மாதிரி தானா?

பாலாவிற்கு சுர்ரென்று ஏற, அடிக்க கையை ஓங்கினான். ரேணு அவனது கையை பிடித்து தடுக்க, அப்படியே மயங்கி அவன் மீது சாய, ராஜாவும் சரியாக வந்தான்.

ஏய், எதையும் யோசிக்க மாட்டாயா? இங்கே எத்தனை பேர் இருக்கிறார்கள். உனக்கு அசிங்கமாகவே இல்லையா? என்ன செய்கிறாய் என்று தெரிந்து செய் ராஜாவும் கோபமாக திட்ட, ரேணு மயங்கியதை பார்த்தவுடன் அவளையே பார்த்துக் கொண்டு, ராஜா பேசுவதையும் கேட்டுக் கொண்டிருந்தவள் திடிரென்று அழுது கொண்டே விறுவிறுவென்று நடக்க ஆரம்பித்தாள்.

எதையும் கவனிக்காது கண்மூடித்தனமாக நடக்க, எதிரே வரும் லாரியை கூட பொருட்படுத்தாமல் செல்லவே, அது அவளை மோதுகின்ற சமயத்தில் ராஜா அவளை காப்பாற்றி விட்டு,

உனக்கென்ன பைத்தியமா பிடித்திருக்கிறது? கோபமாக கத்த

ஆமாம், எனக்கு பைத்தியம் தான் பிடித்திருக்கிறது. இங்கிருந்து போ... போய் விடு என்று கதறி கதறி அழுதாள். அவளை தனியே விட்டு செல்ல மனமில்லாமல் அங்கேயே இருந்தான். ரொம்ப நேரம் அழுது விட்டு, பின் எழுந்து மெதுவாக நடந்தாள்.

"உன்னுடைய

வார்த்தைகள்

என்னுள்

வடுவாகி சென்றதே!

என்னுடைய

கண்ணீர் துளிகள்

உன்னையே

நினைக்க தோன்றுதே!

என் மனம்

கேளாது

உயிரை

உறைய வைக்கிறதே!

என் உணர்வுகளை

நீ அறியாததேனடா!"

ராஜா வண்டியை எடுத்து வந்து அவளிடம் ஏறு... கூற, எதுவும் கூறாமல் ஏறி அவனை இறுக்கமாக பிடித்துக் கொண்டு அழுது கொண்டே அவன் மீது சாய்ந்து தூங்கி விட்டாள். அவனுக்குள் அவள் மீது உணர்வுகள் வர ஆரம்பித்தது அவனை அறியாமலே..... விடுதிக்கு வந்தவுடன் வண்டி சத்தத்தை அவன் எழுப்பிக் கொண்டிருக்க, எல்லா பெண்களும் எட்டி பார்த்தனர்.

கவிதாவின் அறை பெண்களும், வார்டனும் மட்டும் கீழே வர, அவர்கள் அவளை எழுப்ப, அவள் இறங்கி அங்கேயே ஓரமாக அமர்ந்து விட்டாள்.

அவளால் எழ முடியவில்லை. மேடம் எப்படி இவளை மூன்றாவது மாடிக்கு அழைத்து செல்வது. அவளால் நிற்க முடியவில்லை என்றவுடன் அவன் கீழே இறங்கினான். நாங்கள் பார்த்துக் கொள்கிறோம் என்று வார்டன் கூற, அந்த பெண்கள் எங்களுக்கு எந்த பிரச்சனையுமில்லை. அவர் வரட்டும் என்றனர். அறையின் நம்பரை கூறியவுடன், அவளை தூக்கிக் கொண்டு அறையினுள் வந்து அவளை படுக்க வைத்தான். அவள் அவனை பார்க்க, அவன் அங்கே நிறைய மேக் அப் பொருட்கள் இருந்ததை பார்க்க, அது அவளுடையது தான் ஒருத்தி சொல்ல,

அடியேய்! இவரிடம் எதுக்குடி சொல்ற? மற்றவள் அவளை சுரண்ட, அவனோ கீழிறங்கி வந்து வார்டனிடம். அவளை பார்த்துக் கொள்ளுங்கள். பெரிய பிரச்சனையே செய்து விட்டாள். அவளை மருத்துவரிடம் காண்பித்தால் நல்லது அவன் கூற, வார்டன் கொதித்தே விட்டார்.

அவளை பைத்தியம் என்று கூறுகிறாயா? பாசத்திற்காக ஏங்கும் பைத்தியம் தான். அவளை பத்து வயதிலிருந்து பார்க்கிறேன். அவளுடைய பெற்றோர்கள் யார் என்று எனக்கும் தெரியாது. அவளுக்கும் தெரியாது.

அப்பொழுது தான் இந்த வேலைக்கே வந்தேன். அவளிடம் நிறைய திறமைகள் உள்ளது. அவளால் படித்து கொண்டு சம்பாதிக்கவும் முடியும். அவளுக்கு வெளியுலகம் பழக்கமில்லாததால் தனியாக வெளியே செல்ல கூட பயப்படுவாள். பள்ளி, கல்லூரிக்கு செல்ல மட்டும் தான் பழக்கப்படுத்தினேன்.

யாரிடமும் அதட்டி பேசவும் மாட்டாள். யாரும் அவளை காயப்படுத்துவது போல் நடந்து கொண்டால் அவர்களிடம் விலகி தான் இருப்பாள்.

அப்படியென்றால் பாலாவிடம் ஏன் அவ்வாறு நடந்து கொண்டாள்?

என்ன செய்தாள்?

அவன் நடந்த அனைத்தையும் கூற, இதற்கு முன் நடந்ததை நான் கூறுகிறேன் என்று பாலா விசாரிக்க வந்ததையும், அவளது

கையை பிடித்து சாட்சி கூற சொன்னதை அவர்கள் பெரியதாக கூற,

இதில் என்ன உள்ளது? ராஜா கேட்க,

யாருமில்லாத தனிமையில் வாழ்க்கையை ஓட்டும் பெண்ணின் கையை ஒரு ஆடவன் பிடித்து, அவளை பார்த்துக் கொள்கிறேன் என்று கூறினால் அவளுக்கு அவனை பிடிப்பது இயல்பு தானே! எனக்கு புரிகிறது உங்கள் தோழன் அவளை சாட்சிக்காக மட்டும் தான் அவ்வாறு பேசி இருப்பார் என்று, அவள் தன் மீதுள்ள அக்கறையில் தான் பேசுகிறார் என்று தவறாக நினைத்து காதல் வயப்பட்டு விட்டாள். அவர் தன்னை காதலிக்கவில்லை என்று தெரிந்ததும் அவளால் ஏற்றுக் கொள்ள முடியவில்லை. அதனால் தான் வீடியோ அனுப்பினாள். அதனால் அவரோ மிகவும் கடுமையாக பேசவே, கடைசியாக பேசி தான் பார்ப்போம் என்று கிளம்பினாள். ஆனால் இந்த அளவிற்கு போவாள் என்று நான் நினைக்கவில்லை கண்கலங்க,

அவளுக்கு பாட்டிற்கு ஏற்ற நளினமாக ஆடவும் செய்வாள். அவள் நன்றாக படிப்பதால் நிறைய உதவிகள் கூட பணமாக தருவார்கள். அதை வைத்து தான் படிக்கிறாள். பள்ளி, கல்லூரி நடத்துபவர்கள் அவள் முதலிடத்திலே இருந்தால் விடுதிக்கான செலவை அவர்களே ஏற்று கொள்வதாக கூற, இன்னும் கல்லூரியில் அவள் தான் முதலிடத்தில் இருக்கிறாள். இன்னும் மூன்று மாதத்தில் அவளது படிப்பு முடிந்துவிடும். அதற்கு பின் எப்படியும் அவள் இந்த உலகத்தை எதிர்நோக்கவேண்டும். அப்பொழுது என்ன செய்ய போகிறாளோ! தெரியவில்லை அவர்கள் புலம்ப,

இதை எதற்காக சொன்னேன் என்றால், என்னிடம் கூறியது போல் அவளிடம் பேசி விடாதீர்கள் கூற, அவன் சரி என்று தலையசைத்து விட்டு சென்றான்.

ராஜா வார்டன் கூறியதை நினைத்துக் கொண்டே வண்டியில் சென்றான். பள்ளியில் படிக்கும் போதிலிருந்தே அவளுக்கென்று நண்பர்கள் என்று யாருமில்லை, கல்லூரியில் தான் இருக்கிறார்கள் என்று கூறினாள். மற்ற விவரத்தை கூட சொல்லவில்லை வருத்தத்தோடு கூறினார். அவள் பாலாவின் மீதுள்ள காதலிலிருந்து விடுபட கஷ்டப்படுவாளோ! ஏதேனும் தவறான முடிவெடுத்து விடுவாளோ! எண்ணி வண்டியை

விடுதிக்கே திருப்ப, அனைவரது அறையிலும் விளக்குகள் அணைந்திருப்பது தெரியவே, மீண்டும் வீட்டிற்கே சென்றான். உள்ளே சென்றவுடன் சோபாவில் அமர்ந்து கவிதாவை பற்றி யோசித்துக் கொண்டிருக்க,

எங்கே தான் சென்றாய்? சொல்லி விட்டு சென்றிருக்கலாம்? அம்மா அவனிடம் பேச,

பதில் கூறாமலிருக்கவே

போனை ரொம்ப நேரமாக கையில் வைத்திருக்கிறாள். அவளையாவது என்னவென்று கேளுடா? அம்மா கூற

அதற்கும் அவன் பதில் கூறவில்லை.

அடியேய் மஞ்சு, என்னடி செய்கிறாய்? அவனும் வந்து விட்டான் கூற,

வாரேன். கொஞ்சம் பொறும்மா.. மஞ்சு கத்தி விட்டு, இன்னும் ஒரு முறை மட்டும் போன் செய்து விட்டு கூறுங்கடி. அவள் இல்லாமல் முடிப்பது மிகவும் கடினம். பேசி விட்டு போனை துண்டித்தாள்.

அடியேய்,.... அம்மா மீண்டும் கத்த,

அட, இரும்மா வருகிறேன். கல்லூரிக்கு சென்றால் மேடம் தொல்லை தாங்கவில்லை, வீட்டிற்கு வந்தால் நீயும் ஏன்மா,........ பாடத்தை பற்றி தான் பேசி கொண்டிருந்தோம் புலம்பிக் கொண்டே வந்த மஞ்சு, ராஜா அமைதியாக இருப்பதை பார்த்து விட்டு, பதுங்கி பதுங்கி அவனை உற்று நோக்க,

என்ன? புருவத்தை உயர்த்த, ஒன்றுமில்லையே!... கூறி விட்டு அவனை விட்டு இரண்டு அடி தள்ளி வந்து,

என்னம்மா, தடியன் அமைதியாக இருக்கிறான் சத்தமாக அவனை வம்பிற்கு இழுக்க, அவன் கண்டு கொள்ளவில்லை.

அம்மா! இவனுக்கு என்னமா ஆயிற்று? இந்நேரம் இவன் என்னை அடிக்க வந்திருக்கணுமே!

எனக்கும் பதிலே கூறவில்லைடி.

ஆமாம். துரை எப்படி பேசுவார்? அவரை தான் அவனிற்கு குணமாகும் வரை வேலைக்கு செல்ல தேவையில்லை என்றும், சஸ்பென்சன் என்றும் கூறி விட்டார்களே!

அய்யோ! திரும்பவும் அதை இழுக்காதீர்கள், அவனும் கோபப்பட போகிறான் அம்மா கூற,

நான் அவனை பார்க்க செல்கிறேன். சாப்பிட எதுவும் வேண்டாம். மஞ்சுவை பார்த்து, நாளை கல்லூரியில் உன்னை விட்டு விடுவேன். தயாராக இரு.

நீ என் அண்ணனா! இருக்காது. மஞ்சு கனவு காணாதே! அதற்கு வாய்ப்பில்லை அவள் கூற, அவளருகே வந்து அவளது கையை கிள்ளி விட்டு, கனவல்ல நிஜம் தான் என்று சிரித்தான்.

ஆஆஆ.... என்று கத்தியவள், அதிர்ச்சியுடன் அவனை பார்க்க, மற்றவர்களும் உறைந்த படி நின்றனர். அவன் வண்டியை எடுத்தான்.

<h1 style="text-align:center">பாகம் 12</h1>

ரேணுவை தூக்கி வந்த பாலாவோ, அவளது அறையில் படுக்க வைத்து விட்டு வர, அவளது அத்தை அவளுடன் இருந்து கவனிக்க ஆரம்பித்தார். பாலா கோபமாக வெளியே வர, அவசரப்படாதீர்கள்! மாமா தடுக்க, அவரையும் ஒரு பார்வை பார்க்க,

எனக்கு புரிகிறது? இப்பொழுது சென்றால் பிரச்சனை அதிகமாகி விடும். இனி அந்த பெண், உங்களை தொந்தரவு செய்வாள் என்று தோன்றவில்லை. பிறகு பார்க்கலாம் அவனை அமைதிபடுத்த, யாரும் அன்று சரியாக தூங்கவில்லை. மணி நான்கை தாண்டியதும் ரேணு விழித்தாள்.

அனைவரும் அவளிடம் பேசினர். பாலா தயங்கிக் கொண்டே வெளியே நிற்க, அவளது அத்தை, அவனை பார்த்தார். உள்ளே செல்ல சொல்கிறார் என்று புரிந்து உள்ளே சென்றான். ரேணு நன்றாகவே எழுந்து உட்கார்ந்திருந்தாள். தயங்கிக் கொண்டே அவன் நகராமல் நிற்க, மற்றவர்கள் கீழே சென்றனர்.

என்ன சார், நிற்கிறீர்கள்? வந்து உட்காருங்கள் ரேணு பேச,

ரேணு, நீ தான் என்னை பாலா என்று கூப்பிடுவாய் தானே!

சார் என்பதே போதுமானது.

என் மீது கோபமாக இருக்கிறாயா?

நான் எதற்கு சார் கோபப்பட போகிறேன்? என்ன!........ மாமா, ரகு அண்ணாவிற்கு பிறகு என்னால் உங்களை மட்டுமே தொட முடிந்தது. ஆனால் இனி அதற்கும் அவசியமிருக்காது.

ஏன் ரேணு இவ்வாறு பேசுகிறாய்?

சார், நான் உண்மையை தான் கூறுகிறேன். நீங்கள் காதலிக்கும் பெண்ணிற்கு என்னை பற்றி தெரிந்தால், அது சரி வராது.

உங்களுக்கும் பிரச்சனையாகும். எனக்கும் பிரச்சனையாகும். நாம் நெருங்காமல் இருப்பது தான் நல்லது.

இல்லை ரேணு, இனி இவ்வாறு பேசாதே என்று கையை பிடித்தான். ஆனால் அவளுக்கு ஏதும் செய்ய வில்லை.நீ என்னை நம்புகிறாய் தானே!

ஆமாம் சார், நான் நம்புகிறேன். அந்த பெண் உங்கள் மீது தவறில்லை என்று எங்கள் அனைவருக்கும் நிரூபித்து விட்டு தான் சென்றிருக்கிறாள்.

அவள் நிரூபித்தாளா?

ஆமாம், அவள் நினைத்திருந்தால் எங்களை பார்த்தவுடன் உங்கள் மீது தவறுள்ளது போல் காட்டியிருக்கலாம். அதாவது அந்த போட்டோவை வைத்துக் கொண்டு எங்கள் முன் கர்ப்பமாக உள்ளதை போலவோ, என்னை ஏமாற்றி விட்டான் என்று கூட நடித்திருந்தால், கண்டிப்பாக நம்பும் படி தான் அந்த போட்டோவை அருமையாக தயாராக்கி இருக்கிறாள். ஆனால் அவள் அவ்வாறு செய்யாமல் அவளது காதலை ஏற்றுக் கொள்ள கூறி தான் உங்களிடம் பேசினாள். அவள் உங்களை மறக்க முடியாமல் தான் திரும்ப திரும்ப வந்து தொந்தரவு செய்திருக்கிறாள்.

நான் என்ன செய்வது?

நீங்கள் அவளிடம் பேசிய விதம் தவறு. அனைவர் முன் பேசாமல் தனியே அழைத்துச் சென்று, உங்களுக்கு யார் மீது காதல் வந்ததோ அவர்களை பற்றியும், எதனால் வந்தது என்று கூறியும் புரிய வைத்திருக்கலாம்.

பிரச்சனை தான் முடிந்து விட்டதே!நாம் பழைய மாதிரியே பேசிக் கொள்வோம்...

யோசிக்கிறேன் என்றாள். பிரச்சனை உங்களுக்கு முடிந்தது. ஆனால் அவளுக்கு முடியவில்லை.

முடித்து விட பார்க்கிறேன் என்றான். பார்வதி உள்ளே வந்து, மருத்துவமனையில் ராஜாவிற்கு தலையில் காயமாம். யாரோ ஒரு கைதியை பார்த்துக் கொள்ள சென்று, கைதியை கொல்ல வந்தவர்களுடன் சண்டை போட்டதில் தலையில் அடிபட்டு அவனும் அங்கே இருக்கிறானாம்... கூற,

முதலில் நீ செல், அவன் தனியாக இருப்பான். நான் அவனது குடும்பத்திற்கும், சுந்தர், சூர்யாவிற்கு செய்தியை சொல்கிறேன்.

அதே மருத்துவமனை தான். பாதுகாப்பும் சரியாக இல்லை என்றவுடன், ரேணுவிடம் கூறி விட்டு விரைந்தான். பாலா சென்றவுடன், மற்ற நண்பர்களும் அங்கே வர, ராஜா குடும்பத்தினரும் அழுது கொண்டே வர, அவன் விழித்திருந்தான்.

ஒன்றுமில்லைம்மா, மஞ்சு அழுகிறாயா? கொஞ்சலாக பேசி அவர்களை சமாளிக்க,

பாலாவிடம் கையிலிருந்த ஒரு பர்சை காண்பித்தான். இங்கே ஏதோ இன்னும் சரியில்லை. அவர்கள் சென்றது போல் தெரியவில்லை. நல்ல வாய்ப்பு பிடித்துவிட்டால், இவனை காப்பாற்றி விடலாம். தேடுங்கள் என்றான்.

நீங்கள் இங்கே வந்தது சரியில்லை அம்மா? நிலைமை சரியில்லை நீங்கள் வீட்டிற்கு செல்லுங்கள் அம்மா ராஜா கூற,

உன்னை விட்டு நான் இங்கிருந்து செல்ல மாட்டேன் என்று அம்மா கூற, நானும் வீட்டிற்கு செல்ல மாட்டேன் மஞ்சுவும் கூறினாள்.

இங்கே கொலைகாரர்கள் உள்ளனர். நம் அருகில் இருந்து கூட அவர்கள் நம்மை கண்காணிக்கலாம் கூற, சரியாக இருவர் ஒவ்வொரு பக்கமாக தாக்க, அம்மாவை சுந்தரும், மஞ்சுவை சூர்யாவும் பாதுகாக்க, மஞ்சுவோ மிகவும் பயந்து, அப்படியே நிற்க, ஏய் செல்.. செல்... சூர்யா கத்த, மஞ்சுவோ கவனிக்காமலிருக்க, அவளை எப்படியோ ராஜாவிடம் ஒப்படைத்து விட்டு மீண்டும் சண்டை நடக்க, அம்மாவும் ராஜா அருகே வர பின்னாலிருந்து வந்த பாலா இருவரையும் சுட்டு பிடிக்க, இடமே அமைதியானது.

ராஜா இனி இங்கே இருப்பது ஆபத்து. நீ வீட்டிற்கே சென்று விடு பாலா கூற, இவனை எப்படி விட்டு செல்வது? ராஜா கேட்க

அப்படியென்றால் இவனையும் அழைத்துச் செல் என்று கூற, இவனை எங்களது வீட்டிற்கா?

ஆமாம், அப்பாவிடம் நான் சம்மதம் வாங்குகிறேன் பாலா கூற,

டேய் மஞ்சு இருக்கிறாள். நீயும் தானே இருக்கிறாய்? இவன் உயிரோடு உனக்கு வேண்டுமன்றால் இது தான் பாதுகாப்பு. இருவர் காவலர் உள்ள இடம் என்பதால் யோசிப்பார்கள். மூன்றே நாட்கள், பின் அவனுக்கு வேறொரு பாதுகாப்பான இடத்தை தேடுவோம்.

அப்பாவை எப்படியோ சம்மதிக்க வைக்க, அவனை அழைத்துக் கொண்டு ராஜா வீட்டிற்கு செல்ல, மஞ்சு அமைதியாகவே இருந்தாள்.

அவளுக்கு கைதி வீட்டிற்கு வருவது பிடிக்கவில்லை. ராஜாவிற்கு இடையிடையே தலைவலி வந்தது. அவன் யாரிடமும் கூறாமல் விட்டு விட்டான்.

ரேணு வீட்டிற்கு வெளியே வந்தாள். ஒரு பெண் அங்கே வந்து ரேணு கையில் ஒரு சி.டியை வைத்து விட்டு ஓடினாள். அதை உள்ளே வந்து போட, அனைவரும் வந்து பார்த்தனர்.

நான் கவிதா தான். அனைவரும் என்னை மன்னித்து விடுங்கள். உங்களது வீட்டில் குழப்பத்தை ஏற்படுத்தி விட்டேன். சார் முதலில் நீங்கள் என்னிடம் அதிக அக்கறை காட்டியது தான் எனக்கு உங்களை பிடிக்க ஆரம்பித்தது. உங்களை பின் தொடர்ந்து வந்து பார்த்தால், உங்களை சுற்றி நிறைய ஆட்கள் இருந்தனர். தனிமையில் இருந்ததனால் அதுவும் பிடிக்க உங்களை காதலித்தேன். உங்களுடன் இருந்தால் நிறைய சொந்தங்கள் கிடைக்கும் என்று நினைத்தேன். நீங்கள் காதலிக்கும் பெண்ணையும் பார்த்தேன். என்னை விட பெரியவர், அழகானவர், பொறுப்பானவராகவும் இருக்கிறார். முதலில் அவர் மீது கோபம் இருந்தாலும் இப்பொழுது இல்லை. உங்களுக்கு ஏற்றவள் நானில்லை என்று அழுது கொண்டே கூறி விட்டு, அவர் தான் உங்களுக்கு சரியானவர். சீக்கிரம் காதலை கூறி அவர்களை உங்களுடையவளாக ஆக்கி கொள்ளுங்கள். இனி உங்களை நான் தொந்தரவு செய்ய மாட்டேன். ஆல் தீ பெஸ்ட் சார்.... முடித்திருந்தாள். ரேணு வருத்தமடைந்தாள், பாலா யாரை தான் விரும்புகிறான்? மனதினுள் நினைத்தாள். இப்படியே இரண்டு நாட்கள் சென்றது.

மருத்துவமனைக்கு சென்று, சமரையும் அவனது குடும்பத்தையும் அழைத்து அவனது வீட்டிற்கு வந்தான். உள்ளே அழைத்து செல்ல, சமையற்கட்டில் சமைக்க தேவையான சைவ, அசைவ பொருட்களும், குழந்தைகளுக்கு தேவையான தின்பண்டங்கள், விளையாட்டு சாமான்கள், வீடியோ கேம்ஸ், புத்தகங்கள் அனைத்தையும் பார்த்து மகிழ்ந்தனர்.

உங்களுக்கு தேவையான அனைத்து பொருட்களையும் ஏற்பாடு செய்துள்ளேன். பத்து நாட்கள் மட்டும் இங்கே இருங்கள். உங்கள் உயிரை காப்பாற்ற தான் இப்படியொறு ஏற்பாடு. உங்களது

போனை மட்டும் கொடுத்து விடுங்கள், இல்லையெனில் கண்டறிந்து விடுவார்கள்.

ரொம்ப நன்றி சார். என்ன தான் ஊருக்கு கிளம்பினாலும் கொல்ல வந்து விடுவார்களோ!அஞ்சினேன் சமர் கூற,

கண்டிப்பாக... என்றான்.

என்ன! அப்படியென்றால் ஏற்கனவே கொல்ல வந்தார்களா?

பாலா தலையயசைக்க,

நாங்கள் இங்கேயே இருக்கிறோம் என்று அவர்களது போனை எடுத்து கொடுத்தான். இங்கே ரகசிய சொற்களை வைத்து தான் கதவை மூடுவேன். அதை மறுபடியும் கூறினால் தான் நீங்கள் வெளியே வர முடியும்.

சரிங்க சார். நீங்கள் செல்லுங்கள் என்றவுடன் ரேணுவின் வீட்டிற்கு வந்து, ரியாவும், அம்மாவும் ரெடியா?

இன்னும் இரண்டு நாட்கள் இருக்கட்டுமே!ரேணு கூற,

ரகுவிற்கு சந்தேகம் வந்து விடும். உனக்கு பரவாயில்லையா?

இல்லை...

ரியாவும், மதுவும் பாலா மீது கோபமாக திரும்பி உட்கார்ந்திருக்க,

ஹே டெடி, பாலா கூப்பிட மது திரும்பிக் கொண்டாள்.

ரியாம்மா.... பாலா அழைக்க,

அங்கிள், இன்றே கிளம்ப வேண்டுமா?

நீங்கள் அப்பாவை பார்க்க வேண்டாமா?

பார்க்கணும், நீங்கள் எல்லாரும் எங்களது வீட்டிற்கு வரலாமே!

நேரம் வந்தால் கண்டிப்பாக வருவோம். உடன் உனக்கான பரிசும் கிடைக்கும்.

நிஜமாகவே கிடைக்குமா?

நிச்சயம் கிடைக்கும்.

டெடியிடம் சென்று, அடுத்த முறை ரியா இங்கே வரும் போது உன்னுடனே இருப்பாள் கூற, அவனிடம் ஏதும் பேசாமல் ரியாவிடம் வந்து, உனக்காக காத்திருப்பேன். பத்திரமாக சென்று

வா என்று அவளது கையில் ஒரு சிகப்பு கயிற்றை கட்டி விட்டு, அதை நீ என்றும் அவிழ்க்க கூடாது கூறினாள்.

ரியா மதுவை கட்டிக் கொண்டு, சென்று வருகிறேன் அனைவரிடமும் கூறி விட்டு ராஜம்மாவும், ரியாவும் கிளம்ப, மதுவும் ரேணுவும் அழுதனர். குழந்தைகளின் பாசம் அனைவரையும் பிரமிக்க வைத்தது.

"அன்பை
விதை போட்டு
வளர்க்க
தேவையில்லை.
செயலாலே
உருவாகும்.

நம்மை
விட்டு
நீங்காதிருக்கும்
உயிராகும்.

அன்பு
உறவின் முதற்படி
உடம்பின்
உயிரோட்டமாக திகழும்.

கண்ணிற்கு இமை
எவ்வளவு
அவசியமோ!
அது போல் உயிர் வாழ
அன்பும் அவசியம்.

ஒருவனது
வாழ்வில் அன்பு
கிடைக்காதென்றால்
அவ்வாழ்வு
பாலைவனமாகும்.
சோலையாக மலராது.

அன்பு என்னும்
ஊற்றில்
அனைவரும்
இன்பமாக
குளிருவோமாக!"

அம்மா, நான் கல்லூரிக்கு கிளம்புகிறேன் மஞ்சு செல்ல, வா அழைத்து செல்கிறேன் என்று வண்டியை அவள் முன்பு நிறுத்தினான் ராஜா.

அவள் ஏறி விட்டு, உனக்கு என்ன ஆயிற்று? என்னை பலமாக கவனிப்பது போல் உள்ளது.

அப்படியென்றால் கீழே இறங்கு என்றான்.

இல்லை அழைத்து செல்.... இருவரும் கல்லூரிக்கு வர, உள்ளே அதே கல்லூரியில் கவிதாவிடம் தோழிகள்,

நீ எதற்காக இரண்டு நாட்களாக வரவில்லை கேட்க, அமைதியாகவே இருந்தாள்.

ஏய், உன்னிடம் தான் கேட்கிறோம் என்றனர்.

அவள் எதற்கும் பதிலளிக்காமலிருக்க, அவளை திட்டி விட்டு நகர்ந்து சென்றனர்.

பின் ராஜாவும், மஞ்சுவும் கல்லூரிக்கு வந்தனர். அவனை பார்த்து விட்டு,

ஹே, அங்கே பாருங்கடி, மஞ்சுவின் அண்ணன். அழகாக இருக்கிறார் என்று ராஜாவை ரசித்துக் கொண்டிருக்க, அவரது தலையில் அடிபட்டிருக்கிறது. பாருங்களேன்! கவிதாவும் திரும்பி பார்க்க, ராஜாவை பார்த்து விட்டு, இவர் மஞ்சுவின் அண்ணனா! என்று கேட்க, மற்றவர்கள் அவள் பக்கம் திரும்பி நாங்கள் எத்தனை முறை உன்னை கூப்பிட்டோம் என்று முறைக்க, ஒருத்தி மட்டும், ஆமாம் இவர் தான் மஞ்சரியின் அண்ணன் கூற, கவிதா விழித்துக் கொண்டிருக்க, அவருக்கு தற்பொழுது சஸ்பெண்ட் பண்ணி இருக்கிறார்களாம்! ஒரு பெண்ணிற்கு உதவுகிறேன் என்று கைதியை தலையில் அடித்து பலத்த காயமாக்கி விட்டாராம்!

என்ன சஸ்பண்டா? கேட்டாள் கவிதா. இவர்கள் பேசிக் கொண்டிருக்க மஞ்சு அங்கே வந்து, கவிதாவை சரமாரியாக திட்டினாள். உனக்கு எத்தனை முறை போன் செய்வது? எடுக்க முடியாதா? இவள் கத்துவதை ராஜா வெளியே இருந்து பார்த்தான். கவிதா திரும்பி உட்கார்ந்து இருந்ததால் அவனுக்கு கவிதா அங்கே இருப்பது தெரியவில்லை. அவன் கிளம்பினான்.

கவிதாவும், மஞ்சுவும் பக்கத்தில் இருந்த மூவரும் தோழிகள் தான். மஞ்சு திட்டிக் கொண்டிருக்க, உன் அண்ணனின் வேலை பிரச்சனை என்னால் தான் என்று கூறினாள் கவிதா?

என்னடி சொல்ற? அவனை உனக்கு தெரியுமா?

ம்ம்... தலை கவிழ்ந்து கொண்டே, கைதி அவளிடம் காதலை கூறிய அந்த கலவரத்தை பற்றி கூறினாள்.

இதில் உன் தவறு ஏதுமில்லை. வருத்தப்படாதே!அவன் எப்பொழுதும் அப்படிதான். யாருக்காவது உதவி விட்டு பின் அவன் பிரச்சனையில் மாட்டிக் கொள்வான். என்ன! இம்முறை ஸ்டேசனில் வைத்து நடந்ததால் வேலைக்கு பிரச்சனையாகி விட்டது. இதனால் அவனுக்கு எங்கள் அப்பாவிடம் தினமும் திட்டு விழுந்து கொண்டே இருக்கிறது என்று கூறவும் கவிதாவின் முகம் வாடியது.

அட, இதற்கெல்லாம் வருத்தப்படாதே! எப்படியும் இருவருக்கும் சண்டை நடப்பது சகஜம் தான். அதெல்லாம் பெரிய விசயமே இல்லை.

ஏன்டி, அது என்னடி கட்டு என்று ஒருத்தி கேட்க, நடந்ததையும் அந்த கைதி அவளது வீட்டில் தான் இருக்கிறான் கூறினாள்.

உங்களுடைய வீட்டிலா?

அவனுடைய பாதுகாப்பு என் அண்ணனிற்கு முக்கியம் தானே!

நீ இருக்கும் இடத்தில் இப்படி ஒருவனை தங்க வைக்கலாமா?

இடம் கிடைக்கவே இல்லை..... என்ன செய்வது?

கவிதா யோசித்து விட்டு, இடம் கிடைத்தால் அவனை வீட்டிலிருந்து கிளப்பி விடுவார்கள் தானே!

ஆமாம், ஆனால் அண்ணனும் சேர்ந்து செல்லும் படியாகுமே!

கொஞ்ச நாட்கள் தானே! கவி கேட்க,

என் அண்ணன் மற்றவர்களிடம் கூட நன்றாக நேரத்தை கழிப்பான். வீட்டிற்கு வந்தால் நேராக அறைக்கு செல்வான். வெளியே செல்வான், வருவான். நாங்கள் சேர்ந்து கூட சாப்பிட்டது இல்லை. அவனுடன் வெளியே எங்கேயும் சென்றதில்லை. ஆனால் இப்பொழுது நன்றாகப் பேசுகிறான். அவனது செயல்கள் அனைத்தும் மாறி விட்டது. வகுப்பு ஆரம்பித்தது. அனைவரும் உள்ளே சென்றனர்.

வகுப்பு முடிந்து வெளியே வர, ராஜா மஞ்சுவை அழைத்து செல்ல வந்தான். அனைவரும் வெளியே ராஜா அருகே வந்தனர். மற்றவர்கள் அவனிடம் பேச,

ஹே, கவி எங்கடி? மஞ்சு கேட்க, நம்முடன் தான் வந்து கொண்டிருந்தாள். போன் வந்தது. பேசிக் கொண்டிருப்பாள் ஒருத்தி கூற, இதோ வந்து விட்டாள் மற்றவள் கூற,

ராஜா, அவளை பார்த்து விட்டு, நீயும் இங்கே தான் படிக்கிறாயா?

அவள் தலையை மட்டும் அசைத்து விட்டு, போனை நீட்டினாள்.

என்ன?

பேசுங்கள் கூறினாள். அவன் யாரென்று கேட்க வார்டன் தான் பேசினார்கள்.

கவிதா எல்லாவற்றையும் கூறினாள். இங்கே வீடு ஒன்று என்னுடையது தான் இரண்டு நாட்களுக்கு முன்பு தான் காலியானது. நீங்கள் வேண்டுமென்றால் எடுத்து கொள்ளுங்கள். அவன் கவிதாவை பார்த்து முறைத்து விட்டு, நான் என் நண்பனிடம் பேசி விட்டு சொல்கிறேன் என்று போனை துண்டித்தான்.

நீ எதற்காக எனக்கு உதவ வேண்டும்?

முதலில் என்னை மன்னித்து விடுங்கள் நடந்த பிரச்சனை அனைத்திற்கும்.

உன் தவறு என்ன உள்ளது? மஞ்சு கேட்க,

என் மீதும் தவறு உள்ளது ஒத்துக் கொண்டாள்.

எனக்கு தேவையில்லை என்றான் ராஜா.

நீங்கள் உதவி செய்தீர்களே! அதற்கு பதிலாக என்று எடுத்துக் கொள்ளுங்கள்.

முடியாது என்றான்.

உங்களுக்கு தேவைப்படாது. என்னுடைய தோழிக்கு தேவைப்படும்.

அவன் கோபமாக, நான் தான் தேவையில்லை என்கின்றேனே!விட வேண்டியது தானே!

நான் பாலா சாரிடம் பேசிக் கொள்கிறேன் மனதில் உள்ள சங்கடத்தை மறைத்துக் கொண்டு,

என்ன! அவனிடம் பேசுவாயா? அவன் முகத்திலாவது விழிக்க முடியுமா? உனக்கு அசிங்கமாக இல்லை. ஒன்று செய் அந்த வீடியோ போல் ஏதாவது செய்து அவனிடம் பேசுவாயா? கத்தி கேட்டு விட, அவளது கண்ணிலிருந்து நீர் சிந்த,

என்னடா பேசுகிறாய்? என்ன வீடியோ? மஞ்சுவும், தோழிகளும் கேட்க, அப்பொழுது தான் புரிந்தது. என்ன பேசி விட்டோம்? இவளிடம் என்ன கூறுவது? பார்க்க, கவிதா அழுது கொண்டே அங்கிருந்து ஓடினாள்.

ஏய் நில்லுடி,.... தோழிகள் கத்த, அவள் அழுதவுடன் மஞ்சுவிற்கு ஏதோ தவறாக உள்ளது என்று புரிந்து,

என்னடா நடக்கிறது? என்ன வீடியோ என்று கேட்க, அவனோ கவிதாவை பார்க்க, அவள் கண்ணிலிருந்து மறைய அவனுக்கு பயம் உண்டானது.

தோழிகளில் ஒருத்தி, அவள் இரண்டு நாட்களாக கல்லூரிக்கு வரவில்லை. இன்றும் வந்ததிலிருந்து ஏதும் பேசாமல் தான் இருந்தாள்.

மஞ்சுவின் அண்ணன் நீங்கள் என்றவுடன் தான் பேச ஆரம்பித்தாள். மஞ்சுவிற்கும் பதில் கூறினாள். உங்களுக்கு

நடந்தவற்றிற்கு அவள் தான் காரணம் என்று மஞ்சுவிடம் கூட மன்னிப்பு கேட்டாள்.

நீங்கள் உங்கள் தங்கையின் பாதுகாப்பிற்காக செய்ய வேண்டியதை, அவள் தோழிக்காக செய்தாள். அதில் தவறேதும் இல்லை.

ஏற்கனவே உங்களுக்கு தெரிந்து அவள் தவறிளைத்திருந்தால், அதனை இவ்விடத்தில் காட்டக் கூடாது கூற, மஞ்சுவை வண்டியில் ஏற்றிக் கொண்டு நேராக விடுதிக்கு சென்றான்.

விடுதியில் கவிதாவின் அறை தோழிகள் பேசிக் கொண்டிருக்க, அவர்களிடம் கவிதா எங்கே? என்று ராஜா கேட்க, அவள் இன்னும் வரவில்லையே!

இன்னும் வரவில்லையா? என்று மஞ்சு பதட்டப்பட,

அவளுக்கு என்ன ஆயிற்று? எதற்கு பதறுகிறீர்கள்? என்று கேட்க,

அவள் வருத்தமாக இருந்தால், எங்கே செல்வாள்?

பூங்கா, கோவில் என்று கூறினார்கள். மறுபடியும் அவர்கள் கேட்க, ராஜா மஞ்சுவை இழுத்துக் கொண்டு, வேகமாக வண்டியில் ஏற, அந்த பெண்களுக்கு புரிந்தது. உடனே வார்டனிடம் கூறி விட்டு அவர்களும் அவளை தேடி கிளம்பினார்கள்.

ராஜாவும், மஞ்சுவும் கோவிலில் இறங்கி உள்ளே முழுவதும் தேடி விட்டு வந்தனர். அங்கே அவள் இல்லாததனால் பூங்காவிற்கு கிளம்பினார்கள்.

அவள் அங்கே தான் ஊஞ்சலில் வெறித்தனமாக ராஜா கூறியதை நினைத்து நினைத்து ஆட, ஒரு கட்டத்தில் கீழே விழுந்து அழுதாள். அனைவரும் அவளை வேடிக்கை பார்க்க மேலும் அழுதாள். ஒரு பாட்டி அருகே வந்து அவளை தூக்கி விட்டு, எதுவும் பிரச்சனையாம்மா. பிரச்சனையை எதிர் கொள்வது தான் புத்திசாலித்தனம் என்று வெளியே அழைத்து வந்தார். அவர் கையில் அழகான குட்டி நாய் ஒன்று வைத்திருந்தார். அதன் காலில் கட்டு போட்டு இருந்தது. அதை கையில் வாங்கி விளையாட ஆரம்பித்தாள். அது கீழிறங்கி அவளுடன் விளையாடிக் கொண்டே ரோட்டிற்கு வந்தது. கார் அதனை மோத வர, அதே நேரம் ராஜாவும், மஞ்சுவும் வந்தனர். கவிதா நாயிற்கு அடி பட்டு விடும் என்று பயந்து காரை நோக்கி வர, அவர்கள் தவறாக புரிந்து வண்டியை சட்டென நிறுத்தி, இருவரும் ஓடி

வந்தனர். கார் மோதும் சமயம் குறுக்கே கவிதா வந்து நாயை பிடித்து பயத்தில் அப்படியே உட்கார்ந்தாள். காரை ஓட்டியவர் அவளை பார்த்ததனால் காரை திருப்ப, உயிர் பிழைத்தாள். காரில் இருந்தவன் உள்ளிருந்து வந்து அவளை திட்ட வருவதற்குள், அவளது கன்னத்தில் அறை விழுந்தது. ராஜா தான் கோபத்தில் அறைந்து விட்டான். அவள் ஒரு கையை கன்னத்திலும், மறு கையில் குட்டி நாயை பிடித்தவாறு எழுந்தாள்.

டேய், அண்ணா! எதற்கு டா அவளை அடித்தாய்? கேட்டுக் கொண்டே அவளை பார்க்க நாயின் காலில் போட்டிருந்த கட்டிலிருந்து இரத்தம் வர, பாட்டியிடம் ஓடி சென்று இவனை வைத்திருங்கள் வருகிறேன் மருந்து வாங்கி அதற்கு போட்டு விட, இருவருக்கும் அப்போது தான் புரிந்தது நாயை காப்பாற்ற தான் இடையே சென்றிருக்கிறாள்.

அய்யோ! போச்சு இப்பொழுதும் தவறு செய்து விட்டேனே! அவளுக்கு எதிரே நின்று ராஜா பார்த்துக் கொண்டிருக்க, மஞ்சுவும் அங்கேயே நின்றாள்.

எதற்குப்பா, அந்த பெண்ணை அடித்தாய்? பாட்டி கேட்க,

அவன் என்ன கூறவென்று தெரியாமல் திகைக்க, அவள் தவறான முடிவெடுத்து விட்டாளோ! என்று எண்ணி தான் அடித்து விட்டான் என்று கூறி விட்டு,

கவி, வா போகலாம் மஞ்சு அழைக்க, அவள் எதுவும் கூறாமலிருக்க, ராஜா முன்னே வந்து உன்னிடம் நான் அவ்வாறு பேசி இருக்க கூடாது. அடித்ததற்கும் சேர்த்து மன்னித்து விடு கூற, அவள் பேசவே இல்லை. அவனுக்கு ஒரு மாதிரி இருக்கவே... அவளை பார்த்தவாறே நின்றான்,

கவியிடம் பாட்டி, நான் இவனை பார்த்து கொள்கிறேன். முதலில் அவர்களிடம் பேசு,....

பாட்டி அவர்களிடம் பேச ஏதுமில்லை. நான் யார் அவர்களுக்கு? எனக்கும் அவர்களுக்கும் எந்த சம்பந்தமும் இல்லை கூற,

என்ன! எந்த சம்பந்தமும் இல்லையா? நம்முடையது மூன்று வருட நட்பு. எவ்வளவு சாதாரணமாக கூறுகிறாய்?. இங்கே பார். உனக்கும், என் அண்ணனுக்கும் என்ன பிரச்சனை என்று கூட தெரியாது. அவன் மேல் உள்ள கோபத்தை என் மீது காட்டாதே! கோபித்துக் கொண்டாள் மஞ்சு

கவிதா அவளை கட்டிக் கொண்டு மன்னித்து விடு. இனி அவ்வாறு கூற மாட்டேன் கூறி விட்டு, ராஜாவிடம் திரும்பினாள். நான் பாலா சாரை காதலித்தேன்.

என்ன! மஞ்சு கேட்க, திரும்பி அவளை முறைக்க, அவள் அமைதியானாள்.

அவர் என்னிடம் சாட்சிக்காக தான் பேசினார் என்று தெரியும். ஆனால் அவர் என்னிடம் பேசும் போது அக்கறையுடன் நடந்து கொண்டார். என்னிடம் எந்தவொரு ஆணும் இவ்வளவு கண்ணியமாகவும், பிரியமுடனும் பேசியது இல்லை. ஏனென்றால் எனக்கென்று யாருமில்லை. உங்களுக்கு அம்மா, அப்பா, தங்கை, சொந்த பந்தங்கள் உள்ளனர். ஆனால் எனக்கு நான் யாரென்று எனக்கே தெரியாது.

அம்மா, அப்பா, உடன்பிறந்தவர்கள் இருக்கிறார்களா? எப்படி இருப்பார்கள்? எங்கே? என்றும் தெரியாது. எந்த பாசமும் யாரும் கொடுக்காத பட்சத்தில் அவர் என்னை பார்த்துக் கொள்கிறேன் என்றார். அவர் எந்த அர்த்தத்தில் கூறினார் என்பது தெரியாது. ஆனால் அது எனக்கு பிடித்தது. அவருடன் நிறைய பேர் இருந்தனர். அதுவும் பிடித்தது. எனக்கும் பாசம் காட்ட ஆட்கள் இருப்பார்கள் என்று நினைத்து தான், நான் அந்த வீடியோ அனுப்பினேன். எடுக்காத போட்டோவை எடிட் செய்து அனுப்பியது தவறு தான். அப்படியாவது ஏற்று கொள்வார் என்று தான் அனுப்பினேன். நீங்கள் கூறியது போல் இருக்கும் பெண் நான் இல்லை.

நீங்கள் கோபக்காரர் என்பது தெரியும். ஆனால் என்னை பற்றி இப்படி நினைப்பீர்கள் என்று எதிர் பார்க்கவே இல்லை. எதுவும் பிரச்சனை இல்லை. நான் அவ்வாறாகவே இருந்து விட்டு போகிறேன் அழுது கொண்டே மனதில் உள்ளதை கொட்டி விட்டு, பாட்டியிடம் சென்று, எனக்கு மிகவும் சோர்வாக உள்ளது. நாம் நாளை சந்திப்போம், அவனை பார்த்துக் கொள்ளுங்கள் என்று மருந்தை அவர் கையில் கொடுத்து விட்டு கிளம்பினாள். ராஜா அவளை தடுத்து கையை பிடித்து, என்னை மன்னித்து விடு என்றான்.

நீங்கள் கிளம்புங்கள். நான் செல்ல வேண்டும் என்று அவனது கையை எடுத்து விட்டு, அவள் கிளம்பினாள். இதற்கு மேல் அவளை தொந்தரவு செய்ய வேண்டாமென்று அவன் கிளம்ப மனமில்லாமல் அவள் பின்னை அவளுக்கு தெரியாமல்

அண்ணனும், தங்கையும் செல்ல, அவளுடைய அறைத் தோழிகள் அவளை தேடி வந்து விட்டனர். பின் ஆட்டோ பிடித்து அவளை அழைத்து செல்ல, இவர்களும் வீட்டிற்கு வந்தனர். பின் ராஜா அறைக்கு மஞ்சு சென்று நடந்ததை கேட்டு தெரிந்து விட்டு,

உனக்கு அவளை பிடித்திருக்கிறதா?

அதெல்லாம் இல்லை அவன் கூற,

அதற்கு மஞ்சு, இருக்கிறது. நீ எவ்வளவு பதற்றமானாய் தெரியுமா? நீ உரிமையோடு அவளை அறைந்தாய்? நீ பெண்கள் மீது கை வைத்ததே இல்லை. இது உன்னை மீறி நடந்திருக்கிறது. நீ உனக்கு தெரியாமலே அவளை காதலிக்க ஆரம்பித்து விட்டாய். அவள் பாலா அண்ணா மீது வைத்துள்ள காதலை உன்னிடம் விளக்கிய போது, உனக்கு கோபம் வந்ததை கவனித்தேன். ஏற்கனவே கல்லூரியில் இரண்டு பேர் அவள் பின்னாலேயே சுற்றுகின்றனர். நன்றாக யோசித்து பார் என்று அவளறைக்கு செல்ல, அவன் உறங்க முடியாமல் தவித்துக் கொண்டிருந்தான்.

மருத்துவனையில் ரகு, ஸ்வேதா அறைக்கு சென்றான்.

ரகு உங்களுக்கு எப்படி இருக்கிறது?

எனக்கு நன்றாக உள்ளது. நான் வீட்டிற்கு கிளம்புகிறேன்.

நீங்கள் இப்பொழுதே கிளம்புகிறீர்களா?

அவளை அவன் முறைக்க, இல்லை கிளம்புங்கள் என்று கூறினேன்.

ம்ம்ம்...

எதற்கும் கவனமாகவே இருங்கள். கொஞ்ச நாட்கள் அதிகமாக வெளியே வராதீர்கள்! ரியாவை நன்றாக பார்த்துக் கொள்ளுங்கள்.

நீ யார்? அந்த ரௌடிகளுக்கும் உனக்கும் என்ன சம்பந்தம்?

உங்களுக்கு நேரம் வரும் போது தெரியும்.

என்ன இவள்! புரியாத புதிராகவே இருக்கிறாள்.

என்னிடமும், ரியாவிடமும் அதிகமாகவே அக்கறையோடு இருப்பது போல் தெரிகிறது. இவள் யாராக இருப்பாள் மனதினுள் யோசித்தான்.

ஸ்வேதா நீயும் கவனமாக இரு. நான் வருகிறேன் என்று ரகு வெளியே வரவும், பாலா ரியாவை தூக்கிக் கொண்டு உள்ளே

வரவும் சரியாக இருந்தது. ஸ்வேதாவிடம் ரியா கொஞ்ச நேரம் விளையாடினாள். ராஜம்மா அவளிடம் பேசி விட்டு அனைவரும் கிளம்ப அங்கே பார்வதியம்மா வந்து ஸ்வேதாவை கவனித்துக் கொண்டார்.

பாலா அவர்களை வீட்டில் விட்டு, ராஜம்மாவை பார்த்துக் கொள்ளுங்கள் கண்ணிலே சைகை காட்ட, அவரும் தலையசைத்தார்.

ரேணு பாலா கூறியதை ஏற்றுக் கொண்டு, அவனுடன் பழையபடி பேச ஆரம்பித்தாள். ரேணுவும் ரகுவும் மருத்துவமனையில் சந்திக்காத வண்ணம் பாலா கவனித்துக் கொண்டான்.

பாகம் 13

மறுநாள் காலையில் ராஜா வேகமாக எழுந்து, பாலாவிடம் பேசி விட்டு, மற்ற நண்பர்களிடமும் பேசினான். பாலாவும், ராஜாவும் பைக்கில் வந்தனர் வார்டனை பார்க்க, அவரிடம் பேசி விட்டு அருகே இருந்த வீட்டிற்குள் செல்ல, சுந்தரும், சூர்யாவும் அங்கே வந்து நிற்க, பாலாவும் ராஜாவும் பேசிக் கொண்டே வெளியே வர,

டேய் மச்சான், சூப்பர்டா பெண்கள் விடுதி முன்பே பார்த்து விட்டாய். என்ன, தினமும் நன்றாக எல்லா பெண்களையும் ரசிக்கலாம் சூர்யா கூற, ராஜா கவிதாவின் அறையை பார்க்க,

சும்மா இருடா, அவனே வருத்தத்தில் உள்ளான்.

என்ன! என் நண்பன் வருத்தமாக உள்ளானா? ராஜாவை வைத்து அவர்கள் விளையாடிக் கொண்டிருக்க எல்லா பெண்களும் எட்டிப் பார்த்தனர். சூர்யா அவர்களை பார்த்து கை காட்ட, அவனை தலையில் தட்டி, சும்மா இருடா.. ராஜா அவனை திருப்ப, கவிதா துவைத்த துணியை காயப் போட வந்தவள் அவர்களை பார்த்தாள். அவள் பாலாவை பார்த்தவுடன் பயந்து ஒளிந்து கொள்ள, சுந்தர் அவள் மறைவதை பார்த்து,

யாருடா பாலா அந்த பொண்ணு, உன்னை பார்த்து விட்டு, மறைந்து நிற்கிறாள் கேட்க, அனைவரும் பார்க்க, கவிதாவை பார்த்து விட்டு பாலா, வார்டனிடம் சென்று கவிதாவிடம் பேச வேண்டும் என்று சொல்ல, அவரும் வேண்டாம் என்றார்.

அவளை புரிந்து கொண்டேன். இனி என்னிடம் அவ்வாறு நடந்து கொள்ள மாட்டேன் என்றாள். ஆனால் என்னை பார்க்க பயப்படுவது போல் தெரிகிறது. பேசினால் பிரச்சனை முடியும் என்றான். வார்டன் போனில் அவளை வர சொல்ல, வர மாட்டேன் என்கிறாள் பாலாவிடம் கூற,

பாலா கீழிருந்து சத்தமாக, கவிதா நீ கீழே வருகிறாயா? இல்லை நான் மேலே வரவா? அவள் எதுவும் கூறாமலிருக்க, நான் வருகிறேன் என்று கூற, அவள் வேகமாக கீழே வந்தாள்.

டேய், என்னடா நடக்கிறது? சூர்யா கேட்க, பாலாவிற்கும் அவளுக்கும் நடந்தை கூற,

வாவ், சோ இன்ட்ரஸ்டிங் என்று சூர்யாவும் அங்கே சென்று, ஹாய் கவிதா, என்று சூர்யா அவளருகே வர, அவள் பின்னாலே செல்ல, பாலா அவனது சட்டையை பிடித்து இழுத்து, என்ன செய்கிறாய்?

நீ போடா என கூற பேச தானே செய்கிறேன் என்று மறுபடியும் அவளருகே வர, ராஜா பொறுக்க முடியாமல் அவனை தரதரவென்று இழுத்து சென்றான். பாலா பேச ஆரம்பிக்க, கவிதா ராஜாவையே பார்த்துக் கொண்டிருப்பதை கவனித்து தொண்டையை செறுமினான்.

அவள் கவனம் பாலா மீது விழ, வா என்று வெளியே அழைத்து வந்து அவளிடம் பேச ஆரம்பித்தான்.

நீ இப்பொழுது நன்றாக தானே இருக்கிறாய்?

ம்ம்... அவர்கள் நன்றாக இருக்கிறார்களா?

யார்?

உங்களை அன்று தடுத்தார்களே! அவர்கள்..

ஒ... ரேணுவையா.... இப்பொழுது பரவாயில்லை.

அவர்களை தானே நீங்கள் காதலிக்கிறீர்கள்?

இல்லையே! அவன் கூற, எனக்கு நன்றாக தெரியும். நீங்கள் நடந்து கொண்ட விதத்திலே நன்றாக தெரிந்தது

நான் உங்கள் காதலுக்கு இடையூறாக இருக்க மாட்டேன்.

எதற்காக என்னை பார்த்து மறைந்து நின்றாய்?

கவி தயங்கிக் கொண்டே, உங்களை காயப்படுத்தி விட்டேனே! என்ற குற்றவுணர்ச்சி தான் கூற அதெல்லாம் எதுவும் இருக்க வேண்டாம். நான் எல்லாவற்றையும் மறந்து விட்டேன் அவன் கூறியவுடன், அவளுக்கு அவ்வளவு மகிழ்ச்சி. இதை பார்க்க ராஜாவிற்கு கோபம் வர ஆரம்பித்தது. இதில் சூர்யா வேற,

அந்த பொண்ணு கோபப்படுவாள். அவனிடம் பேச மாட்டாள் என்று நினைத்தால், என்னடா இருவரும் சிரிக்கிறார்கள். ஒரு வேலை பாலா அவனுடைய காதலை மறந்து, இந்த பெண்ணுக்கு சரி என்று கூறி விட்டானோ! கூற, ராஜா அவர்களை முறைத்து முறைத்து பார்க்க, அவனால் முடியாமல் உள்ளே சென்றான். இதை பார்த்த சுந்தர் புன்னகையுடன் உள்ளே வந்து, இருவருடைய ஜோடியும் நன்றாக தானே உள்ளது கேட்க, நேரடியாகவே அவனை பார்த்து முறைத்தான் ராஜா.

என்னடா மச்சான், விழுந்து விட்டாய் போல,....

யார் என்ன செய்தால் எனக்கென்ன?

ஓ.... அப்படியா.... சரி அவர்களை சேர்த்து வைக்க வேண்டியது தான் கூற

அவனை தடுத்து, ஏதும் செய்து விடாதே! ஏற்கனவே என் மீது கோபமாக இருக்கிறாள்.

கோபமாக இருக்கிறாளா? அப்படியென்றால் காதல் இன்னும் ஆரம்பிக்கவே இல்லையா?

இல்லை. நானே நேற்று தான் உணர்ந்தேன்.

என்ன!

அவள் மீது நான் வைத்துள்ள காதலை நேற்று தான் உணர்ந்தேன்.

நீ முதலில் நடந்ததை கூறு. அவனும் அனைத்தையும் கூறி முடித்தான்.

ஏன்டா, உன் கோபத்தை அவளிடமும் காண்பித்து விட்டாயா! உன் முதல் எதிரியே உன் கோபம் தான். அதனை முற்றிலுமாக தவிர்க்க பார். நீ முதலில் இருந்தே அவளை காதலிப்பது போல் தெரிகிறது. அவளுக்காக தானே அந்த கைதியை காயப்படுத்தினாய். அவளை யாரும் தவறான பெண்ணாக பார்க்க கூடாது என்பதற்காக பாலா குடும்பத்தினர் முன் திட்டி இருக்கிறாய். தற்கொலை முயற்சி செய்கிறாள் என்று கோபப்பட்டு அடித்திருக்கிறாய்.

நன்றாக தான் கவனித்து கொள்கிறாய். என்ன! உன்னுடைய கோபத்தால் வேலையையும், காதலையும் விட்டு விடாதே!

அவளுக்கு தான் என்னை பிடிக்கவில்லையே!

எதையும் நீயே முடிவெடுத்து விடாதே! பெண்களை புரிந்து கொள்ள யாராலும் முடியாது. எந்நேரத்தில் காதல் உதயமாகும் என்பது யாருக்கும் தெரியாது. சூர்யா உள்ளே வந்து, என்னடா செய்கிறீர்கள்?

சுந்தர், ராஜாவை வெளியே அழைத்து வர, பாலாவும் கவிதாவும் பேசி விட்டு இவர்கள் அருகே வந்தனர்.

தேங்க்ஸ் சார் என்று அவளது போனை பாலாவிடம் கொடுக்க, அவனும் வாங்கி நம்பரை பதிவு செய்து கொடுத்தான். மீண்டும் ஒரு முறை தேங்க்யூ சொல்லி விட்டு சிரித்துக் கொண்டே சென்றாள்.

பாலா வந்து ராஜாவின் தோளில் கையை போட்டுக் கொண்டு நிற்க, ராஜாவிற்கோ கடுப்பாக இருந்தது. சுந்தர் அவனை பார்த்து சிரித்துக் கொண்டிருந்தான். பின் கைதியை இரவு நேரத்தில் தான் அழைத்து வர வேண்டும் பேசி விட்டு, உயர் அதிகாரிக்கு போன் செய்து பாலா அவனை வேரொறு இடத்திற்கு மாற்ற போவதாக கூறினான்.

அவனுக்கு மருந்திட செவிலியர் தேவை என்று கூறி இருக்கலாமே! சுந்தர் பாலாவிடம் வினவ, யாரையும் நம்ப முடியாது. நம் ராஜாவும் அவனும் மட்டுமே இருப்பார்கள். நாமே அதற்கான ஆளை ரெடி செய்வோம் என்று ரேணுவின் மாமாவிடம் நம்பிக்கையான ஒரு பெண்ணை கேட்க போவதாக நண்பர்களிடம் கூறினான்.

சரி வாருங்கள் கிளம்புவோம் என்று பாலா, ராஜாவின் பைக்கில் ஏற, நான் மஞ்சுவை கல்லூரிக்கு அழைத்து செல்ல வேண்டும் என்று பாலாவின் பதிலை கூட எதிர்பாராது கிளம்பி விட,

டேய் நில்லுடா,..... பாலா கத்திக் கொண்டிருக்க, ராஜா பாலாவை விட்டு செல்வதை பார்த்தாள் கவிதா. மற்ற நண்பர்கள் பாலாவை பார்த்து சிரிக்க,

அவனுக்கு என்னடா ஆயிற்று?

அவனுக்கு... அவனுக்கு... சுந்தர் சிரிக்க, பாலா எரிச்சலுடன், போதும் நிறுத்துகிறாயா? சூர்யா பைக்கில் ஏறி கிளம்பினார்கள்.

வீட்டிற்கு வந்து மஞ்சுவை அழைத்து, கல்லூரியில் விட்ட பின், ஒரு நிமிடம் நில்லேன். மாலையில் நாம் வெளியே எங்காவது செல்வோமா? உன்னிடம் பேச வேண்டும் என்று சோகமாகவும், அமைதியாகவும் பேசினான். கவிதாவும் கல்லூரி வந்தாள்.

டேய் அண்ணா, உனக்கு என்ன ஆயிற்று? காய்ச்சல் ஏதும் இருக்கிறதா? என்ன! அவனது நெற்றியில், கழுத்தில் கை வைத்து பார்த்துக் கொண்டிருக்க, கவிதா பார்த்துக் கொண்டே சென்றாள். அவன் அவளது கையை எடுத்து விட மஞ்சு கவிதாவை பார்த்து விட்டு,

கவி இரு. நானும் வருகிறேன் என்று அவளை நிறுத்த ராஜாவும் அவளை பார்க்க, அவளும் அவனை பார்க்க, நாம் கல்லூரி முடிந்தவுடன் பேசலாம் என்று மஞ்சு கூறி விட்டு செல்ல, ராஜா வண்டியிலிருந்து இறங்கி மஞ்சு கத்திக் கொண்டே அவர்கள் அருகே வந்து, கல்லூரி பையை கொடுக்க,

தேங்க்ஸ்டா அண்ணா, இன்று எங்களுடைய செயல் திட்டத்தை ஆரம்பிக்க போகிறோம். என்ன கவி,...

ம்ம்... அவள் கூற, நல்ல வேலையாக கொடுத்து விட்டாய் மறந்து சென்றால் இன்றும் ஆரம்பிக்க முடியாமல் போயிருக்கும்.

அவன் அவளை ஏக்கத்தோடு பார்க்க, அவளோ சென்று விட்டாள்.

அன்று உயர் அதிகாரி அழைத்தார் என்று நண்பர்கள் அனைவரும் அவரை பார்க்க செல்ல, பாலா ராஜாவிடம் என் மீது என்னடா கோபம் உனக்கு?

அதெல்லாம் ஒன்றுமில்லை ராஜா மழுப்ப, எனக்கு தெரியும்டா மச்சான்,... பாலா கூற,

என்ன தெரியும் உனக்கு?

நீ கவிதாவை காதலிக்கிறாய் தானே! ராஜா திரும்பி சுந்தரை முறைக்க,

டேய், நான் எதையும் கூறவில்லை அவன் கூற,

உனக்கும் தெரியுமா? பாலா சுந்தரிடம் கேட்க, அவன் ஏதும் கூறாமல் ராஜாவை பார்க்க,

என் நண்பனை பற்றி எனக்கு தெரியாதா? பாலா ராஜாவின் தோள் மீது கையை போட,

நீ தவறாக நினைத்துக் கொண்டாய். அவள் ரேணுவிடம் காதலை சொல்ல உதவி செய்கிறேன் என்றாள். அதனால் தான் நம்பரை கொடுத்தேன். உன்னுடையதையும் சேர்த்து...

என் நம்பரை வாங்கிக் கொண்டாளா!

ஏண்டா பைத்தியம், ஒரு பெண்ணை கை நீட்டி அடிக்கலாமா? பாலா கேட்க

உன்னை பற்றி பேசிய போது, பயங்கரமாக உன்னை திட்டுகிறாள். உன் மேல் அவளுக்கு கோபம் நிறையவே உள்ளது. நீ அவளிடம் தன்மையாக நடந்து கொண்டால், உன்னுடன் அவள் பேச வாய்ப்புள்ளது. முதலில் உன்னுடைய கோபத்தை கட்டுப்படுத்தி வை.

என்னை மன்னித்து விடு. நான் தவறாக எண்ணிக் கொண்டேன்.

அந்த பொண்ணை காதலிக்கிறாயா? சூர்யா கேட்க,

ஆமாம் என்றான்.

அட நண்பா, நான் முயற்சி செய்யலாம் என்று நினைத்தேன்.

ராஜா அவனை முறைக்க, சரி சரி. நீயே முயற்சி செய் பேசி விட்டு அதிகாரியின் அறைக்குள் நுழைந்தனர்.

வாருங்கள். உங்களுக்காக தான் காத்திருக்கிறேன். முக்கியமான வேலை ஒன்றை உடனே முடிக்க வேண்டும். ராஜாவை பார்த்து, நீ எதற்காக வந்தாய்? நீ அந்த கைதியையும், உன்னையும் சரி செய்து விட்டு உன் வேலையை தொடரு.... முதலில் அவனை நன்றாக பார்த்துக் கொள். அவன் உயிரோடிருந்தால் தான் உனக்கு வேலை என்பதை மறந்து விடாதே! என்றும் கூற, அவனுக்கு மனது கனமாக அமைதியாக அங்கிருந்து சென்றான். அதிகாரி இருப்பதால் மற்றவர்களும் ஏதும் பேசவில்லை.

அதிகாரியிடம் பேசி விட்டு வெளியே வந்து பார்த்தால், ராஜா இல்லை. அனைவரும் அவனை தேட, மருத்துவமனையிலிருந்து பாலாவிற்கு போன் வந்தது. ஸ்வேதாவை யாரோ கொல்ல முயற்சி செய்ததாகவும், அங்கிருந்த காவலர்கள் அவளை காப்பாற்றியதாகவும் கூற, நண்பர்களிடம் ராஜாவை தேடி விட்டு பார்த்தால் கூறுங்கள் அங்கிருந்து வேகமாக கிளம்பினான்.

மருத்துவர் பாலாவிடம், நீங்கள் உங்கள் தங்கைக்கு வீட்டில் வைத்து சிகிச்சையை மேற்கொள்ளுங்கள். அவர்களால் மற்ற நோயாளிகளும் பயப்படுகிறார்கள். அவர் ஓரளவு சரியாகி விட்டார். மெதுவாக எழுந்து நடக்கலாம். பிரச்சனை இல்லை. அடுத்த ஒரே வாரத்தில் பூரணமாக சரியாகி விடுவார். சத்தான ஆகாரங்களை ஒரு மாதத்திற்கு கொடுத்து வாருங்கள். உடலும் பழைய படி சரியாகும்.

இப்பொழுதே கிளம்புகிறோம் என்று அம்மாவிடம் அனைத்தையும் கூற, பார்வதியம்மா, ரேணு, அத்தை அனைவரும் மருத்துவமனைக்கு வர, எல்லாவற்றையும் எடுத்து வைத்து விட்டு, ஸ்வேதாவை வீட்டிற்கு அழைத்துச் சென்றனர். பாலா வீட்டிற்கு வந்தவுடன் அமைதியாக உட்கார்ந்திருக்க,

பார்வதியம்மா அவனிடம் வந்து பேசினார். என்னடா? அவரது மடியில் படுத்துக் கொண்டு, ராஜாவை பற்றியும், ஸ்வேதா பற்றியும் நினைத்து கவலைப்பட,

என்னை நினைத்து நீ கவலைப்படவே வேண்டாம் என்று அவளாகவே மெதுவாக நடந்து வந்தாள்.

எப்படி தனியாக நடக்கிறாய்?

ரகு சென்ற பொழுதே அங்கிருந்த செவிலியர்கள், என்னால் இங்கே நிறைய பிரச்சனை நடக்கிறது என்று பேசினார்கள். அன்றே நடக்க ஆரம்பித்து விட்டேன்.

ஏன்மா, உன்னை நீயே இவ்வளவு கஷ்டப்படுத்திக் கொள்கிறாய்?

அதெல்லாம் ஒன்றுமில்லை. பாலாவை பார்த்து, அண்ணா! ரொம்ப சோர்வாக இருப்பது போல் தெரிகிறது. ரேணு காபி எடுத்து வர, வேலை ஒன்று வந்துள்ளது. அதை கவனிக்க வேண்டும் என்று காபியை குடித்து விட்டு, போனை எடுத்து, அவனை பார்த்து விட்டீர்களா!

கடற்கரையில் தான் இருக்கிறோம். சீக்கிரம் வா என்று பாலாவை வரவழைக்க, அவன் வந்து ராஜாவை கண்டபடி திட்டி விட்டு, பின் அதிகாரி அவனையும் ரகசியமாக சேர்த்துக் கொள்ள சொன்னார் என்று கூறியவுடன்,

பாலாவையும், சுந்தரையும் கட்டிக் கொண்டு ராஜா மகிழ்ச்சியடைய, சூர்யாவோ.... டேய் என்னை மட்டும் விட்டு விட்டீர்கள் என்று அவனும் கட்டிக் கொண்டான். பின் அனைவரும் ராஜா வீட்டிற்கு வந்து அந்த கைதியை பார்க்க, பாலா ஏற்கனவே ரேணு மாமாவிடன் கூறி விட்டான் போல, அவர் போன் செய்து வந்தனா என்று செவிலியரை பற்றி கூறினார். அதனை தன் நண்பர்களிடம் கூறினான்.

ஏன்டா ராஜா. அந்த வீட்டில் ஓர் அறை தானே உள்ளது. கைதி, அந்த பெண், நீ எப்படி தங்குவீர்கள்?

அறையில் அந்த பெண்ணும், நடுப்பகுதியில் நாங்கள் இருவரும் தங்குவோம் என்று கூற, ஒரு பெண்ணை வைத்துக் கொண்டு

நீ உள்ளே தங்கினால் நீ காதலிக்கும் பெண் தவறாக எண்ண மாட்டாளா? அருகில் வேறு இருப்பாள்.

அட ஆமாம்டா எந்த பெண்ணாலும் இதை ஏற்றுக் கொள்ள முடியாது சூர்யா கூற,

சும்மா இருங்கடா. அவனே பார்த்துக் கொள்வான் பாலா கூறினான். பின் நமக்கான வேலை எம் எல் ஏ பெண்ணை கடத்தி விட்டார்கள். யார்? என்ன பிரச்சனை? தெரியவில்லை.... இரண்டு நாட்கள் தான் நமக்கான நேரம்.... பாலா கூற

எப்பொழுது? எங்கே? ராஜா கேட்க,

இன்று காலை தான்.... கடத்தல் என்று சரியாக தெரியவில்லை... அவளது வீட்டிற்கு சுந்தர், நீ சென்று அவளுடைய தினசரி பட்டியலை வாங்கி வா... பாலா கூற, அவன் சென்றான். சூர்யா நீ கல்லூரிக்கு சென்று அவளை பற்றி விசாரித்து வா,... அவனும் கிளம்பினான். நாம் இருவரும் கொஞ்சம் காத்திருப்போம் சுந்தர் வரும் வரை....

அதற்குள் மஞ்சுவை அழைத்து வீட்டில் விட்டு வருகிறேன் கூற,..... பாலாவும் அவனை அனுப்பி வைத்து விட்டு வீட்டிற்கு சென்றான். மதுவும், ஸ்வேதாவும் விளையாட, மதுவை தூக்கி வைத்து அவளுடன் பேச ஸ்வேதாவும் அருகே வந்து அமர்ந்தாள்....

வேலை இருக்கிறது என்றாய்.. அதற்குள் வந்து விட்டாய்?

விசாரணை நடக்கிறது. முடிந்தவுடன் கிளம்பி விடுவேன்.

சுந்தர் போன் செய்து பட்டியல் தயாராக உள்ளது. மற்றபடி அந்த பெண் வீட்டில் எல்லாரிடமும் நன்றாக தான் பேசி இருக்கிறாள். இங்கே சந்தேகப்படும் அளவிற்கு ஏதும் இல்லை என்றான்.

நீ வீட்டிற்கு செல். நான் கூப்பிட்டவுடன் வா என்று கூறி போனை துண்டித்தான்.

ராஜா மஞ்சுவை அழைத்து செல்ல கல்லூரிக்கு வந்தான். அங்கே கவிதாவும் நின்று கொண்டிருந்தாள். அவளை பார்த்தவுடன் மனதினுள் மகிழ்ச்சி. வெளிகாட்டிக் கொள்ளாமல், வா செல்லலாம் என்று மஞ்சுவை கூப்பிட,

எங்கே போகலாம்? அவள் கேட்க,

வந்து..... வந்து..... ராஜா தயங்க,

சொல்லி தொலைடா மஞ்சு கோபப்பட,.... ஒரு வேலை உள்ளது. உனக்கு தான் இப்பொழுது ஏதும் இல்லையே! ரகசிய வேலை...

ரகசியமாது? மண்ணாது? என்று அவனை திட்டிக் கொண்டே

வீட்டிலாவது இறக்கி விடுவாயா?

அதற்கு தான் வந்தேன்... கூற, வா கவி என்று அவளை அழைக்க,

நாம் வீட்டிற்கு தானே செல்ல போகிறோம் என்று அவன் கேட்க,

ஆமாம், அவளையும் வீட்டிற்கு தான் அழைத்து செல்ல போகிறேன் மஞ்சு கவியை கூப்பிட, அவள் ராஜாவை பார்த்து வண்ணம் இருக்க, நாங்கள் முதலில் செல்கிறோம் வாணி நீங்களும் சீக்கிரம் வந்து விடுங்கள் கூறி விட்டு, கவியை முதலில் ஏற சொல்ல, அவளோ! நீ முதலில் ஏறு....

யாராவது முதலில் ஏறுங்கள் அவன் கூற, கவிதா ஏறிய பின் மஞ்சுவும் ஏறினாள். தன்னுடைய திட்டத்தில் ஒன்றாவது நடக்கட்டும் என்று புன்னகையுடன் ஏறினாள் மஞ்சு.

இதற்கு முன் எப்படி அவனை பிடித்திருந்தாளோ அவ்வாறே பிடித்திருக்க, இருவரும் நெருக்கமாக இருந்தனர். ராஜாவின் போன் அழைக்கவே வண்டியை நிறுத்தி விட்டு பேச, அவள் அப்பொழுதும் விடாமல் பிடித்திருந்தாள். பாலா ராஜாவை அழைக்க, வீட்டிற்கு சென்று கொண்டிருக்கிறேன். இவர்களை வீட்டில் இறக்கி விட்டு வந்து விடுகிறேன். வீடு வரவே வீட்டில் இறக்கி விட்டு, திரும்பி ஒரு முறை கவிதாவை பார்த்து விட்டு சென்றான்.

எங்கடி அவனை? அம்மா கேட்க, ஏதோ வேலை இருக்கிறதாம்... அவள் கூற, அப்பாவின் குரல் ஒலித்தது. ஆமா துரைக்கு வேலையிலிருந்து தூக்கிய பிறகும் வேலை தருகிறார்களாம் என்று திட்ட, மஞ்சு கோபமாக அப்பா... என்றாள். என்ன சத்தமெல்லாம் கொடுக்கிறாய்? அவர் மேலும் சத்தமிட,

நீ அவரையெல்லாம் கண்டு கொள்ளாதே! மற்றவர்கள் வரும் வரை வா உள்ளே செல்லலாம்...

இவள் பேசுவதை கேட்டவுடன் உள்ளிருந்த அம்மாவும், அப்பாவும் எட்டி பார்த்தனர்.

வாம்மா, அம்மா சிரித்துக் கொண்டே கூப்பிட்டு உட்கார வைத்து காபி போட சென்றார். இன்னும் இரண்டு தோழிகள் வருவார்கள்...

சரிம்மா என்று காபியை கொண்டு வந்து கொடுத்து விட்டு, கவிதாவை பற்றி விசாரிக்க,

எனக்கு அம்மா, அப்பா, எந்த சொந்த பந்தமும் கிடையாது. சிறு வயதிலிருந்தே நான் விடுதியில் தான் வசிக்கிறேன். அவளை பற்றி கூற அப்பாவிற்கு அவளை மிகவும் பிடித்து விட்டது.

சொந்தம் கூட இல்லாமல் இருப்பார்களா? அம்மா கேட்க, கவி கண்ணிலிருந்து நீர் சொட்ட,

அம்மா, சும்மா இரு மஞ்சு கூற, சின்ன பிள்ளையிடம் இப்படியா பேசுவாய்? அப்பா அம்மாவை திட்ட,

என்னை மன்னித்து விடுங்கள் அங்கிள். உங்களது மகன் எனக்கு உதவி செய்து தான் அவரது வேலையில் பிரச்சனை வந்தது கூற, அவர் அதெல்லாம் ஒன்றுமில்லைம்மா. நான் சாதாரணமாக எடுத்துக் கொண்டால் அவன் இதனை பிரச்சனையாக எடுத்து சரி செய்ய மாட்டான். அதனால் தான் திட்டிக் கொண்டே இருப்பேன்.

எனக்கு மஞ்சு கூறும்போதே தெரியும் அங்கிள். காரணமில்லாமல் பெற்றோர்கள் திட்ட மாட்டார்கள்.

அடிப்பாவி, இப்படி கூறிவிட்டாயே!... அவள் கவிதாவை முறைக்க வா உள்ளே செல்லலாம் என்று அழைத்து வந்து, ஏண்டி என்னை போட்டு கொடுத்தாய்? மற்ற பெண்களும் வர, மஞ்சு கவிதாவை முறைத்துக் கொண்டே செயல் திட்டத்திற்கான வேலையை ஆரம்பித்தனர்.

கொஞ்ச நேரத்தில் மஞ்சுவின் மற்ற தோழியின் பெற்றோர்கள் அவர்களை தேடி வரவே, மஞ்சுவின் அம்மாவும், அப்பாவும் அவர்களுடன் பேசிக் கொண்டிருக்க, கவியோ வாசலையே வெறித்து பார்த்துக் கொண்டிருந்தாள். இன்று இது போதும் நாளை மீதியை பார்ப்போம் என்று அனைவரும் கிளம்பினர். கவிதா அவர்களையே பார்த்துக் கொண்டிருக்க, மஞ்சு அம்மா பசிக்கிறது. சாப்பாடு ரெடியா?

வாருங்கள் சாப்பிடலாம். கவிதாவிற்கும் எடுத்து வைக்க, அனைத்தும் புதியதாக பார்த்துக் கொண்டு கண்கலங்க,

என்ன ஆயிற்றும்மா?

உங்கள் வீட்டில் நடக்கும் அனைத்தும் புதியதாக அழகாக உள்ளது.

சாப்பிட்டு விட்டு, கவிதா கிளம்புகிறேன் என்று கூற, தனியாக அவ்வளவு தூரம் எப்படி செல்வாய்? மஞ்சு கேட்க,

கொஞ்ச நேரம் இரு. அண்ணா அழைத்துச் செல்வான் அவள் கூறி விட்டு, அவனுக்கு போன் போட,

வேண்டாம் மஞ்சு என்று கவிதா கூற,

அவன் போனை எடுத்து, என்ன? என்றான்.

நீ அந்த வீட்டிற்கு தானே செல்வாய்? அவளை விடுதியில் இறக்கி விடேன்.

இன்னும் அரை மணி நேரமாகும் அவன் கூற, சரி முடிந்தால் வேகமாக வந்து விடு...

சரி என்று போனை வைத்தான்.

அவளை அழைத்துச் சென்று ராஜாவின் அறையை காண்பிக்க, அதில் நிறைய போட்டோஸ் இருந்தது. குடும்பத்துடன், நண்பர்களுடன், அவன் தனியே இருக்கும் போட்டோவையே அவள் நின்று பார்த்துக் கொண்டிருக்க,

என்னடி, என் அண்ணனை ரசித்துக் கொண்டிருக்கிறாயா?

இல்லை. உன்னுடைய அண்ணா இவ்வளவு அழகாக சிரிப்பாரா? என்று பார்த்துக் கொண்டிருந்தேன்.

அதை தான் நான் கேட்டேன் என்றாள் மஞ்சு.

கவிதா முறைக்க, நான் சும்மா தான் கேட்டேன். வா வெளியே செல்லலாம் என்று சோபாவில் கவிதா உட்கார, மற்றவர்கள் தொலைக்காட்சியை பார்த்துக் கொண்டிருந்தனர். கவிதா அவளுடைய பையில் இருந்து ஒரு புத்தகத்தை எடுத்து வாசித்துக் கொண்டிருந்தாள்.

அவள் அப்படியே தூங்கி விட்டாள். ராஜாவும் வந்தான். அவன் வந்த போது அங்கே யாரும் இல்லை. கவிதா தூங்குவதை பார்த்து, அவனது அறையிலிருந்து ஒரு போர்வையை எடுத்து வந்து, அவளருகே வந்து கொஞ்ச நேரம் அவளை ரசித்துக் கொண்டிருந்தான். பின் அவளை மெதுவாக நகர்த்தி படுக்க வைத்து போர்வையை போர்த்தி விட்டு சிரித்துக் கொண்டே அவனது அறைக்கு சென்றான். குளித்து விட்டு ஒரு பையை எடுத்து அவனுடைய ஆடை அனைத்தையும் எடுத்து உள்ளே போட்டு விட்டு, அதனை எடுத்துக் கொண்டு வெளியே வந்தான்.

அவனை பையுடன் பார்த்த அம்மா, எதற்கு இந்த பை...? அம்மா, அவனை கவனித்துக் கொள்ள தனியே ஒரு வீட்டில் இருக்க போகிறேன் அவனுக்கு சரியாகும் வரை என்று கூற, அம்மா கோபித்துக் கொண்டு ஓரமாக உட்கார, கவிதா எழுந்தாள்.

அவனும் அம்மாவின் அருகே உட்கார்ந்து ஒரே வாரம் தான். அவனுக்கு சரியானவுடன் வீட்டிற்கு வந்து விடுவேன்.

சாப்பாடு மூவருக்கு தயார் செய்து தாருங்கள்.

மூவரா? நீயும் அவனும் தானே! மஞ்சு கேட்க,

ஒரு செவிலியரும் இருப்பார் கூற, ஒரு பெண்ணுடன் தனியாகவா? அம்மா கேட்க,

தருதலைகள் இப்படி தான் இருப்பார்கள் என்று உன் பையன் உணர்த்துகிறான் பாரு அப்பா கத்த,

அவன் பல்லை கடித்துக் கொண்டு பொறுமையாக இருக்க,

பதில் கூறுகிறானா பாரு? அப்பா கோபமாக பேச கவிதா அங்கிருப்பதை மறந்து, அப்பாவும், மகனும் வாய்ச்சண்டை நீள ஆரம்பித்தது.

நான் என்ன கூறுவது? கூறினால் கேட்பீர்களா?

கண்டிப்பாக அவசியமா அந்த பெண்?

ஆமாம் அவசியம் தான். அந்த கைதிக்கு திடீரென்று ஏதாவது செய்தால் நான் என்ன செய்வது? அதனால் தான் அதிகாரியிடம் கேட்டு தான் முடிவெடுத்தது.

நிஜமாகவே அவனுக்காகவா? உனக்காகவா?

எனக்கெதற்கு? நீங்கள் எதிலுமே என்னை நம்ப மாட்டீர்களா? எனக்கு அடிபட்ட போது நீங்கள் என்னை பார்க்கவே வரவில்லை. எனக்கு எவ்வளவு கஷ்டமாக இருந்தது தெரியுமா? உண்மையிலே நான் உங்கள் மகன் தானா? இல்லையா? அவன் கோபமாக கத்த,

அப்பா, அவனை சப்பென்று அறைந்து விட்டார். நான் கேட்டதில் என்ன தவறு? நீங்கள் ஒரு நாளாவது அப்பா போல் நடந்து இருக்கிறீர்களா? அந்த அதிகாரி கூட என்னுடன் நன்றாக பழகுவார். ஏதாவது ஒன்றாவது என்னுடன் சேர்ந்து செய்திருக்கிறீர்களா? எங்காவது நாம் அனைவரும் சேர்ந்து சென்றிருக்கிறோமா? சேர்ந்து விளையாடி இருப்போமா?

இருவரும் சேர்ந்து நாட்டு நடப்புகளை பற்றியாவது பேசி இருக்கிறோமா? எதுவுமே இல்லை என்று அவன் பேச பேச.. அவனது அம்மாவும், மஞ்சுவும் அழுது கொண்டிருக்க, கவிதா என்ன செய்வதென்று தெரியாமல் நிற்க, அவன் வேகமாக பையை போட்டுக் கொண்டு கிளம்ப, கவிதா எழுந்திருப்பதை பார்த்து ஏதும் கூறாமல் செல்லவே, சாப்பிட்டு விட்டு செல் அம்மா கத்த, எனக்கு எதுவும் தேவையில்லை என்று கூறிக் கொண்டே சென்றவன், மறுபடியும் கவிதா அருகே வர, மஞ்சு சாப்பாட்டை எடுத்துக் கொண்டு வந்து அவனிடம் தந்தாள்.

அவன் வாங்கிக் கொண்டு, கவிதாவின் பையையும் எடுத்துக் கொண்டு, அவள் கையை பிடித்துக் கொண்டு செல்ல, அவள் அவர்களிடம் வாரேன் ஆன்ட்டி, அங்கிள் என்று கூறி விட்டு அவனை பார்த்துக் கொண்டே அவனுடன் செல்ல, அவள்... என்று அவனது அப்பா தயங்க, அவன் செல்லட்டும் மஞ்சு கூற,

என்ன? என்று பெற்றோர்கள் அவளை பார்க்க, அவளது விடுதிக்கு பக்கத்து வீட்டில் தான் அவனும் இருக்க போகிறான். அவனுக்கு அவளை பிடிக்கும். அவளுக்கு என்னவென்று தெரியவில்லை என்று கூற, அவர்கள் ஏதும் கூறாமல் அவரவர் வேலையை பார்க்க சென்றனர்.

"உனை அறியாமல்

வைத்தேனடா பாசத்தை!

நீ தெரியாது

உன்னை கவனித்தேனடா!

உனக்காக மறைந்திருந்து

உன்னை காத்தேனடா!

உனக்கு தகப்பனான

நான்......... இன்று

நீ எனக்கு

தகப்பனாகி விட்டாயோ!"

பாகம் 14

கவிதாவை அழைத்துக் கொண்டு வந்தவன் வீட்டின் முன்பு பாலா, சுந்தர், சூர்யா இருந்தனர். அவர்களை பார்த்தவுடன் கவிதாவை இறக்கி விட்டு, வேகமாக பாலாவிடம் வந்து அவனை அணைத்துக் கொண்டு,

பாருடா, அவர் ஏதாவது சொல்லிக் கொண்டே இருக்கிறார். தவறாக பேசுகிறார். எப்படி கோபப்படாமல் இருப்பது?

பாலா அவனை விலக்கி விட்டு, என்ன நடந்தது?

ராஜா கூறியதை கேட்டு, சூர்யா பயங்கரமாக சிரிக்க, அவன் சூர்யாவை முறைக்க,

ராஜா மீது கையை போட்டுக் கொண்டு, நீ இன்னும் சிறு குழந்தையாகவே இருக்கிறாய்? ஒரு பெண்ணுடன் தங்க போகிறாய் என்றால் கொஞ்சுவார்களா? என்ன! எல்லா பெற்றோர்க்கும் கோபம் தான் வரும். அடி விழ தான் செய்யும், என்று மீண்டும் சூர்யா சிரிக்க,

டேய், வாயை மூடிருடா,.... ராஜா கத்த

சூர்யா சும்மா இல்லாமல், நான் பெற்றோரிடம் இதை கூறாமல் விட்டிருப்பேன்....

போடா,.. என்று ராஜா கத்த,

சரி, அவனை விடுடா, அப்பா தானே திட்டினார்கள். எல்லாமே *சீக்கிரம் சரியாகி விடும்* என்று பாலா கூற, சுந்தர் கண்ணாலே சைகை செய்தான். என்ன! என்று இருவரும் திரும்ப கவிதா போகாமல் கையில் சாப்பாட்டை வைத்துக் கொண்டு இவர்களையே பார்த்துக் கொண்டிருக்க, கோபத்தில் மஞ்சுவிடம் வாங்கியதை வண்டியிலேறும் முன் கவிதாவிடம் கொடுத்திருப்பான்.

அவளிடம் என்ன? ராஜா கேட்க,

அவள் சாப்பாட்டை நீட்டினாள். பின் அப்பா எப்பொழுதும் உங்கள் நல்லதிற்காக தான் கூறுவார். நீங்கள் பேசியது அவரையும் காயப்படுத்தி இருக்கும். நீங்களும் காயப்பட்டிருக்கிறீர்கள் தான். நீங்கள் உங்கள் நண்பரிடம் கூறி மனதை சமாதானப்படுத்தலாம். ஆனால் உங்கள் அப்பா, உங்கள் அம்மாவிடம் எதையும் கூறி வருத்தப்படுவது போல் தெரியவில்லை. அவருக்குள்ளே வைத்திருப்பது போல் தான் தெரிகிறது. அப்பா இருக்கும் போதே அவருடன் நல்ல படியாக நடந்து கொள்ளுங்கள். பின் வருத்தப்பட்டு எந்த பயனும் இல்லை. அவர் நிலையில் இருந்தும் கொஞ்சம் யோசித்து பாருங்கள். என்னை விட உங்களது அப்பாவை உங்களுக்கு தெரியும். கவனமாக பேசுங்கள் கூறி விட்டு சென்றாள். அவன் அவளையே பார்த்துக் கொண்டிருந்தான்.

என்னடா இருவரும் உங்களது வீட்டிலிருந்து வருகிறீர்கள் போல, ஆமாம் என்று தலையசைத்து விட்டு உள்ளே சென்றான் ராஜா. சூர்யா அந்த செவிலியரையும், கைதியையும் அழைத்து வரச் சென்றான்.

சூர்யா அவர்களை அழைத்து வந்தான். பாலா, ராஜா, சுந்தர் அனைவரும் அவர்களுக்கு கட்டில் மற்றும் சில பொருட்களை எடுத்து வைத்தனர். வந்தவுடன் அந்த செவிலியரோ அவருடைய பொருட்களை அறையில் அடுக்கி வைத்துக் கொண்டிருக்க, ராஜா அவர்களிடம் வந்து,

உங்களுடைய பொருட்களை அறையை விட்டு வெளியே கொண்டு வராதீர்கள். அறையை விட்டு வெளியே அடிக்கடி வரக் கூடாது. அவனை பார்த்துக் கொள்ளும் உங்களுடைய வேலையை மட்டும் பாருங்கள். என்னை தொந்தரவு செய்ய கூடாது என்று அவன் கூறிக் கொண்டே செல்ல,

செவிலியர், ஓ... தொந்தரவு செய்ய கூடாதா? என்று அவனருகே வர, அவன் பின்னே சென்றான். பாலா உள்ளே வந்து என்ன செய்கிறீர்கள்?

இவன், என்னிடம் கட்டளைகள் விதித்துக் கொண்டிருக்கிறான் என்று கூற, பாலா புரிந்து கொண்டு, இவன் காதலிக்கும் பெண் அந்த விடுதியில் தான் இருக்கிறாள். அதனால் தான் இவ்வாறு பேசி இருப்பான்.

செவிலியர் வெளியே வந்து, ஹே,.... கெர்ல்ஸ்.... நான் இவருடன் இங்கே தான் தங்க போறேன் என்று கூற, அனைவரும்

ராஜாவிடம் சார்,... எஞ்சாய்... என்று கத்த, அவனுக்கு கோபம் எகிறியது.

செவிலியரை பிடித்து கத்த ஆரம்பித்தான். அவனது கோபத்தை பார்த்து அனைத்து பெண்களும் அறையினுள் செல்ல, கவிதாவிடமும் கூற, அவள் எட்டி பார்த்த போது ராஜாவின் வாயை பொத்தி நண்பர்கள் உள்ளே இழுத்து சென்றனர். இதை பார்த்து சிறு புன்னகையுடன் உள்ளே சென்றாள்.

போச்சு, அவளும் கேட்டிருப்பாள் என்று ராஜா புலம்ப,

அட, எதற்காக புலம்புகிறாய்?

என்ன புலம்புகிறேனா? நீ தான் காரணம் என்று கத்த,

எனக்கு ஏற்கனவே ஆள் உள்ளது செவிலியர் கூற, என்னை சமாதானப்படுத்த நினைக்காதீர்கள்?

உடனே அவள் போன் செய்தாள். கொஞ்ச நேரத்தில் ஒருவன் வந்தான். அவனை பார்த்து ஓடி வந்து கட்டிக் கொண்டாள். சாப்பிட்டு விட்டாயா? அவன் கேட்க

இல்லை என்றாள்.

வா என்று உள்ளே அழைத்து வந்து இருவரும் சாப்பிட, என்னடா நடக்கிறது? அந்த கைதி பார்த்தான்.

அவன் கிளம்பும் முன் அவளது நெற்றியில் முத்தமிட்டு, நன்றாக தூங்கு என்று கூறி விட்டு செல்ல, விடுதி பெண்கள் பார்த்து சத்தமிட.... உள்ளே செல்லுங்கள் என்று வார்டன் அவர்களை துரத்தி விட்டார். கவி ஜன்னல் வழியே பார்த்து விட்டு உள்ளே சென்றாள். ராஜாவிற்கு அப்பாடா என்றது மனது.

சூர்யா யாரையாவது எனக்கு பிடித்து வைக்கலாம் என்று நினைத்தால் யாராவது தட்டி விட்டு செல்கிறீர்கள். போங்கடா அவன் கடுப்பாக கூற, நாங்களும் கிளம்புகிறோம் என்று நண்பர்களும் கிளம்பினர்.

உள்ளே சென்ற கவிதா பாலாவை முதன் முதலாக சந்தித்த வேளையை நினைத்து பார்த்தாள்.

ஸ்வேதா கத்தி குத்து வாங்கிய வீடியோவை பார்த்ததில் கவிதாவை பார்த்து, விசாரணை நடத்திய அன்று இரவு ஏழு மணியளவில் பாலா கவிதாவை சந்திக்க விடுதிக்கு சென்று, அவளை பற்றி விசாரிக்க வார்டன் அவளை அழைக்க அவளும்

வந்தாள். அவளிடம் அவளுடைய பொருட்களை கொடுத்து விட்டு, வீடியோவை காண்பித்து, இவர்களில் யாரையாவது பார்த்தீர்களா?

யோசித்து விட்டு, ஆமாம் பார்த்தேன். அவனும் என்னை பார்த்தான். அவன் என்னை ஏதும் செய்யவில்லை

அவர்களை பார்த்து சாட்சி கூறுவீர்களா?

அவள் தயங்க, வார்டன் வேண்டாம் சார். அவளுக்கென்று யாரும் இல்லை. அவளுக்கு ஏதும் ஆனால் என்ன செய்வது?..

உடனே பாலா கவிதாவின் கையை பிடித்து, உனக்கு எதுவும் ஆக விட மாட்டேன். நான் இருக்கிறேன் என்று நம்பிக்கை தரவே அவனை அவளுக்கு பிடிக்க ஆரம்பித்தது.

சரி, நான் சாட்சியாக வருகிறேன் என்று அவள் கூற, அவனும் சந்தோசத்தில் கையை கொடுத்து உலுக்க, அவன் மகிழ்ச்சியடைவதை பார்த்து சந்தோசப்பட்டிருப்பாள். இதை நினைத்து பார்த்துக் கொண்டே, ஜன்னலருகே வர, வெளியே ராஜா ஒரு நாற்காலியில் சாய்ந்து படுத்திருந்தான். உடனே ஒரு போர்வையை எடுத்துக் கொண்டு வெளியே வந்து, வார்டனிடம் இப்பொழுதே வந்து விடுகிறேன் என்று கூறி விட்டு வெளியே செல்ல, அவள் எங்கே செல்கிறால் என்று பார்த்து விட்டு புன்னகையுடன் அவரது அறைக்கு சென்றார்.

அவள் ராஜா அருகே சென்று அவனுக்கு போர்வையை போர்த்தி விட, அவன் விழித்து,

நீ இன்னும் தூங்கவில்லையா?

தூக்கம் வரவில்லை.

என்ன! பாலா, உன் நினைவிலே வந்து வந்து செல்கிறானா?

அவள் ஏதும் பேசாமல் அவனை பார்த்துக் கொண்டே, இவருக்கு நான் நினைப்பது எப்படி தெரிகிறது? மனதில் எண்ணியவாறு அகல, அவன் எழுந்து, அவளது கையை பிடித்து நிறுத்தி,

மிகவும் நன்றி. நானும் அப்பாவும் பேசினோம்.

அவள் ஆர்வத்துடன் அவனருகே வர, அவனும் அவளருகே வர

என்ன நடந்தது? அமைதியாக தானே பேசினீர்கள்? அவன் அவளையே பார்த்தவாறு நின்றான்.

அவர் எனக்காக செய்த எல்லாவற்றையும் கூறி விட்டார். இனி நீ ஆசைப்பட்ட அப்பாவை பார்க்கலாம். இனி குடும்பத்திற்காக

நேரத்தை செலவழிப்பேன் என்றார். நானும் அவரிடம் இனி கோபத்தை குறைத்துக் கொள்கிறேன் என்று கூறி இருக்கிறேன்.

அவள் மகிழ்ச்சியுடன், ஹே சூப்பர்... சூப்பர்.. அவனுக்கு கை கொடுக்க, அவன் அவளை இறுக்கி அணைத்து விட, அவள் அதிர்ச்சியுடன் நின்றாள். பின் அவனை தள்ளி விட்டு, விடுதிக்கு ஓடினாள். என்னை மன்னித்து விடு. தெரியாமல் செய்து விட்டேன் ராஜா கத்த, அவள் திரும்பி கூட பாராது ஓடினாள்.

அய்யோ! ராஜா என்னடா செய்து விட்டாய்? என்று அவனை அவனே திட்டிக் கொண்டு இரவு முழுவதும் தூங்காமல் இருந்தான். அவன் அணைத்ததனால் அவன் மீது உணர்வுகள் வரவே, ஓடியவள் கதவை சாத்திக் கொண்டு அவனுடன் நடந்த அனைத்தையும் இரவு முழுவதும் ஓட்டிக் கொண்டிருந்தாள். அவளும் தூங்கவில்லை.

மறுநாள் காலையில் இருவரும் உட்கார்ந்தவாறே தூங்கிக் கொண்டிருக்க, அறைத்தோழிகள் கவிதாவை எழுப்பி, நேரமாகி விட்டது. ஏன் இங்கே தூங்குகிறாய்? இரவு முழுவதும் இப்படியா தூங்கினாய்? வினவ, அவள் எதுவும் கூறாமல் எழுந்து, வேகமாக கிளம்ப ஆரம்பித்தாள்.

ராஜாவை போன் எழுப்பி விட்டது. பாலா போன் செய்து, இன்று அந்த ஆட்களுடன் ஆலோசனை கூட்டம் கயிற்றுக்கார தோப்பில் பத்து மணியளவில் நடக்கும். நினைவிருக்கிறது தானே!சரியாக வந்து விடு எனக் கூறி விட்டு போனை துண்டிக்க, கவிதா வேகமாக பேருந்தை நோக்கி ஓடினாள். பேசுவோமா? வேண்டாமா? யோசித்தவன் திடீரென்று ஓடிச் சென்று பேருந்தை பிடித்து, அவளருகே அமர்ந்தான்.

என்ன செய்கிறீர்கள்? மஞ்சுவை அழைக்க செல்லவில்லையா?

அவன் விழிக்கவே, பேருந்தை நிறுத்துங்கள் என்று கவிதா நிறுத்த, நீ என்னை மன்னித்து விடுவாய் தானே!

ம்ம்... என்று அவள் கூற, கீழே இறங்கினான். வேகமாக வண்டியை எடுத்து பேருந்தை தாண்டி, கவிதாவை பார்த்து விட்டு, விருட்டென்று கிளம்பினான். கவிதாவின் உதட்டில் புன்னகை பூக்க, அவனை பார்த்து தனக்குள் சிரித்தாள்.

அம்மா, பாரும்மா அவனை காணவில்லை. கல்லூரிக்கு நேரமாகிறது மஞ்சு புலம்ப, சரியாக ராஜா வந்தான். அவனை பார்த்து பயங்கரமாக சிரித்தாள். அவன் தலை முழுவதும்

கலைந்திருக்க, முகம் கூட கழுவாமல் வந்திருக்கிறான் என்று கேலி செய்து சிரிக்க, அவன் கண்ணாடியில் பார்த்து விட்டு,

அய்யோ! போச்சு... இப்படியா அவள் முன் இருந்திருக்க வேண்டும் என்று புலம்பிக் கொண்டே முகத்தை கழுவ,

என்ன! கவி முன் இப்படியா இருந்தாய்? என்று அவள் அவனை மேலும் கேலி செய்ய, அவன் அவளை அழைத்துச் சென்று கல்லூரியில் விட்டு, வீட்டிற்கு வந்து அவன் ரெடியானான்.

செவிலியரிடம், இவனை பார்த்துக் கொள்ளுங்கள். இன்னும் கொஞ்ச நேரத்தில் ஸ்டேசனில் இருந்து ஒருவர் வருவார். பார்த்துக் கொள்ளுங்கள். உங்களை நம்பி விட்டு செல்கிறேன்.. அவனது நம்பரை கொடுத்தான்.

நான் பார்த்துக் கொள்கிறேன் செவிலியர் கூற, ராஜா கிளம்பினான்.

காலையில் பாலா ராஜாவிடம் பேசும் சமயத்தில் ரேணு காபியை எடுத்துக் கொண்டு வந்திருப்பாள். பாலா பேசிய அனைத்தையும் கேட்டிருப்பாள். பாலா குடும்பத்தினர் அனைவரிடமும் முக்கியமான ஆட்களை சந்திக்க செல்கிறேன். யாரும் போன் செய்யாதீர்கள்! காவலர்கள் இருவரை விட்டு செல்கிறேன். ஏதேனும் உதவி தேவைப்பட்டால் அவர்களிடம் கூறுங்கள் கூறி விட்டு சென்றான் பாலா. சூர்யா, சுந்தர் இருவரும் கிளம்பவே நால்வரும் ஒரிடத்தில் சந்தித்துக் கொண்டனர்.

சுந்தர் ராஜாவிடம், தலையில் இன்னும் வலி இருக்கிறதா?

அதெல்லாம் ஒன்றுமில்லை என்று ராஜா மழுப்புவதை பார்த்து பாலா புரிந்து கொண்டான். அவனுக்கு இன்னும் வலி இருக்கிறது என்று....

உள்ளே சென்றனர்.. பேச்சு வார்த்தையை ஆரம்பித்தனர். மணி பன்னிரண்டு ஆனது. ஆனாலும் இவர்களது பேச்சிற்கு அவர்கள் ஒத்து வரவில்லை.

வீட்டில் ரேணு மதிய உணவு தயார் செய்து விட்டு, விளையாடிக் கொண்டிருந்த மதுவை பார்க்கச் சென்றால் ரேணு. அங்கே மது இல்லை. அவளை தேடிக் கொண்டே வீட்டின் வெளிப்புறம் தேட, அவள் இல்லை. உள்ளே இருக்கலாம் என்று நினைத்து மது.... மது.... கத்திக் கொண்டே வந்தாள்.

ஸ்வேதாவும், அத்தையும் அவளிடம் விசாரிக்க, மதுவை காணவில்லை கூற அனைவரும் தேட ஆரம்பித்தனர்.

பார்வதியம்மாவும் சேர்ந்து தேடினார். ஆனால் மது கிடைக்கவில்லை. காவலர்களை வெளியே அனுப்பி தேட விட, அவர்களும் இல்லை என்றும் கூற, அனைவரும் பயப்பட ஆரம்பித்தனர்.

ஸ்வேதா தான் ரேணுவிற்கு நம்பிக்கை அளிக்க, ரேணுவால் அமைதியாக இருக்க முடியாமல், மற்றவர்களை வீட்டினுள் வைத்து பூட்டி விட்டு நான் பாலாவை பார்க்க செல்கிறேன் என்று வெளியே வர, அவர் கண்டு பிடித்து விடுவார் அவர்களிடம் கூறி விட்டு ஓடினாள். ஸ்வேதா விடாமல் கதவை தட்ட, காவலர்கள் கதவை திறந்தனர்.

அம்மா, அத்தை நான் ரேணுவை அழைத்து வருகிறேன் என்று கூற, உனக்கு இன்னும் உடல்நிலை சரியாகவில்லை. நீ இரும்மா. நான் அவளை கவனித்துக் கொள்கிறேன் அத்தை கூற,

அத்தை அவள் அண்ணாவை தேடி தானே சென்றிருக்கிறாள். எனக்கு அந்த இடம் தெரியும். அவள் தான் பாலா அண்ணா செல்லும் இடத்தை கவனித்து வைத்திருந்தாள். பக்கத்தில் தான் உள்ளது. மது வீட்டிற்கு வந்து விட்டால், எனக்கு போன் செய்து கூறுங்கள் கூறி விட்டு, கையில் தடியுடன் வேகமாக நடந்தாள்.

அவள் பாலாவை முழுமையாக நம்ப ஆரம்பித்து விட்டாள். அதனால் தான் அவன்

மதுவை கண்டுபிடித்து தருவான் என்று உறுதியாக நினைக்கிறாள் அத்தை கூறினார்.

அவளுக்கு எப்படியாவது சரியானால் அதுவே போதும்.

நான் உங்களது மகனை பற்றி பேச வேண்டுமே!

ரேணுவை பாலா காதலிப்பது பற்றி என்றால் எனக்கு ஏதும் பிரச்சனை இல்லை பார்வதியம்மா கூற,

இருவரும் பார்த்து சிரித்து கொள்ள, பின் பாலா போனை எடுத்தால் கூறி விடலாம் என்று பார்வதியம்மா பாலாவிற்கு போன் போட, அங்கே ரேணு பாலா இருக்கும் இடத்திற்கு சென்று பாலா... பாலா..... கத்திக் கொண்டே வர,

அங்கே இருப்பவர்களுக்கு சத்தம் கேட்க, பாலா திரும்பி பார்த்தான். ரேணு வியர்த்து விறுவிறுக்க அழுது கொண்டே வந்தாள்.

அவளை பார்த்தவுடன், நீ எதற்காக இங்கே வந்தாய்? கோபமாக அவன் கேட்க, அவள் திக்கி திக்கி ஏதோ கூறினாள். அவனுக்கு புரியவில்லை என்றாலும், நீ முதலில் கிளம்பு.... கூற,

இல்லை பாலா...

அதான் அந்த பொண்ணு போக மாட்டேன் என்று கூறுகிறதே! எதற்காக விரட்டுகிறீர்கள் சார்? அங்கிருந்த ஒருவன் கேட்க,

இங்கே வாம்மா என்று மற்றொருவன் அழைக்க, அப்பொழுது தான் அவ்விடத்தையும், அங்கு இருப்பவர்களையும் பார்த்தாள். மனதினுள் அவ்வளவு பயம் இருந்தாலும் பாலா நான் எதற்கு வந்தேனென்றால் பேச, நீ எதுவும் கூற வேண்டாம் என்றும் இவள் பயப்படுகிறாள் என்றும் புரிந்து அவளை தனியே இழுத்து வர, இருவர் எழுந்து ரேணு அருகே வர, பாலா அவளை பின்னால் வைத்துக் கொண்டு நகன்று நகன்று சென்றான்.

அவர்கள், நீங்கள் கூறியதை போல் நாங்கள் உதவுகிறோம்... யார் அந்த பெண்ணை கடத்தியது என்று கூறுகிறோம். இந்த பெண்ணை மட்டும் ஒப்படைத்து விடுங்கள் கூற, பாலா ரேணுவின் கையை விடவே இல்லை.

இனி உங்கள் உதவி தேவையில்லை. நாங்களே ஓரளவு கண்டு பிடித்து விட்டோம். உங்களிடம் பேசும் போது ஐவரது போன் ஆனில் உள்ளது, அதுவும் ஒன்றுடன் ஒன்று இணைந்துள்ளது. அந்த ஐந்து பேரையும் பிடியுங்கடா... பாலா நண்பர்களிடம் கூற, அவர்கள் ஏற்கனவே தயார் நிலையில் இருந்திருப்பார்கள். உடனே இருவராக பிடித்து சேர்த்து கைவிலங்கை மாட்ட, அவர்களால் தப்பிக்க முடியாமல் சரணடைந்து விட, பாலா பின்னே நின்ற ரேணுவை ஒருவன் பிடித்து இழுக்க, அவளுக்கு அதே அறிகுறிகள் வந்து மயங்க, சரியாக ஸ்வேதா வந்தாள்.

பாலா மற்றவர்களை கிளம்ப சொல்ல, அவர்களும் கிளம்பினார்கள். ரேணுவை பிடித்தவனோ அகலாமல் இருக்க, பாலாவும் அவனும் சண்டை போட்டுக் கொண்டிருக்க, நண்பர்கள் செய்வதறியாது குற்றவாளிகளை பிடித்துக் கொண்டே பார்க்க, பாலாவோ கோபமாக, உனக்கு எவ்வளவு தைரியம். நீ என்னுடைய ரேணு கையை பிடிக்கிறாயா? சொல்லி சொல்லி அடிக்க, மற்றவர்கள் சென்றவுடன் மறைந்திருந்த ஸ்வேதா தன் தடியுடன் ரேணு அருகே வந்து பதட்டமாக அவளை எழுப்ப, அவள் விழித்து மூச்சு திணறினாள். அவனை அடித்து பத்தி விட்டு பாலா ரேணுவை

தூக்கிக் கொண்டு காற்றோட்டமான இடத்தில் அமர வைத்து அவன் மீது சாய்த்துக் கொள்ள, நண்பர்கள் பிடித்தவர்களை அழைத்து வர, தயவு செய்து இவர்களை ஸ்டேசன் அழைத்துச் செல்லுங்கள். அவனுடைய ஜீப்பின் சாவியை சுந்தரிடம் தூக்கி போட்டு அவர்களை கவனமாக அழைத்துச் செல்லுங்கள் கூற, மூவரும், ஐவரை இழுத்து ஜீப்பிலே போட்டு கிளம்பினார்கள்.

ரேணு சரியானவுடன் பாலா அவளை முறைத்தவாறு கையை கட்டிக் கொண்டு நிற்க, மீண்டும் பதட்டத்துடன் பாலா பாலா கூற, அவன் அவளையே பார்க்க, ஸ்வேதாவே கூறினாள். மதுவை காணவில்லை...

அவள் எங்கே சென்றாள்?

தெரியவில்லை.

அதற்காக நீ இங்கே வந்தாயா? அவர்கள் எல்லாரும் யார் தெரியுமா? எங்களால் கை வைக்க கூட முடியாதவர்கள். அவர்களை விசாரிக்க தான் போன் போடாதீர்கள் என்று கூறினால் மேடம் நேராகவே வந்து விட்டிர்கள்.

நான் அவனை அடித்ததினால் என்ன பிரச்சனை வருமோ என்று தெரியவில்லை பாலா கூற, அவள் அவனிடம் என்னை மன்னித்து விடுங்கள் கூறினாள்.

பின் அவள் ஏதும் கூறாமல் அமைதியாக பாவம் போல் முகத்தை வைத்துக் கொண்டு, மது.... கூறினாள். வாருங்கள் போகலாம் என்று அவர்களை அழைக்க, மதுவை அழைத்துக் கொண்டு தான் வீட்டிற்கு செல்ல வேண்டும்..

மீண்டும் அவளை முறைத்து விட்டு, கடைசியாக நீ பார்த்த போது என்ன செய்து கொண்டிருந்தாள்? எங்காவது அழைத்துச் செல்வதாக அவளிடம் கூறினாயா?

வெளியே தான் விளையாடிக் கொண்டிருந்தாள்.... யோசித்து விட்டு, மாலையில் பூங்காவிற்கு அழைத்து செல்வதாக கூறினேன் என்று கூற, இருவரும் வீட்டிற்கு செல்லுங்கள். நான் அவளுடன் வருகிறேன் என்று கூற நானும் வருவேன் என்று ரேணு பிடிவாதம் செய்ய, நீ வீட்டிற்கு சென்றால் தான் அவளை அழைத்து வருவேன் கூற, இருவரையும் ஆட்டோவில் அனுப்பி வைத்து விட்டு, அவன் பூங்காவிற்கு சென்றான்.

"இரவின் நிலவாய்
என்றும் பிரகாசிக்க
வந்த
என்
தேவதையே!

என்
வாழ்வினுள்
புகுந்து விட்டாய்.

என்னுள் பூவாய்
மலர்ந்து
என்னை
சிரிக்க வைத்தாய்.

தேனின் சுவையாய்
குடும்பத்தில்
நுழைந்து
என்னை மாற்றினாய்.

என் உயிரின்
கலவையானாய்
என்னுள்
வந்து விட்டாய் பெண்ணே!
வந்து விட்டாய்!

நீ

என்னை விட்டு

நீங்காது

பார்த்திருப்பேன்

இந்த ராஜாவின்

ராணியாக!"

பூங்காவிற்கு சென்றான். அங்கு மது இல்லை. அரசு பூங்காவில் யாரோ ஊஞ்சல் ஆடும் சத்தம் கேட்டது. பாலா உள்ளே சென்று பார்த்தான். மது ஊஞ்சலில் விளையாடிக் கொண்டிருந்தாள். அவளிடம் சென்று,

டெடி, நீ எப்படி இங்கே வந்தாய்? அவளை இறக்கி விட்டு கேட்டான்.

இந்த அங்கிள் தான் அழைத்து வந்தார் என்று பின்னே கை காட்ட, அவள் பின் யாருமில்லை.

அங்கிள்... அங்கிள்... என்று கத்தினாள். பாலா சுற்றும் முற்றும் பார்க்க, அங்கே யாருமில்லாததனால், இருவரும் கிளம்ப, மதுவை தூக்கிக் கொண்டு பேசிக் கொண்டே வந்தான்.

யாரென்று தெரியாதவர்களுடன் செல்ல கூடாது.

அவர் அக்காவின் தோழன் தானே!அவர் தான் கூறினார். அக்கா தான் பூங்காவிற்கு அவரை அழைத்து செல்ல சொன்னாராம். அவர் கூறினார் மது கூற,

தோழனா? யோசித்துக் கொண்டே, வீட்டிற்கு நுழைய, ரேணு அழுது கொண்டிருந்தாள்.

ரேணுவை பார்த்து மது, அக்கா என்று அணைத்துக் கொள்ள, நீ ஏன் சொல்லாமல் சென்றாய்? குழந்தையை அடிக்க பாலாவும், ஸ்வேதாவும் தடுத்தனர். மது அழுது கொண்டிருக்க, ஸ்வேதா அவளை தூக்கி கொண்டு ரேணுவை திட்டி விட்டு, அங்கிருந்து சென்றாள்

குழந்தையை எதற்காக அடித்தாய்? பாலா சத்தமிட, ரேணு மேலும் அழுதாள். அவளருகே வந்து பொறுமையாக பேச, அவன் வந்து விட்டான் என்று பாலாவை கட்டிக் கொண்டு அழுதாள்.

நீ யாரை கூறுகிறாய்?

அவன் தான். அந்த வளவன்....

வீட்டிற்கு வந்து கொஞ்ச நேரத்தில் எனக்கு போன் வந்தது.

என்ன ரேணு, மதுவை காணோமா? ஹா.... ஹா.... என்று சிரித்தான். கவலைப்படாதே! அவள் இப்பொழுது வீடு வந்து சேர்வாள். ஆனால் நாளை ஊகூம்.... கண்டிப்பாக வர மாட்டாள்.

ஏய், நீ யாருடா?

என்ன புதியதாக ஒருவன் வந்து விட்டால் என்னை மறந்து விடுவாயா?

வளவன், நீயா?

கண்டறிந்து விட்டாயே!

உன்னால் தான் பேச முடியாதே!

பாருடா இவளுக்கு ஆசையை. எனக்கு எல்லாம் சரியாகி விட்டது. ஆனால் உன்னை விட மாட்டேண்டி. எல்லாருக்கும் தெரியும்படி செய்தாயே! அதே போல் உன்னையும் பழி வாங்காமல் விட மாட்டேன் அவன் கத்தினான்.

உன்னால் முடிந்ததை செய்டா... பயத்தை மறைத்தவாறு ரேணு பேச,

உனக்கு அவ்வளவு தைரியம் ஆகி விட்டதா? சீக்கிரம் வருவேன் என்று போனை துண்டித்தான்.

ரேணு போனை வைத்து அப்பொழுது தான் அழுது கொண்டிருக்க பாலாவும் மதுவும் வந்தனர்.

இப்பொழுது பாலாவிடம் ரேணு, அவன் மதுவை ஏதும் செய்து விடுவானோ என்று பயமாக உள்ளது.

பாலா அவளது கையை பிடித்து, கண்ணீரை துடைத்து விட்டு, அவன் ஏதும் செய்ய மாட்டான். பயப்படாதே! நீயும் கவனமாக இரு என்று அவன் கூற, ஸ்வேதா மதுவை ரேணுவிடம் அழைத்து வந்தாள்.

ரேணு அருகே வர பயந்தாள் மது. அதை பார்த்து வருத்தத்துடன் ரேணு இருக்க, மது அவளாகவே ரேணுவிடம் வந்து, அக்கா, என்னை அடிக்காதே! உங்கள் தோழன் தான் என்னை அழைத்துச் சென்றார். அதனால் தான் சென்றேன்.

அக்காவை மன்னித்து விடுடா மதுகுட்டி. இனி உன்னை நான் அடிக்க மாட்டேன் என்று மதுவை அணைத்துக் கொண்டு அழ, மது கண்ணீரை துடைத்து விட்டாள்.

வா, சாப்பிடலாம் மதுவை அழைக்க, ஸ்வேதா அங்கே வந்து, பாலாவையும், ரேணுவையும் நகர விடாமல்,

இருவரும் நில்லுங்கள். ஏன்டா அண்ணா! நீ ரேணுவை திட்டவா செய்தாய்?

ம்ம்... திட்டினேன். நீ கவனிக்கவில்லையா?

என்ன திட்டினாய்? நானும் கவனித்துக் கொண்டு தான் இருக்கிறேன். இருவரும் மாறி மாறி அன்பு மழையை பொழிகிறீர்களே!

நான் உதவி தானே செய்தேன் பாலா கூற,

சரி, நீ எதற்காக பாலாவை தேடி அவ்வளவு தூரம் சென்றாய்? அதுவும் எங்களை வீட்டிற்குள் பூட்டி வைத்து விட்டு, மற்றவர்களும் சேர்ந்து கொள்ள,

ஆமாம், எதற்காக பூட்டி விட்டு சென்றாய்? உனக்கு தான் ஆண்கள் மீது நம்பிக்கை இராது தானே! மதுவை காணவில்லை என்றால் மாமாவிடம் கூறி இருக்கலாமே! அத்தை பேச,

ரேணு தயங்கிக் கொண்டே, பாலாவின் நெருக்கம் அவளுக்கு பாதுகாப்பாக உணர்ந்ததை பற்றியும், அவன் மீது ஏதோ உணர்வு தாக்கியதையும் பற்றியும் சிந்தித்துக் கொண்டே அவனை பார்க்க,

பேசு ரேணு என்று..... ஸ்வேதா கேட்க,

எனக்கே தெரியவில்லை என்று அவனை பார்த்துக் கொண்டே கூற,

அப்படி கூறினால் எப்படி? ஸ்வேதா மீண்டும் கேட்க,

நான்... நான்... என்று கூறுவது போல் ஆரம்பித்து, மது அங்கே செல்லாதே! என்று ஓடி விட்டாள்.

அடியேய், மது அங்கே இல்லை. நீ கூறி விட்டு செல். ஸ்வேதா சொல்ல,

பாலாவிற்கோ மனது துள்ளல் போட்டது. என் காதல் அவளை தாக்க ஆரம்பித்து விட்டதோ! என்று எண்ணி அவள் சென்ற திசையையே பார்க்க, ஸ்வேதா அவனருகே வர, அவன் போனை

எடுத்துக் கொண்டு அவளை பார்த்து விட்டு, முக்கியமான போன் என்று நகர்ந்தான்.

சூர்யாவிற்கு போனை போட்டு, அவர்கள் ஐவரும் பத்திரமாக தானே இருக்கிறார்கள்.

இருக்கிறார்கள்.

நான் அடித்தவன் ஏதும் பிரச்சனை செய்கிறானா? பாலா கேட்க,

அதெல்லாம் ஏதும் பிரச்சனை இல்லை. ஏற்கனவே நடந்ததை நம்முடைய அதிகாரிகள் பார்த்துக் கொண்டு இருந்ததை ராஜா அவனிடம் கூறி தான் அனுப்பினான். அதனால் பிரச்சனை வர வாய்ப்பிருக்காது சூர்யா கூறினான்.

என்னடா, உன்னுடைய காதலை கண்டுபிடித்து விட்டாய் போல,

அது எப்படி, என்னோட ரேணுவா...? அவன் சிரித்துக் கொண்டே கிண்டல் செய்ய,

டேய், சும்மா இருடா என்று வெட்கப்பட,

இங்கே பாருடா சுந்தர், பாலா வெட்கப்படுகிறான்.

அடடா, இதை நேரில் பார்க்க நமக்கு கொடுத்து வைக்கவில்லையே! சூர்யா சொல்ல

சுந்தர் போனை வாங்கி, சீக்கிரம் வா. இவர்களிடம் பேச வேண்டும். யாரும் வந்து இவர்களை அழைத்து சென்று விடாமல் என்று கூற,

ராஜா, சூர்யாவுடன் சேர்ந்து அவர்களை கவனியுங்கள்.

ராஜா அவனுடைய தங்கையை கல்லூரிக்கு சென்று அழைத்து வீட்டில் விட்டு வருகிறேன் என்று சென்றிருக்கிறான். அவன் முழுவதுமாக மாறி விட்டான்டா பாலா.

எல்லாம் காதல் படுத்தும் பாடு என இருவரும் சிரிக்க, நான் இப்பொழுதே வருகிறேன் என்று கிளம்ப, முதலில் சாப்பிட்டு விட்டு கிளம்புங்கள் என்று ரேணு எடுத்து வைக்க, ஸ்வேதா அங்கே வந்து,

"என் சமையல் உன் மனதை சுவையூட்டும்" என்று ஒரு பாடலை பாடிக் கொண்டு பாலா அருகே வர, பாலாவிற்கு புரை ஏறியது.

ரேணு அவளை முறைக்க, பார்வதியம்மா தண்ணீரை எடுத்து கொடுத்தார்.

அண்ணா! உனக்கு பணிவிடை பலமாக உள்ளதே! கேலி செய்ய,

சும்மா இரும்மா. ஏதோ நல்ல யோசனையில் இருக்கிறாள் என்று நினைக்கிறேன். இல்லையெனில் அப்பொழுதே சண்டை வந்திருக்கும்.

ஓ... சண்டை என்னும் தர்பாரா?

உனக்கு என்ன! அண்ணா மீது திடீர் கரிசனம்? நான் கிளம்புகிறேன் என்று அவன் வேகமாக சாப்பிட்டு விட்டு ஸ்டேசன் கிளம்பினான். ஸ்வேதா விடாது ரேணுவை கிண்டல் செய்யவே அவளும் உள்ளே ஓடினாள். இதை பார்த்து அனைவரும் கொல்லென சிரித்தனர்.

பாகம் 15

டேய் அண்ணா, சீக்கிரம் எழுந்திருந்திருடா மஞ்சு ராஜாவை போனில் எழுப்ப,

நான் தயாராகி விட்டேன் என்று அவர்களது அம்மா வர,

இவ்வளவு அதிகாலையில் எங்கே தான் செல்ல போகிறீர்கள்? அப்பா கேட்க,

அது ரகசியம் என்றார் அம்மா.

அவன் போனில் கேட்டு விட்டு, என்னை விடுங்கள். நான் தூங்க போகிறேன்.

அதெல்லாம் முடியாது. நீ ஒரு நல்ல ஆடையுடன் இப்பொழுதே தயாராகு. என்னை அழைக்க ஆறு மணிக்கு நீ வீட்டில் இருக்க வேண்டும்.

என்னால் முடியாது.

எனக்காக இல்லை. வேரொருவருக்காக மஞ்சு கூற,

எங்கே தான் செல்ல வேண்டும்? யாரை பார்க்க வேண்டும்?

நீ முதலில் வா. பிறகு உனக்கே தெரியவரும்.

வந்து தொலைகிறேன்... ராஜா, செவிலியரிடம் கூறி விட்டு வீட்டிற்கு சென்றான்.

அம்மாவும், மஞ்சுவும் தயாராகி வெளியே வந்தனர்.

நீ உள்ளே செல்ல வேண்டாம் என்று ராஜாவை இருவரும் நிறுத்தி, அம்மா நீங்கள் நேராக கோவிலுக்கு வந்து விடுங்கள். நாங்கள் அவளை அழைத்து வருகிறோம்.

யாரை அழைக்க வேண்டும்? ராஜா கேட்க,

எதுவும் கேட்காமல் நீ இருக்கும் வீட்டிற்கு செல் மஞ்சு கூற, ராஜா பைக்கை எடுத்தான். இருவரும் வீட்டிற்கு வர,

மஞ்சு வேகமாக விடுதி பக்கம் சென்றாள். ராஜா ஒன்றும் புரியாமல் நிற்க,

கவிதா தாவணியில் அழகாக வெளியே வந்தாள்.

கவி, பிறந்தநாள் வாழ்த்துக்கள் என்று மஞ்சு அவளை கட்டி பிடிக்க, அவள் அதிர்ச்சியோடு,

மஞ்சு நீ இங்கே என்ன செய்கிறாய்?

வா கோவிலுக்கு செல்லலாம் மஞ்சு அழைக்க, பின்னால் நின்ற அறை தோழிகளைப் பார்த்தாள் கவிதா. அவர்கள் அவளை பார்த்து புன்னகைத்தனர். அவள் அவர்களை முறைத்து விட்டு, மஞ்சுவுடன் வர, ராஜா அவளை பார்த்தபடியே நின்றான். அவளும் அவனையே பார்த்துக் கொண்டிருக்க,

மஞ்சுவிற்கு போன் வந்தது. எல்லாரும் தயார உள்ளனர். அவளிடம் பேசும் தோழி கூறவே, இருவர் அருகிலும் வந்தாள் மஞ்சு இருவரையும் பார்த்து சிரித்து விட்டு,

அண்ணா,.... அண்ணா,.... என்று அழைக்க, அவனோ அவளை பார்த்தவாறு இருக்க, அவனை காதை பிடித்து இழுத்து, நேரமாகிறதுடா அண்ணா! கிளம்பலாமா?

அவன் ம்ம்ம்.. மஞ்சுவை மந்திரித்ததை போல் பார்க்க,

என்னடா?.... வண்டியை எடு,.... அவன் எடுக்க, கவியும் மஞ்சுயும் ஏற, மஞ்சு திரும்பி அறைத்தோழிகளை பார்த்தாள். அவர்களும் அவளை பார்த்து சிரித்தனர்.

அவர்கள் கோவிலுக்கு வர, மஞ்சு கவியை இழுத்துக் கொண்டு ஓட, கவி திரும்பி ராஜாவை பார்த்தாள். அதை கவனித்த மஞ்சு, நீயும் வாடா..... ராஜாவை அழைக்க, உள்ளே வந்தனர்.

அங்கே கல்லூரித் தோழிகள், அவர்களுடைய அம்மாக்கள், மஞ்சுவின் அம்மா, வார்டன், அறைத்தோழிகள் அனைவரும் இருக்க, கல்லூரித் தோழிகளில் ஒருத்தி கையில் கேக்குடன் மெழுகுவர்த்தி ஏற்றி வந்து கொண்டிருக்க, கவி கண்ணில் ஆனந்தக்கண்ணீர் பெருக பார்த்துக் கொண்டிருந்தாள். ராஜா கொஞ்சம் தள்ளி நின்று அவளை பார்த்துக் கொண்டிருக்க, அவள் கேக்கை வெட்டி பிறந்தநாளை நன்றாகவே கொண்டாடினார்கள்.

கவிதா, வார்டன் மற்றும் பெரியவர்கள் காலில் விழ, கோவிலில் யாருடைய காலிலும் விழக் கூடாதும்மா என்று ஒரு தோழியின் அம்மா கூறி விட்டு, நாங்கள் மனதார உன்னை வாழ்த்துகிறோம்

என்று பிறந்தநாள் பாடலை அனைவரும் பாட, ராஜா எதுவும் பேசாமல் நடப்பதை கவனித்துக் கொண்டிருந்தான். அவளுக்கோ அவன் வாழ்த்து கூட சொல்லவில்லையே என்று வருந்தினாள்.

பின் அனைவரும் கல்லூரிக்கு கிளம்பினர். ராஜா இருவரையும் கல்லூரிக்கு அழைத்துச் சென்றான். என்ன தான் அவன் ஏதும் கூறவில்லை கவிதா வருத்தப்பட்டாலும், அதை வெளிகாட்டவில்லை.

கல்லூரி முடிந்து அவர்கள் கிளம்ப, ஒருவன் கவிதாவின் கையை பிடித்து, நான் கூறியதற்கு பதில் நீ கூறவில்லையே!

எனக்கு உன் மீது விருப்பம் இல்லை. என்னை தொந்தரவு செய்யாதே!

அது எப்படி விருப்பமில்லாமல் போகும். சிறு வயதிலிருந்தே நமக்கு ஒருவரை ஒருவர் தெரியும்.

அதற்காக உன்னை காதலிக்க முடியுமா?

ஏன் முடியாது? அவளது கையை அழுத்த, எனக்கு வலிக்கிறது விடுடா... கூற, அவன் மேலும் இறுக்க வலி தாங்க முடியாமல் அழுதாள்.

இதை பார்த்த மஞ்சு, அவனை பிடித்து தள்ளி விட, அவன் கோபத்தில் எங்களுக்கு இடையில் எப்பொழுதும் நீ தான் இருக்கிறாய்? அவன் கோபம் முழுவதும் மஞ்சு மீது திரும்ப, கவிதா கைகள் சிவந்த நிலையில் இருந்தது. அவன் மஞ்சுவை அடிக்க வர, சரியாக ராஜா வந்து வேகமாக உள்ளே வர, அவனை தாண்டி ஒருவன் வந்து, அவனது கன்னத்தில் பளாரென்று அறைந்தான். அனைவரும் அதிர்ச்சியோட பார்க்க,

டேய் மச்சான், நீ இங்கே என்ன செய்கிறாய்? ராஜா கேட்க, சூர்யா தான் வந்தான். பாலா உன்னை அழைத்து வரச் சொன்னான் கூற,

கவிதாவும், மஞ்சுவும் சூர்யாவையே பார்க்க,

மஞ்சு நிதானமாகி டேய், எதற்கு டா அவனை அடித்தாய்? சூர்யாவை பார்த்து கத்த,

உனக்கு உதவி செய்தேன்ல, என்னை கூற வேண்டும். டேய் தம்பி, நல்லா பளாரென்று ஒன்று கொடு அவளுக்கு என கூற, சூர்யா போலீஸ் உடையில் இருப்பதால் அவனை பார்த்து அடிக்க வந்தவன் ஓடி விட்டான்.

உனக்கு எவ்வளவு தைரியம். என்னை அடிக்க சொல்கிறாயா? என்று அவனை அடிக்க, கவிதாவோ ஆச்சர்யத்தோடு பார்த்தாள்.

இரண்டு பேரும் முடித்து விட்டால் செல்லலாமா? ராஜா கேட்க,

டேய் அண்ணா, கவியையும் வீட்டிற்கு அழைத்து செல்ல வேண்டும். எங்களது செயல் திட்டம் முடிய இன்னும் மூன்று நாட்களாகும் கூற, நால்வரும் கிளம்பினார்கள்.

ராஜா வீட்டிற்கு வந்தான். மணி ஆறை தாண்டியது.

தோழிகள் அனைவரும் செயல் திட்டத்தை தயார் செய்து கொண்டிருக்க,

அவன் அம்மா காபி என்றான்.

இன்றாவது சாப்பிட்டு விட்டு போ என்றார் அம்மா.

இன்று நீங்களும், அப்பாவும் மட்டும் சாப்பிடுங்கள். நாங்கள் வெளியே சாப்பிடப் போகிறோம்.

மஞ்சு ராஜாவிடம், நீ உண்மையாக தான் கூறுகிறாயா?

அவன் தலையசைத்துக் கொண்டே, கவிதாவின் கையை பார்க்க, சிவந்த இடத்தில் மருந்து தடவி இருந்தது. மஞ்சுவோ, அடப்பாவி அவளுக்காகவா?.... மனதினுள் யோசித்து விட்டு,

மீதியை நாளை பார்ப்போம் என்று மற்றவர்கள் கிளம்பினார்கள்.

அம்மாவிடமும், அப்பாவிடமும் கூறி விட்டு, மூவரும் வெளியே வந்து சாப்பிட அழைத்துச் சென்றான். கவிக்கு மட்டும் சிறப்பு வாய்ந்த ஐஸ்கிரீமை வாங்கி கொடுத்து விட்டு, பிறந்தநாள் வாழ்த்தை கூறினான். அவள் நன்றி கூறினாள். சாப்பிட்டு விட்டு வெளியே வந்தனர்.

ராஜா விடுதிக்கு செல்லாமல் வேறொரு திசையில் செல்ல,

எங்கடா அழைத்து செல்கிறாய்? மஞ்சு கேட்க,

கொஞ்ச நேரம் அமைதியாக வா ராஜா கூறி விட்டு, ஒரு டெடி கடையில் நிறுத்தினான். உனக்கு வேண்டியதை எடுத்துக் கொள் கவியிடம் கூற,

ஏற்கனவே ஐஸ்கிரீம் வாங்கி தந்து விட்டீர்களே! போதும் என்றாள்.

இது உனக்கு தேவைப்படும் என்று தோன்றியது.

இதை வைத்து விளையாட அவள் என்ன சின்ன குழந்தையா?

எனக்கு பிடிக்கும் என்று கவிதா கூறி விட்டு உள்ளே செல்ல, மஞ்சு அவளையே பார்த்தாள். அவள் மஞ்சுவை பார்த்து சிரித்துக் கொண்டே உள்ளே சென்று ஒன்றை எடுத்தாள். அது பெரியதாக தொப்பியுடன் கத்திரிப்பூ நிறத்தில் அழகாக இருந்தது.

அதை பார்த்து மஞ்சுவும், அண்ணா எனக்குடா?

சின்ன பசங்க விளையாடுவது உனக்கு பிடிக்காதுல? என்றான் கிண்டலாக, கவி மஞ்சுவை பார்த்து சிரிக்க,

டேய், வாங்கி தாடா என்று கேட்க,

கவிதா வாங்கிய டெடிக்கு ஜோடி ஒன்று உள்ளது. அதை தரவா? கடைக்காரர் கேட்க,

தாராளமாக தாருங்கள் என்று அதே போல் தொப்பி இல்லாமல் காபி நிறத்தில் வாங்கி கொண்டாள் மஞ்சு. பின் கவிதாவை விடுதியில் விட்டு, அவள் அறைக்கு செல்லும் வரை பார்த்து விட்டு ராஜா மஞ்சுவை வீட்டில் விட்டுட்டு, அவன் வீட்டிற்கு வந்தான். கவிதாவின் அறையை பார்த்தவாறே கொஞ்ச நேரம் நின்று பார்த்து விட்டு, தூங்கச் சென்றான்.

"நீ
என்னை
அணைத்த
நொடி
என்னுள்ளே
நான் தொலைந்தேன்......

இக்கணம்
இப்படியே
உறைந்தால்
என்
மனப்பதைப்பு
நின்று போகும்........

என்

கண்கள்

உன்னை

மட்டுமே தேடும்........

என்

கால்கள்

உன்னை நோக்கியே

செல்லும்...

நானும் உன்னுடையன்

ஆவேன்......."

கல்லூரியில் கவிதா மஞ்சுவிடம், உன் அண்ணனின் நண்பனை போடா, வாடா என்று பேசுகிறாய்?

அவருடைய பெற்றோரும், எங்களுடைய பெற்றோரும் நண்பர்கள் தான். அதனால் எனக்கு விவரம் தெரிந்த நாளிலிருந்தே நல்ல பழக்கம். எனக்கு அவரை பற்றி நன்றாக தெரியும் பேசிக் கொண்டிருந்த போதே, வகுப்பு மேடம் வந்தார். அதனால் சரியாக பேச முடியவில்லை. பின்பும் சூர்யாவை பற்றி அவர்கள் பேசவில்லை.

சூர்யாவும், ராஜாவும் ஸ்டேசன் வந்தனர். கைதியை பார்க்க சென்றேன். பின் மஞ்சுவை வீட்டில் விட்டு வந்திருக்கிறேன். அதனால் தான் நேரமாகி விட்டது.

வீட்டில் என்னடா பிரச்சனை? அந்த பெண் எப்படி இருக்கிறாள்?

நடந்ததை கூறினான் பாலா.

அட, உனக்கு போட்டிக்கு ஆள் உள்ளது போல,

அவனெல்லாம் எனக்கு போட்டியா? அவனே பழி வாங்க போவதாக மிரட்டி இருக்கிறான்.

அவன் பயங்கரமானவன் தான் போல, எதற்கும் இருவரும் கவனமாக இருங்கள் எச்சரித்தான் சுந்தர்.

சரிடா, கவனமாக இருக்கிறோம்.

இவர்கள் ஏதாவது கூறினார்களா? ராஜா கேட்க,

கோவையில் ஆண்டர்சன் ஒருவன் பிரைவேட் கம்பெனி நடத்தி வருகிறானாம். அவன் தான் காரணம் என்று கூறுகிறார்கள் வேறெதுவும் கூற மாட்டிக்கிறார்கள்.

ஐவரையும் தனித்தனியே விசாரித்தனர் நால்வரும். ஒவ்வொருவரும் ஒவ்வொன்று கூறினார்கள்.

சூர்யா டென்சனுடன் அவர்களை அடிக்க, நண்பர்கள் அவனை தடுத்து, துப்பாக்கியை காட்டி மிரட்டினார்கள்.

துப்பாக்கியை பார்த்து பயப்படுவது அந்த காலம். நீங்கள் எங்களை ஏதாவது செய்தால், உங்களுக்கு தான் பிரச்சனை தெனாவட்டாக கூற,

பாலா அவனை பார்த்து நக்கலாக சிரிக்க, பாலாவின் நண்பர்கள் அவனை சூழ, பாலா அவன் கையில் அவனே சுட்டுக் கொண்டு, துப்பாக்கியை கீழ் பக்கமாக தூக்கி எறிய, நேராக துப்பாக்கி அவனது காலடியில் விழ, அவன் கையில் எடுத்தான்.

என்னையே சுட்டு விட்டாயா? என்று பாலா அவனை சுட்டான். அடிபட்டவன் கீழே சரிந்தான்.

மற்றவர்கள் அவனை எழுப்ப, அவன் எழவே இல்லை.

ஒழுங்காக கூறி விடுங்கள் என்று சுந்தர் மற்றவர்களிடம் துப்பாக்கியை காட்ட,

எச்சிலை விழுங்கியவாறு, ஒருவன் எங்களை ஏதும் செய்து விடாதீர்கள். நாங்கள் கூறி விடுகிறோம்.

அந்த ஆண்டர்சன் தம்பி மிக்கேல் எம்.எல்.ஏ பெண்ணை காதலித்தான். அவனுடைய செயல் அந்த பெண்ணிற்கு பிடிக்கவில்லை. திட்டிக் கொண்டே இருப்பாள். அவனது காதலையும் அவள் ஏற்றுக் கொள்ளவில்லை. அதனால் அந்த பெண்ணை கடத்தி விட்டார்கள்.

அவர்கள் இப்பொழுது எங்கே இருக்கிறார்கள்?

எங்களுக்கு தெரியாது சார். ஆனால் அந்த பெண்ணை கட்டாய திருமணம் செய்ய இருக்கிறார்கள். நாளை அதிகாலையிலே

புனித ஆலயத்தில் கட்டாய திருமணம் நடக்க போகிறது. எந்த ஆலயம் என்பது எங்களுக்கு தெரியாது என்று கூறவே ஆலயத்தை கண்டுபிடித்து விட்டு நண்பர்கள் திட்டம் போட ஆரம்பித்தனர்.

ஆலயத்தில் வைத்தே அவர்களை பிடிக்க திட்டம் தீட்டினர். உயர் அதிகாரியிடம் கூறி இன்னும் காவலர்களையும் உதவிக்கு கேட்டனர். அவர்களிடமும் அடி ஆட்கள் உள்ளனர். அதனால் அந்த பெண்ணை பாதுகாப்பாக கொண்டு வர, பெண் காவலர்களையும் அவர்களுடன் சேர்த்துக் கொண்டனர்.

என்னால் உங்களை அழைத்து செல்ல முடியாது, முக்கியமான வேலை உள்ளது. இன்று நீங்களாகவே சென்று விடுங்கள். இரவு வீட்டிற்கு வந்து கவிதாவை விடுதியில் சேர்த்து விடுகிறேன் ராஜா கூறி விட்டு போனை துண்டித்தான்.

இரவில் நான் வீட்டிற்கு வர மாட்டேன். நாளை மதியம் தான் வருவேன் என்று பாலா அம்மாவிற்கு போனில் கூற, அவரும் சரியென்று கூறி வைத்து விட்டார். ராஜா வீட்டில் அனைவரும் சாப்பிட்டுக் கொண்டிருக்க, ராஜா உள்ளே வந்தான். வாடா சாப்பிடு அம்மா அழைக்க, அவன் அம்மா அருகே உட்கார்ந்து வாயை திறந்தான். அம்மாவும் ஊட்டி விட, மஞ்சுவோ... உனக்கு கை இல்லையா? போட்டு சாப்பிட வேண்டியது தானே!

அவளது தலையில் ஒரு தட்டு தட்டி விட்டு, கவி சாப்பிட்டு விட்டு கூறு... என்று அறையினுள் செல்ல, முழுவதும் சாப்பிட்டு கிளம்பு... அம்மா அவன் பின்னே சென்றார். மஞ்சு அவனை முறைத்தாள்.

உள்ளே ராஜா அவனது விலை அதிகமுள்ள கோர்ட்டு சட்டையை எடுத்து ஒரு பையில் வைத்துக் கொண்டிருந்தான்.

இதை எதற்குடா எடுக்கிறாய்? எங்களிடம் கூறாமல் திருமணம் ஏதும் முடித்து விட்டு வந்து விடாதே!

என்ன! திருமணம் செய்ய போகிறானா? என்று சாப்பிடும் கையுடன் அவனது அறைக்குள் மஞ்சு நுழைய, கவிதா இதை கேட்டு, சாப்பிடுவதை நிறுத்தி விட்டு யோசனையில் மூழ்கினாள்.

அவன் பையுடன் வெளியே வந்து, மஞ்சு திருமணம் முடிந்த பிறகு தான், நான் திருமணம் செய்து கொள்வேன் என்றவுடன் தான் கவிதாவிற்கு நிம்மதியானது இருந்தாலும் அவர்கள் ராஜா திருமணத்தை பற்றி பேசியது அவளுக்குள் ஒரு மாதிரி

தான் இருந்தது. எதையும் காட்டிக் கொள்ளாமல் வேகமாக சாப்பிட்டாள்.

அப்படியென்றால் இது எதற்கு?

அது ரகசியம். முடிந்தவுடன் நானே வந்து எதற்கு என்று கூறுகிறேன்.... மஞ்சு அவனை நம்பாமல் பார்த்தாள்.

கவிதா சாப்பிட்டு விட்டு பையை எடுத்துக் கொண்டு அவனருகே வர, அவனும் அவளை அழைத்துக் கொண்டு கிளம்பினான். வண்டியில் ஏறியவுடன் ஏதோ யோசனையுடன் இருந்தாள். அவளுள் பல ஓட்டங்கள். பின் அவன் மீது சாய்ந்தே தூங்கி விட்டாள். இம்முறை அவளை எழுப்பாமல் அவளை நகர்த்தி விட்டு, அவளை தூக்கிக் கொண்டு விடுதிக்குள் செல்ல, வார்டனை பார்த்து, சத்தம் போடாதீர்கள் என்று சைகை செய்து விட்டு, உள்ளே சென்றான்.

அட, இரவு வேலையில் என்னவொறு காதல் காட்சி.... இருவரை பற்றியும் விடுதியில் பெண்கள் பேச, அவன் அதனை கேட்டு சிரித்துக் கொண்டே அவளது அறைக்கு சென்று படுக்க வைத்து விட்டு, அவன் வீட்டிற்கு வந்து அதே நாற்காலியில் தூங்கினான்.

மறுநாள் அதிகாலையிலே, ராஜா வேகமாக எழுந்து குளித்து விட்டு, அவன் எடுத்து வந்த உடையை உடுத்தி நிற்க, செவிலியரோ கண்ணெடுக்காமல் அவனையே பார்க்க, அவனை பார்த்தது போதும். எனக்கு தண்ணீரை எடுத்து கொடு என்று கைதி கூற, ம்... தருகிறேன் என்று கொடுத்தாள்.

கவிதா தாகமாக உள்ளது என்று பார்த்தால் அறையில் தண்ணீர் இல்லை. கீழே சென்று எடுத்து மேலே வரும் போது, அவன் தயாரானதை பார்த்து பதட்டத்தில் தண்ணீரை கீழே விட்டால், சத்தம் அதிகமாக கேட்கவே சட்டென கீழே உட்கார்ந்தாள். அவள் அறையிலிருந்து பெண்கள் வெளியே வர, ராஜா அவர்களை பார்த்து அவர்கள் தான் ஏதோ செய்து விட்டார்கள் என்று உள்ளே செல்ல, அவர்களும் ராஜாவை பார்த்திருப்பார்கள். என்னதான் வீட்டில் மஞ்சுவிற்கு பின் தான் திருமணம் செய்து கொள்வேன் என்று ராஜா கூறினாலும் கவிதா யோசனையில் தான் இருந்திருப்பாள். அவனும் மாப்பிள்ளை போல் தயாராகி இருப்பதை பார்த்து விட்டு மேலும் உடைந்து போய் அழுதாள்.

கீழே உட்கார்ந்திருந்த கவிதா அழுவதை பார்த்து,

அவளை உள்ளே அழைத்து சென்று, என்னடி அவர் எதற்காக இப்படி மாப்பிள்ளை போல் தயாராகி இருக்கிறார் என்று கேட்க,

அழுது கொண்டே தெரியவில்லை என்றாள்.

அவர் ஏதாவது கல்யாண விழாவிற்கு கூட செல்லலாமே!

இந்த நேரத்தில் யாரடி கல்யாணம் நடத்துவார்கள்? திருட்டு கல்யாணம் வேண்டுமானால் நடக்கலாம்... கூற, கவிதா மேலும் அழுதாள்.

நீ அவரை காதலிக்கிறாயா?

அவள் அழுது கொண்டே, அந்த வீட்டை ஜன்னல் வழியே பார்க்க,

ஏன்டி, இதெல்லாம் முன்பே சொல்ல மாட்டாயா?

அந்த சார் நடந்து கொண்டது போல் இவரும் நடந்து கொள்வாரோ! மற்றவள் கூற,

அவள் கண்ணில் நீர் தாரை தாரையாக கொட்ட,

அழுவதை நிறுத்து,... முதலில் குளித்து விட்டு உடையை மாற்றி விட்டு வா. அவரை பின் தொடருவோம்.

கிளம்பும் பொழுது கவிதா நினைத்து பார்த்தாள். பாலா வீட்டில் இருந்து கவிதா கிளம்பி சென்று அழுது கொண்டிருப்பாளே! அப்பொழுது கூட ராஜா காப்பாற்றுவானே! அப்பொழுதிலிருந்து கவிதாவிற்கு ராஜா மீது காதல் வர ஆரம்பித்திருக்கும். பின் அவன் அவளை அணைத்த போது அவன் மீது காதல் வந்ததை உணர்ந்திருப்பாள். அவனுடைய பைக் சத்தம் கேட்டாலே அவள் அறையின் ஜன்னல் வழியே அவனை பார்த்திருப்பாள். அவளை அறியாமலே பல முறை அவனுக்கு தெரியாமலே அவனை பார்த்திருப்பாள். அனைத்தையும் நினைத்துக் கொண்டு அழுது கொண்டிருந்தாள். பின் அறைத்தோழியும், கவிதாவும் கிளம்பினார்கள்.

ராஜா வீட்டிலிருந்து கிளம்பியவுடன், இவர்களும் அவனை ஸ்கூட்டரில் பின் தொடர்ந்தனர். நேராக ஆலயத்தின் வாசலுக்கு சென்றவுடன், ஒரு பெண் அவன் கையை பிடித்து இருவரும் உள்ளே செல்ல,

தவறாக புரிந்து கொண்டு, இல்லடி இதற்கு மேல் வேண்டாம். என்னால் முடியாது. என்னை விடுதிக்கே அழைத்து சென்று விடு கவிதா கூற,

கொஞ்சம் பொறுமையாக இரு. அவசரப்படாதே! அவளது கையை பிடித்து கொண்டு, தலையில் துப்பட்டாவை மறைத்தவாறு உள்ளே சென்றனர்.

உள்ளே சென்ற இருவரும் சேர்ந்து ஒரிடத்தில் அமர்ந்தனர்.

கவிதாவும் தோழியும் பின்னே அமர்ந்து இவர்களை கவனித்துக் கொண்டிருக்க, சுந்தரும் ராஜா அருகே வந்து உட்கார்ந்தான்.

வெளியே அனைவரும் வந்து விட்டனர் என்றான் சுந்தர்.

கல்யாண பெண்ணும், அவனும் சேர்ந்தே வந்தனர். அவர்களை சுற்றி நிறைய ஆட்கள் இருந்தனர்.

ராஜா எழுந்து ஒரமாக உட்கார்ந்து கல்யாண பெண் அருகே வரும் வரை காத்திருந்தான். அவள் வந்தவுடன் மெதுவாக குனிந்து அவளுடைய ஆடையை மெதுவாக பிடித்து இழுத்து அங்கிருந்த நாற்காலியின் ஆணியில் மாட்டி விட, துணி கிழிந்து அவள் எடுக்க அவனருகே வந்தாள். ராஜா அவனது கைக்குட்டையை கீழே போட, அதில் ஒரு காகிதம் தெரிந்தது. அதில், நீங்கள் பயப்படாதீர்கள் போலீஸ் அனைவரும் உள்ளோம் உங்களை காப்பாற்றி விடுவோம். எப்படியாவது அவர்களை வெளியே அழைத்து வாருங்கள் என்று எழுதி இருந்தது. அவள் நிமிர்ந்து ராஜாவை பார்க்க, அவன் கண்ணசைத்தான். அவள் கண்கலங்க, அந்த மாப்பிள்ளையோ, அவளது கையை பிடித்து இழுத்தான். அவள் பயந்தாலும் அவனது கையை உதறி விட்டு, எனக்கு... எனக்கு.... மூச்சு வாங்குகிறது என்று கீழே உட்கார்ந்து நடிக்க ஆரம்பித்தாள். ராஜா அருகே இருந்த பெண் வேகமாக எழுந்து, காற்று வரட்டும் அவளை தூக்குங்கள். வெளியே அழைத்து செல்லுங்கள் என்றவுடன் மாப்பிள்ளை பயந்து கொண்டு அவளை தூக்கிக் கொண்டு வெளியே வர, அவனுடைய அண்ணனிற்கு சந்தேகம் வந்தது.

வெளியே போகாதே!.. அவன் கத்த, மிக்கேல் அங்கேயே நின்றான். ஏதோ தவறாக உள்ளது என்று கவிதாவின் தோழி எழுந்து, கவிதாவின் கையை பிடித்து இழுக்க, அவளுடைய துப்பட்டா விலக, ராஜா அவளை பார்த்து அதிர்ச்சியானான். அவன் பார்த்ததை தோழியும் பார்த்து விட்டாள். ஆனால் பெரியதாக அலட்டிக் கொள்ளாமல், கவிதாவை பாதுகாப்பாக ஒரிடத்தில் நிற்க வைத்தாள்.

கல்யாண பெண்ணை பார்த்து, மிக்கேல் என்னிடமே நடிக்கிறாயா? உன் தோழியை மறந்து விட்டாயா?

கல்யாண பெண்ணிற்கு போன் வந்தது. நான் தப்பித்து விட்டேன்டி. நீ அவனை மணந்து கொள்ளாதே!

வேகமாக அவனருகே வந்து, அவள் தப்பி விட்டாள் என்று ஓங்கி அவன் கன்னத்தில் அறை விட்டு திரும்பி ராஜா அருகே வந்து, அவனது கையை பிடிக்க, அவனுக்கோ கவிதா அங்கே இருப்பதை நினைத்து அடுத்து என்ன செய்வது என்று யோசனையுடன் நிற்க, ஆண்டர்சனோ ராஜாவை நோக்கி கோபமாக அடிக்க வந்தான். இடையே சுந்தர் நுழைந்து, இது ஆலயம் இங்கே இதெல்லாம் வேண்டாம். வெளியே வா. பார்த்துக் கொள்ளலாம் என்று ராஜாவையும், கல்யாண பெண்ணையும் அழைக்க, இவர்கள் அந்த பெண்ணை அழைத்துக் கொண்டு முன் நடக்க, மிக்கேல் கோபமாக அவனுடைய ஆட்களை அழைக்க, அவர்கள் ராஜா, சுந்தர் முன் வந்து நிற்க, சண்டையை ஆரம்பித்தனர்.

நான் தான் சொன்னேன்ல, வெளியே வைத்து பார்க்கலாம் என்று சுந்தர் சத்தமிட,

ஆமாம் வெளியே செல்லுங்கள் என்று பாதிரியார் அவர்களிடம் சொல்ல, அவரை பிடித்து கீழே தள்ளி விட்டனர். இதற்கு மேல் பொறுக்க முடியாது என்று ராஜாவும், சுந்தரும் அந்த பெண்ணுடன் வேகமாக வெளியே ஓட, அவர்களும் வெளியே வந்து சண்டை போட ஆரம்பித்தனர். அந்த பெண்ணை மறுபடியும் மிக்கேலும், அவனுடைய அண்ணனும் பாதிரியாரிடம் இழுத்துச் சென்று, அவரது தலையில் துப்பாக்கியை வைத்து மிரட்ட, உள்ளே இருந்த பெண் காவலாளி அந்த பெண்ணை காப்பாற்ற செல்ல, அவரையும் அடித்து கீழே தள்ளினர்.

அந்த பெண் கதறிக் கொண்டிருக்க, அவன் அவளது கையில் மோதிரத்தை திணிக்க கையை பிடிக்க, இங்கே இரு. எங்கும் செல்லாதே! என்று கவிதாவின் தோழி வேகமாக ஓடி வந்து, அவனை வேகமாக தள்ளி விட்டு, அந்த பெண்ணை பிடித்துக் கொண்டு ஓடி வந்தாள். ராஜாவும் சுந்தரும் சண்டையிட்டுக் கொண்டிருக்க, பாலா சூர்யா மறைந்து நின்றனர். நேராக அவர்களிடம் வந்து அந்த பெண்ணை ஒப்படைத்து விட்டு திரும்ப,

ஏய், நீ இங்கே என்ன செய்கிறாய்? கேட்டவுடன் கவிதா நினைவு வந்து,

அய்யோ! கவிதாவை மறந்து விட்டேனே! கூற,

அவளும் இங்கே வந்திருக்கிறாளா? பாலா கேட்க,

தோழி வெளியே இருப்பதை கவனித்த ராஜா, கவிதாவை தேடினான். அவள் வெளியே இல்லை.

தோழியிடம் வந்து, நீங்கள் இருவரும் எதற்காக இங்கே வந்தீர்கள்? என்று கத்தினான் ராஜா.

உங்களால் தான் என்று அவளும் கத்த,

என்னாலா?

நீங்கள் அப்புறம் சண்டை போடுங்கள். எனக்கு உதவிக்கு வாடா,... சுந்தர் கூப்பிட,

ராஜா, தோழியை முறைத்து கொண்டே செல்ல, இவர்களை நாங்கள் பார்த்துக் கொள்கிறோம். நீங்கள் அவளை பாருங்கள் ராஜாவை பார்த்துக் கூறினாள்.

நாங்களா? சுந்தர் கேட்க,

ஆமாம், நாம் தான் என்று தோழி அழுத்தமாக கூறி விட்டு, களத்தில் இறங்கி நன்றாகவே அந்த தடியங்களுடன் சண்டை போட்டாள். வியப்புடன் அனைவரும் தோழியை பார்த்தனர்.

ராஜா உள்ளே செல்ல, கவி ஓடி வந்து அவன் மீது மோதினாள். ராஜாவை பார்த்ததும் கவிதா பதட்டமாக, அண்ணனும் தம்பியும் அருகே வர, ராஜா கவிதாவை வெளியே இழுத்துச் சென்றான்.

எம்.எல்.ஏ பொண்ணு, ஏன் சார் ஒளிந்து நின்று பார்த்துக் கொண்டிருக்கிறீர்கள்?

அவர்கள் வெளியே வருவதற்காக காத்திருக்கிறோம் என்றான் சூர்யா. இவர்கள் போலீஸ் என்று உங்களுக்கு தெரியும். ஆனால் உங்களை கடத்தியவர்களுக்கு தெரியாது, மறைந்திருந்து தாக்க காத்திருக்கிறோம்.

ஆனால் உள்ளிருந்த மக்கள், அவர்களை பின் வழியாக அப்பொழுதே வெளியே அனுப்பி விட்டோம்.

ஓ! திட்டமா?

அவர்கள் இருவரும் அங்கே பார்த்துக் கொண்டிருக்க, அவனுடைய ஆட்களை சுந்தரும், தோழியும் அடித்து துவைத்திருப்பார்கள். அண்ணனும் தம்பியையும் பார்த்து

பாலாவும் போலீஸ் ஆடையில் வர, மற்றவர்களை மற்ற பெண் காவலர்கள் இழுத்துச் சென்றனர்.

மிக்கேலும், ஆண்டர்சனும் சரணடைவது போல பக்கத்தில் வர, ராஜா கவிதாவை பின்னே வைத்துக் கொண்டு நிற்க, அவர்கள் ராஜா அருகே வந்தவுடன், அண்ணன் கையை அவனது பெண்டில் வைக்க, ஏற்கனவே அவன் கத்தியை அங்கே வைப்பதை கவிதா பார்த்திருப்பாள்.

அவன் சரியாக கத்தியை ராஜா அருகே கொண்டு வர, கவிதா இடையே புகுந்து, கத்தியில் கை வைத்து விட்டு கத்தினாள். அவளது கையிலிருந்து இரத்தம் சொட்ட,

ராஜாவிற்கோ ஏற்கனவே கோபம் அதிகமாக வரும். கவிதாவின் கை இரத்தமாகவும், அவள் வலியால் அழுவதை பார்க்கவும் கோபம் வந்து அடித்த அடியில் அவன் சுண்டு விழுந்தான்.

இதை பார்த்த தம்பி கோபத்துடன் கத்தி எடுக்க, இம்முறை சூர்யா தடுக்க வந்து, கத்தி அவனது கையில் குத்தியது. மீண்டும் ராஜா கோபமாக, பாலா அவனை பின்னே வந்து பிடித்து அடித்தான். அவனுக்கும் கையில் ஏற்கனவே அடிபட்டு கட்டு போட்டிருந்ததால் ரொம்ப நேரம் அவனை பிடித்து வைக்க முடியவில்லை. மற்ற போலீஸ் ஆட்களை வர வைத்து, அவனை பிடிக்க, அவன் நழுவி ஓட ஆரம்பித்தான். கவிதா மயங்கவே, அவளை தோழியிடம் விட்டு, சூர்யாவை சுந்தர் பார்த்துக் கொள்ள, ராஜா, பாலா, மற்ற போலீஸ் அவனை சுற்றி வளைத்து பிடித்தனர்.

எம்.எல்.ஏவிடம், அவரது பெண்ணை ஒப்படைத்து விட்டு, ஆண்டர்சனையும், அவனது தம்பியையும் கைவிலங்கு மாட்டி பாலா அழைத்துச் சென்றான்.

சுந்தர், ராஜா, தோழி மூவரும் கவிதாவையும், சூர்யாவையும் மருத்துவமனையில் சேர்த்தனர்.

கவிதாவிற்கு கையில் கட்டு போடப்பட்டது. அவள் மயக்கத்திலிருந்து விழிக்க, மஞ்சுவும் அவளது பெற்றோர்களும், சூர்யாவின் பெற்றோர்களும் அங்கே வந்தனர். கவிதாவை பார்த்து பேசி விட்டு, சூர்யாவை பார்க்க சென்றனர். ராஜாவும் சென்றான்.

கவிதா, அவளுடைய தோழி, சுந்தர் அறைக்கு வெளியே நின்று கொண்டிருந்தனர். அவனை பார்த்து விட்டு அவர்கள் வெளியே

வந்து உட்கார்ந்தனர். மஞ்சுவும் ராஜாவும் சூர்யாவுடன் இருந்தனர். கவிதாவும் மற்றவர்களும் உள்ளே வந்தனர். சூர்யாவிற்கு பிடித்த உணவை மஞ்சு வாங்கி வந்திருந்தாள். அவனிடம் அவள் கொடுக்கவே,

ஏய், அறுந்த வாலு..... ஏதாவது பேசிக் கொண்டே இருப்பாய்? ஏதாவது பேசு.... மஞ்சு அமைதியாகவே இருந்தாள் அழுகையை கட்டுபடுத்திக் கொண்டு,

அவள் வாங்கி வந்ததை எடுத்தான். அவனால் பிரிக்க கூட முடியவில்லை. இதை பார்த்து அவளே சூர்யாவிற்கு ஊட்டி விட்டாள். அதை பார்த்ததும் கவிதாவிற்கு பிடிக்கவில்லை.

மஞ்சு.... என்ன செய்து கொண்டிருக்கிறாய்? உன் அண்ணாவிடம் கொடு.... அவர் ஊட்டி விடுவார். மஞ்சு திரும்பி, அதனால் என்ன? நானே பார்த்துக் கொள்கிறேன்.

உனக்கு புரியவில்லையா? கவிதா கேட்க,

நீ நினைப்பது தவறு. எனக்கு எல்லாமே புரியும். நான் ஒன்றும் சின்ன குழந்தை அல்ல. புரிகிறதா? சத்தமாக மஞ்சு பேச

எதற்காக சத்தம் போடுகிறாய்? சூர்யா கேட்க

என்னுடைய விசயத்தில் நீ தலையிடாதே! உன் வேலையை பார்த்துக் கொண்டு செல் கவிதாவை பார்த்து மஞ்சு கூறினாள்.

உனக்காக தான் கூறுகிறேன்...

எனக்காக கூற நீ யார்? மஞ்சு கேட்டவுடன், கவிதாவின் கண்கள் கலங்க,

நீ எதற்காக அங்கே வந்தாய்? உன்னால் தான் எல்லா பிரச்சனையும் ராஜாவும் சத்தமிட,

என்னால் பிரச்சனையா? நான் என்ன செய்தேன்? கவிதா கேட்க,

உன்னால் தான் எங்களது திட்டமே பாழாகிவிட்டது. நல்ல வேலை அந்த பொண்ணுக்கு ஏதும் ஆகவில்லை.

என்னாலா?

ஆமாம், உன்னால் தான் ராஜாவும் கத்த,

அவளுடைய தோழி, இவள் என்ன செய்தாள்? என்று கேட்க,

இவளால் தான் எல்லா பிரச்சனை. எதற்காக மற்றவர்கள் விசயத்தில் தலையிடுகிறாய்? முதலில் பாலா விசயத்தில்

தலையிட்டு அவர்களது குடும்பத்தில் பிரச்சனையை ஏற்படுத்தினாய்? இப்பொழுது என்ன? என்னுடைய தங்கை விசயத்தில் தலையிடுகிறாயா? கோபமாக அவன் கத்த,

கவியின் மனது நொறுங்கி போனது.

தோழிக்கு கோபம் வரவே,

என்ன இவளால்... இவள் எதற்கு வந்தாள் தெரியுமா?

எதுவும் பேசாதே! என்று தோழியிடம் கண்டிப்புடன் கூறி விட்டு, ஆமாம் என்னால் தானே உங்களது திட்டம் பாழாகிவிட்டது. அப்புறம் நீ என்ன கூறினாய்? நமக்குள் ஏதும் இல்லை தானே!... நமக்குள் எந்தவொரு நட்பும் இல்லை தான்.... நீங்களும் சரியாக கூறினீர்கள். இனி யாருடைய விசயத்திலும் நான் தலையிட மாட்டேன் என்று இருவரையும் பார்த்து விட்டு அங்கிருந்து அழுது கொண்டே ஓடினாள். தோழியும் உடன் ஓட சுந்தர்,

ஹே,...... நில்லுங்கள்..... நில்லுங்கள்...... பின்னே ஓட, மஞ்சுவின் அப்பா அவனிடம்,

எதற்காக அந்த பொண்ணு ஓடுகிறாள்?

எனக்கே என்ன நடக்கிறது? என்று புரியவில்லை அங்கிள் என்றான்.

வெளியே வந்தவுடன் ஒரிடத்தில் உட்கார்ந்து கவிதா அழுது கொண்டே, பாலா சார் போல் தான் இவரும். காதலெல்லாம் ஒன்றுமில்லை. நான் தான் எப்பொழுதும் போல் தவறாக எண்ணிக் கொண்டேன். அவளது தோழி அவளுக்கு தோள் கொடுத்தாள்.

பின் அழுகையை நிறுத்தி விட்டு, இருவரும் நடக்க, தயவு செய்து அவர்களை விடு. நீ பழைய படி உன் வாழ்க்கைக்குள் செல். அது தான் நல்லது என்று தோழி அறிவுரை கூற, கவிதா எதுவும் பேசாமல் நடந்தாள்.

வார்டனை பார்த்தவுடன், கட்டுபடுத்த முடியாமல் அழ ஆரம்பித்தாள். தோழி நடந்த அனைத்தையும் கூற,

உன் மீதும் தவறுள்ளது. உன்னால் ஏதும் நடக்கவில்லை. ஆனாலும் உன்னை தான் குற்றம் சாட்டினார்கள். இது தான் உலகம். உனக்கு அவர் மீது காதல் வந்திருக்கலாம். ஆனால் அவருக்கு இருக்க வேண்டுமே! ஒரு பரிதாபத்தில் கூட அவர் உனக்கு அனைத்து உதவியும் செய்திருக்கலாம். அவருக்கு

உன் மீது காதல் இருந்தால் உன் மனதை காயப்படுத்தி இருக்கமாட்டார் வார்டன் அறிவுரை கூற, மீண்டும் அழுதாள் கவிதா. வார்டனுக்கும் ராஜா மீது கோபம் வந்தது.

தோழி அவளை அறைக்கு அழைத்து செல்ல, கோபமாக எல்லாவற்றையும் உடைக்க ஆரம்பித்தாள். தோழிகள் இருவராலும் அவளை கட்டுப்படுத்த முடியாமல் போகவே, வார்டன் வந்து கவிதாவை பளாரென்று அறைந்தார்.

அழுது கொண்டே அவர் மீது சாய்ந்து விட்டாள். கொஞ்ச நேரத்தில் தூங்கினாள்.

மருத்துவமனையில் சூர்யா, டேய் என்னடா பேசுகிறீர்கள்?

மஞ்சு, அவள் உன்னுடைய தோழி தானே! இப்படி பேசி விட்டாய்?

ஏன்டா, நம்ம திட்டப்படி தானே எல்லாமே நடந்தது. எதற்காக அவளிடம் இப்படி பேசி விட்டாய்?

உனக்கு அடிபடாமல் அவள் தானே பார்த்துக் கொண்டாள்? ஏன்டா?

கோபத்தில் என்ன பேசுவது என்று தெரியாமல் பேசி விட்டேன். என்னடா செய்வது? என்று யோசித்தவன் வேகமாக வெளியே வந்தான்.

சுந்தர் அவனருகே வந்து, அவர்கள் சென்று விட்டார்கள். என்னடா ஆயிற்று உனக்கு?

பதிலேதும் கூறாமல் சூர்யா அறைக்கு சென்றான் ராஜா.

அன்று நானும் பாலா கூறினோம். உனக்கு நினைவுள்ளதா? கோபத்தால் எல்லாவற்றையும் இழக்க போகிறாய்? என்று அது நடந்து விடும் போல் உள்ளது சுந்தர் கூற,

நான் அவளை இழக்க மாட்டேன் என்று ராஜா கூற, மஞ்சு யோசித்து விட்டு, கவிதாவிற்கு போன் செய்தாள். அவள் எடுக்கவில்லை.

தவறு செய்து விட்டேனோ! என்று வருந்தினாள் மஞ்சு.

சூரியன் மறைய அப்பொழுது தான் கவிதா எழுந்தாள். நான் இங்கே இருக்க மாட்டேன்.... நான் கல்லூரிக்கு போக மாட்டேன் என்று அழுதாள்.

நீ அவர்களை பார்க்க விரும்பவில்லையென்றால், விடுதியில் இருந்தே படி,...... அவள் ராஜா இருக்கும் இடத்தை பார்த்து விட்டு, வார்டனிடம் எனக்காக பணஉதவி செய்பவர்களிடம் ஒரு உதவி மட்டும் கேட்க வேண்டும். மூன்று மாதங்களும் நான் கல்லூரி செல்லாமல், தேர்வு மட்டும் எழுத உதவி கேட்க வேண்டும். எனக்கு இங்கு இருக்க விருப்பமில்லை. நான் பிரியங்கா அக்காவிடம் பேச வேண்டும்.

வார்டன் போன் போட்டு கொடுக்க, அக்கா நான் கொஞ்ச நாட்கள் உங்களுடன் இருக்கலாமா?

என்ன கவி, இப்படி கேட்கிறாய்? கண்டிப்பாக வா. வார்டனிடம் போனை கொடு.

அவர்கள் பிரியங்காவை பற்றி விசாரித்து விட்டு, போனை கவிதாவிடம் கொடுக்க, அரை மணி நேரமாக பேசினாள்.

இவள் யாரிடமும் இவ்வளவு நேரம் பேச மாட்டாளே! என்று அறைத்தோழி வார்டனிடம் கேட்க,

அந்த பொண்ணும் இதே விடுதியில் ஆறு வருடங்களுக்கு முன் இருந்தாள். அப்பொழுது அவளும் கவியும் ரொம்ப நெருக்கமாக இருப்பார்கள். அவள் உங்களுடன் இருப்பதை விட,

யார் அவர்கள்?

அவள் பெரிய இடத்து பொண்ணு. அவர்களிடம் பணம் இருப்பதால் திமிராக யாரையும் மதிக்காமல் நடந்து கொள்வாள். அவளை திருத்தவே, இங்கே கொண்டு வந்து விட்டார்கள். இங்கே வந்தும் அப்படி தான் இருப்பாள். இருவரும் ஒரே அறையில் இருப்பதால், சின்ன வயதிலும் கவிதா அவளுக்கு எல்லா வேலையும் செய்து வந்தாள். கவிதாவின் குணமும், அன்பும் பிரியங்காவை மாற்றி விட்டது. அதனால் அவளுடைய பெற்றோர்கள் கவிதாவிற்கு பரிசாக பணம் கொடுத்தனர். ஆனால் கவிதா அதை மறுத்து விட்டாள். நான் உதவி என்று கேட்டேன் என்றால் அன்று உதவுங்கள் என்று கூறினாள். அதை வைத்து தான் தன் கவலையை மறக்க அவளது வீட்டிற்கு செல்ல முடிவெடுத்துள்ளாள். அதுவும் வீட்டிலே இருந்து வேலை செய்து பணமும் சேர்த்துக் கொள்வாள். அவர்களது குடும்பத்தில் பன்னிரண்டு நபர்கள் வசிக்கிறார்கள். பிரியங்கா உடன் இருப்பதால் ஆட்களுடன் கவிதா வேகமாகவே பழகி விடுவாள். அதனால் தான், நான் தைரியமாக ஒத்துக் கொண்டேன்.

கவிதா வார்டனிடம் வந்து, நான் நாளையே கிளம்ப வேண்டும். தயவு செய்து அவர்களிடம் இப்பொழுதே பேசுங்கள் என்று கூற, அவர் பேசி விட்டு அவளிடம் கொடுக்க, அவளும் அவர்களை ஒத்துக் கொள்ள வைத்தாள்.

கவிதா தன் தோழிகளுடன் சேர்ந்து செய்த செயல் திட்டத்தை அன்று இரவு முழுவதும் விழித்திருந்து முடித்தாள். ராஜா வீட்டிற்கு வந்தவுடன் கவிதாவின் அறையையே பார்த்துக் கொண்டிருக்க, விளக்கு அணையாமல் இருப்பதை பார்த்தான். அவளிடம் பேச வேண்டுமென்று மனம் ஏங்கியது. ஏனோ பேச அவனால் முன் வர முடியவில்லை. அன்றிரவு தூங்காமல் இரவை கழித்துக் கொண்டிருந்தான்.

பாகம் 16

மறுநாள் காலையில் எப்பொழுதும் போல் மஞ்சுவை கல்லூரியில், இறக்கி விட்டான். உயர் அதிகாரி வரச் சொன்னதாக ராஜாவிற்கு அழைப்பு வரவே, அங்கு சென்றான். சூர்யாவை தவிர மற்ற நண்பர்கள் அனைவரும் அங்கு வர, அதிகாரி அனைவரையும் கூப்பிட்டு எம்.எல்.ஏ பெண்ணை காப்பாற்றியதற்காக, பாராட்டு தெரிவித்து விட்டு, இரண்டு நாட்களில் ராஜாவை வேலையில் சேர்ந்து கொள்ள சொன்னார். பின் ராஜா வாழ்த்துக்கள். உங்களுக்கு பதவி உயர்வு கிடைத்துள்ளது.

உங்களுக்கு பாலாவிற்கு சமமான பொறுப்பை நியமித்துள்ளனர் என்று கூறினார். ராஜாவிற்கு பயங்கர சந்தோசம்.

நண்பர்களுடன் அன்று முழுவதும் மகிழ்ச்சியாக ஊரை சுற்றினான் ராஜா. மாலையில் மஞ்சுவை அழைக்க, கல்லூரி சென்றால், அவள் வேகமாக ஓடி வந்து பைக்கில் ஏறி சீக்கிரம் கிளம்பு.... கவியோட விடுதிக்கு செல்....

நானும் அவளிடம் என்னுடைய உயர் பதவியை பற்றி சொல்லணும்... வாயை மூடிக் கொண்டு வேகமாக போடா... அழுது கொண்டே கத்தினாள்.

எதற்காக அழுகிறாய்? நீ வீட்டிற்கு செல்லவில்லையா? கல்லூரியில் இருந்து அவள் வேகமாக கிளம்பி விட்டாளா?

அவள் இன்று கல்லூரிக்கு வரவில்லை. அவள் இன்று போகிறாளாம்.

போகிறாளா? எங்கே?

டேய், அவள் முழுவதுமாக நம்மை விட்டு செல்ல போகிறாள்.

அவன் சட்டென பைக்கை நிறுத்த, சீக்கிரம் போடா... மீண்டும் கத்தினாள்.

"

நான் சூர்யா மீதுள்ள காதலினால் அவள் மீது கோபப்பட்டேன். நீயும் ஏன்டா, இப்படி செய்தாய்?

விடுதிக்கு வந்தனர் இருவரும். அங்கே வார்டன் கவலையுடன் உட்கார்ந்திருந்தார்.

மஞ்சு வேகமாக வந்து, கவி..... கவி.... என்று கீழிருந்து கத்த, வார்டனும் அறைத்தோழியும் வந்தனர்.

எதற்காக வந்தாய்? உனக்கும் அவளுக்கும் என்ன உள்ளது? என்றவள் ராஜாவை பார்த்தவுடன்,...

ஆக்ரோசமாக அவள் இனி வரமாட்டாள். அவ்வளவு தான். சென்று விட்டாள் அவனது சட்டையை பிடித்து உலுக்க,

உன்னுடைய திட்டம் அவளால் கெட்டது என்றாயே! உன்னுடைய திட்டமும் தெரியாது. அவள் எதுவுமே செய்யவும் இல்லை. அன்று ஒரு ஓரமாக தானே இருந்தாள். உன்னுடைய அந்த கோபம் எங்களையும் பிரித்து விட்டது.

முதலில் அவள் எதற்காக வந்தாள் தெரியுமா? நீ வேறொரு பெண்ணை திருமணம் செய்ய போகிறாயோ! என்றும், உண்மையானால் திருமணத்தை நிறுத்தி அவளது காதலை கூறி விட வேண்டும் என்று நினைத்தாள். அதற்கு தான் அவளை அழைத்து வந்தேன்.

ஆனால் இருவரும் அதிகமாகவே அவளை காயப்படுத்தி விட்டீர்கள்!

உங்களுக்கு நீங்கள் கோபமாக பேசியது மட்டும் தான் தெரியும். அவளுடைய நிலையில் இருந்து யோசித்தால் தான் அவளது கஷ்டம் தெரியும். உங்களுக்கு பிரச்சனை என்றால் யாரிடமாவது கூறுவீர்களோ, இல்லையோ, பேசுவதற்கு யாராவது உங்களுக்கு என்று இருப்பார்கள்.

ஆனால் அவளுக்கென்று யாருமில்லை. இங்கேயே இருங்கள் என்று அறைக்கு சென்று அவளுடைய மேக் அப் பொருட்களை எடுத்து வந்து தூக்கி எறிந்தாள். இது என்னவென்று தெரியுமா?

அவள் மனது காயப்படும் போது அவளுடன் இருப்பது. ஓ... புரியவில்லையா?

நீங்கள் அன்று பார்த்தீர்களே அதே பொருட்கள் தான். அவள் காயப்படும் சமயம் அவள் அழுவதினால், தூங்காமல் இருப்பதினால் முகத்தில் ஏற்படும் வலியை மறைக்க

பயன்படுத்துவாள். அவளை அவளே காயப்படுத்துவதினால் முகத்தில், கை, கால்களில் காயம் ஏற்பட்டால் இதை பயன்படுத்தி மறைத்து விடுவாள்.

அனைவரும் அழகிற்காக பயன்படுத்தும் பொருட்களை கூட, தன்னுடைய வலி மற்றவர்களுக்கு தெரியக் கூடாது என்பதற்காக பயன்படுத்துவாள் அவள் அழுது கொண்டே கூறி விட்டு,

பாலா சாரால் அன்று மனதளவில் காயப்பட்டாள். ஒரு நாள் முழுவதும் அவள் எழவே இல்லை. அவளது உடலும், மனமும் மிகவும் பலகீனமாக இருந்தது. அவள் எழுந்ததை நினைத்து சந்தோசபடவா? எங்கள் கண் முன்னே அவளை அவளே காயப்படுத்தியதை நினைத்து வருத்தப்படவா? என்று எங்களுக்கே தெரியவில்லை.

அவளால் மற்றவர்கள் காயப்படுகிறார்கள் என்று தான் அவள் அவ்வாறு நடந்து கொள்வாள். அவள் இவ்வாறு நடந்து கொள்வதால் அவள் பைத்தியம் இல்லை. எல்லாவற்றையும் அவளால் தாங்கிக் கொள்ள முடியவில்லை என்று அவள் பேச பேச... மஞ்சு பயங்கரமாக அழ ஆரம்பித்தாள். ராஜா தலையில் கை வைத்தபடி அப்படியே உட்கார்ந்தான்.

அவள் எங்கே சென்றிருக்கிறாள்? அவன் கேட்க, அவனது முகத்தில் ஒரு காகிதத்தை தூக்கி எறிந்து விட்டு அவள் அழுது கொண்டே அறைக்கு சென்றாள்.

அம்மா, தயவு செய்து கூறுங்கள். அவள் எங்கே சென்றிருக்கிறாள்? ராஜா அழ, அனைத்து பெண்களும் வேடிக்கை பார்த்தனர்.

நீ இங்கிருந்து சென்று விடு. உன்னை பார்க்கவே எனக்கு விருப்பமில்லை. நீயும் அவளை காதலிக்கிறாய் என்று நினைத்து தான் உன்னை உள்ளே விட்டேன். அவள் வந்ததிலிருந்து என்னை விட்டு பிரிந்து இருந்ததே இல்லை. நானும் அப்படிதான். என்னுடைய மகள் மாதிரி அவள் எனக்கு.

ஆனால் இனி அவளை பார்க்க முடியுமோ? என்னமோ? என்று கண்கலங்கிக் கொண்டே உள்ளே சென்றார். அவன் காகிதத்தை பிரிக்க, மஞ்சுவும் அவனருகே வந்து உட்கார்ந்தாள்.

நீ என்னுடன் எப்படி நினைத்து பழகினாயோ எனக்கு தெரியாது மஞ்சு. எனக்கு நீ என்னுயிர் தோழி தான். ஆனால் நீ பேசியது என்னுள் பதிந்து விட்டது. எனக்கு உன்னை பார்த்துக் கொண்டு பேசாமல் இருப்பது என்பது முடியாத காரியம். நீ சந்தோசமாக

இரு. எப்பொழுதும் போல் அதே சுட்டி மஞ்சுவாக இரு. அப்புறம் உன்னுடைய அம்மா, அப்பாவை நன்றாக பார்த்துக் கொள். சூர்யாவை காதலிப்பதை உடனே சொல்லி விடு. அவன் எல்லா பெண்களிடமும் நன்றாக பேசுவான். அது வந்து.... எப்படி கூறுவது? நான் ஏதாவது கூறி தவறாகி விடாமல்.... நீயே பார்த்துக் கொள். காதலில் ஏமாந்து விடாதே! அதை விட பெரிய வலி வேறெதுவும் இல்லை. சீக்கிரம் கூறி விடு.

ராஜா சார், நான் பாலா சார் மூலம் தான் உங்களுக்கு அறிமுகமானேன். அவரும் எனக்கு அவ்வளவு நெருக்கம் இல்லை. அவரை நான் காதலித்தேன் என்று தான் மிகவும் கஷ்டப்பட்டேன். ஆனால் எனக்கு அவர் மீது இருந்தது வெறும் ஈர்ப்பு தான் என்பதை நேரம் கழித்து தான் புரிந்து கொண்டேன். நான் எப்பொழுதெல்லாம் கஷ்டப்பட்டேனோ! சரியான நேரத்தில் வந்து நீங்கள் தான் உதவி இருக்கிறீர்கள்! திட்டினாலும் நீங்களும் என் மீது அக்கறையுடன் இருந்ததை நான் உணர்ந்திருக்கிறேன். அன்று நான் உங்களை பார்க்க தான் வந்தேன். என் நேரமோ என்னமோ, கூற வந்ததை கூற முடியவில்லை. அதுவும் நல்லது தான். ஏனென்றால் அது எனக்கு பெரிய வடுவாகி இருக்கும். சார், என்னுடைய தோழியை நன்றாக பார்த்துக் கொள்ளுங்கள். முடிந்தால் அவளுடைய காதல் கைகூட உதவி செய்யுங்கள். இனி நாம் பார்க்க முடியாது. எனக்காக நீங்கள் செய்த உதவிக்கு நன்றி. உங்களுக்காக என் அறைக்கு வெளியே உள்ள பூந்தொட்டியில் ஒன்று வைத்திருக்கிறேன். எடுத்துக் கொள்ளுங்கள். மஞ்சு உனக்கும் ஒன்று உள்ளது. வைத்துக் கொள்.

இருவரும் வேகமாக உள்ளே சென்றனர். அதில் நட்சத்திர டாலரில் அவனுடைய பெயர் பொறிக்கப்பட்டிருந்தது. உயர் பதவிக்கான வாழ்த்துகள் என்று சிறிய காகிதத்தில் எழுதி வைத்திருந்தாள். அதனை பார்த்து அவன் மேலும் அழ, அவனுடைய செயினில் டாலரை கோர்த்து வைத்தான் ராஜா.

மஞ்சுவிற்கு ஒரு கவர் கிடைத்தது. குடும்பமாக சேர்ந்து மகிழ்ச்சியாக இருக்க, சுற்றுலா தலத்திற்கான டிக்கெட் வைத்திருந்தாள். உடன் ராஜா செல்வதற்கான விடுப்பும் உயர் அதிகாரியிடம் வாங்கி வைத்திருந்தாள். மஞ்சு தேம்பி தேம்பி அழ, அறையின் உள்ளிருந்த தோழி வெளியே வந்து, அவளுக்கு நீரை கொடுத்து விட்டு,

ஒருவர் உடன் இருக்கும் போது அவர்களுடைய அருமை தெரிவதில்லை. இருவரும் அழுவதை நிறுத்தி விட்டு, வேலையை பாருங்கள். உங்கள் இருவரையும் பார்த்துக் கொள்ள சொல்லி, என்னிடம் கூறி விட்டு தான் சென்றாள்.

தயவு செய்து அவள் எங்கே என்று கூறு? அவன் கேட்க, கூறினால் ஓடிச் சென்று கட்டி தழுவ போகிறீர்களா?

ஆமாம் என்று கூறி விட்டான்.

என்ன பேசுகிறீர்கள்?

நானும் அவளை காதலிக்கிறேன். அவள் பாலாவை காதலிப்பதாக கூறும் போதிலிருந்தே கூற,

அப்புறம் எதற்காக காயப்படுத்தினீர்கள்?

அந்த இடம் அவளுக்கு ஆபத்து என்பதனாலும், சூழ்நிலை சரியில்லாத நேரத்தில் அவள் அவ்வாறு பேசியதாலும் தான். முகத்தை துடைத்து விட்டு, அவள் போன் செய்தால் கூறுகிறாயா?

என்னால் முடியாது. தயவு செய்து கூறு... அவளிடம் நான் ஏதும் பேசமாட்டேன். அவள் பேசுவதை மட்டும் கேட்டால் போதும். இனி அவளை தொந்தரவு செய்ய மாட்டேன்..

சரி என்று அவள் ஒத்துக் கொள்ள, இருவரும் அங்கிருந்து கிளம்ப மணி இரவு எட்டாகியது. ஒரு நிமிடம் என்று சாப்பாட்டை எடுத்து தோழி கொடுக்க, வாங்கிக் கொண்டு மஞ்சு ராஜாவின் தோளில் சாய்ந்து கொண்டு வீட்டிற்குள் நுழைந்தனர். ராஜா போனை எடுத்து, அம்மாவிற்கு போன் செய்து மஞ்சுவை இன்று ஒரு நாள் நானே பார்த்துக் கொள்கிறேன் என்றவுடன், ஏதும் பிரச்சனையாடா.... அம்மா கேட்க,

இல்லைம்மா, செவிலியருடன் பேசிக் கொண்டே அவள் தூங்கி விட்டாள் என்று பொய் சொன்னான்.

செவிலியரிடம் விசயத்தை சொல்ல, உன்னை காதலித்து இருந்தால் கண்டிப்பாக ஒரு நாள் இருவரும் சந்திப்பீர்கள், அதற்காக காத்திரு.

மறுநாள் காலையில் பத்து மணியளவில் கவிதா வார்டனுக்கு போன் போட, அனைத்து பெண்களும் பேசினார்கள். ராஜாவிடம் சொன்னவுடன் மஞ்சுவை அழைத்துக் கொண்டு வந்தான்.

வார்டன் முறைத்தார். அவரை சமாளித்து தோழியுடன் கவிதா பேசுவதை கேட்டுக் கொண்டிருந்தனர்.

இங்கே நிறைய பேர் ஒரே வீட்டில் இருக்கிறார்கள். அந்த அக்காவின் அம்மா, அப்பா, தம்பி, சித்தி, சித்தப்பா. பெரியம்மா, பெரியப்பா, குட்டி பசங்க ஆறு பேர், இன்னும் உறவுகள் இருக்கிறார்கள். என்னையும் அக்கா கூப்பிடும் அதே உறவின் பெயரை வைத்தே கூப்பிட சொன்னார்கள். எனக்கு ரொம்ப சந்தோசமாக உள்ளது. இதுவரை இத்தனை உறவுகளை நான் ஒன்றாக பார்த்ததேயில்லை.

அங்கே எல்லாரும் எப்படி இருக்கிறீர்கள்?

ம்ம்.... நன்றாக இருக்கிறோம். மீண்டும் அழுத்தியவாறு எல்லாரும் என்று கேட்க,

அனைவரும் மஞ்சு, ராஜாவை பார்த்து, நன்றாக இருக்கிறார்கள். வார்டன் போனை சட்டென நகர்த்தி,

நீ எதற்காக சென்றாய்? எல்லாவற்றையும் மறக்க தானே! கூற, அவள் அழும் சத்தம் கேட்கவே,

அக்கா, எதற்காக அழுகிறீர்கள்? குட்டி பையன் சத்தம் இவர்களுக்கு கேட்கவே,

நான் எங்கே அழுகிறேன்? வா நாம் விளையாடலாம் அவள் கூற,

இங்கே பாருங்கள் கண்ணீர், அவன் கேட்க நான் வைக்கிறேன் என்று போனை துண்டித்தாள்.

ராஜாவிற்கும், மஞ்சுவிற்கும் மனது கனமாக இருக்கவே, அம்மாவை பார்க்க சென்று அவரிடம் கூறி இருவரும் அழுதனர். ராஜா பாலாவிடமும் கூறி அழ,

கவலைப்படாதேடா! அவள் சீக்கிரமே வந்து விடுவாள் என்று ராஜாவை தேற்றினான்.

எம்.எல்.ஏ பெண்ணை காப்பாற்றியதற்கு உயர் அதிகாரி பாராட்டிய சமயத்தில் பாலா, ஸ்வேதாவை பற்றியும், ரகுவை பற்றியும் கூறி, இந்த பிரச்சனையை சரி செய்ய எனது நண்பர்களின் உதவி தேவை சார். இது முடிந்தால் நம் ஊரில் உள்ள பாதி குற்றங்கள் மறைந்து விடும். அதற்கு காரணமான ராசாத்தியும் மாட்டுவாள் என்று கூற, அவர் ஒத்துக் கொண்டார்.

அனைத்தும் முடிந்து வீட்டிற்கு மாலையில் கட்டுடன் பாலா நுழையவே அனைவரும் பதறினர். பார்வதியம்மா அழ ஆரம்பித்தார்.

அம்மா..... எனக்கு ஒன்றுமில்லை.

அண்ணா... கைக்கு என்ன ஆயிற்று?

சிறிய அடி தான். இரண்டு நாட்கள் ஓய்வெடுத்தால் சரியாகி விடும்.

இதனால் தான் நேற்று வரவில்லையா? அம்மா கோபித்துக் கொள்ள,

நிஜமாகவே வேலை இருந்தது.

சரி அண்ணா. நீ மேலே செல்... நான் காபி போட்டு எடுத்து வருகிறேன் கூற

ஆன்ட்டி எங்கே?

கோவிலுக்கு சென்றிருக்கிறார்கள்.

ரேணு... கேட்டுக் கொண்டே சுற்றும் முற்றும் பார்த்தான் பாலா.

அதானே பார்த்தேன். அவளை பற்றி என் அண்ணா கேட்காமல் இருப்பாரா? அவளுக்கு தலை வலி. அவளது அறையில் படுத்து இருக்கிறாள்.

தலைவலியா? எப்பொழுது? எதனால்? மருந்து சாப்பிட்டு விட்டாளா?

பொறுமை அண்ணா! பொறுமை!சாதாரண தலைவலி தான். மருந்து சாப்பிட்டாள். தூங்கிக் கொண்டிருக்கிறாள். எழுந்தவுடன் சரியாகி விடும்.

அடஅடடா.... என்ன அக்கறை உங்களுக்கு அவள் மீது என்று ஸ்வேதா ஆரம்பிக்க, தப்பித்தோம் பிழைத்தோம் என்று அறைக்கு சென்றான் பாலா. ஸ்வேதா காபி கொண்டு வர, குடித்து விட்டு உறங்கினான்.

ஸ்வேதா சமையலறையில் வேலை செய்து கொண்டிருந்தாள். மது விளையாடிக் கொண்டிருந்தாள்.

திடீரென்று ஒரே சத்தம்.

ஸ்வேதா.... ஸ்வேதா....... கத்திக் கொண்டே ரகு கையில் ரியாவை பிடித்துக் கொண்டு வேகமாக வர, ராஜம்மாவும் உடன்

வந்திருந்தார். தம்பி... கத்தாதீர்கள்! வேண்டாம் என்று கூறிக் கொண்டே வந்தார்.

என்ன ஆயிற்று? பார்வதியம்மா கேட்க,

ராஜம்மாவை பார்த்து, வாருங்கள்... ஸ்வேதா அழைத்து விட்டு, ரியா குட்டி...... என்று அவளருகே ஸ்வேதா வர, ரகு ரியாவை அவனது கைக்குள் இழுத்து வைத்துக் கொண்டு,

என் குழந்தை அருகே வராதே! கத்தினான்.

நீ யார்? எங்களுக்கும் உனக்கும் என்ன சம்பந்தம்?

நான் யார்? ஸ்வேதா தான்.

இது எப்படி உன்னுடைய கைப்பைக்குள் வந்தது? ஒரு போட்டோவை அவள் மீது தூக்கி எறிய,....

அதில் மித்து, ரகு, ரியா சேர்ந்து இருந்ததை பார்த்தவுடன், எதுவும் கூறாமல் அமைதியானாள்.

என்ன, கண்டுபிடித்து விட்டேனே! என்று பயப்படுகிறாயா?

நீ தானே எங்களை கொல்ல பார்த்தாய்? அவள் கண்கலங்க, நான் உங்களை கொல்ல பார்க்கிறேனா?

ஆமாம். அதனால் தான் எங்களை சுற்றி சுற்றி வந்தாய்?

இல்லை. நான் அதற்காக வரவில்லை.

வேறெதற்காக வந்தாய்? கூறு? என்று கத்தினான்.

என்ன சத்தம்? என்று பாலா கீழே வர, பார்வதியம்மா ரியாவையும் மதுவையும் ஒர் அறைக்குள் அழைத்துச் சென்றார்.

நான் கூறுகிறேன் தம்பி,... ராஜம்மா கூற, வேண்டாம்மா.... நீங்கள் கூறக் கூடாது ஸ்வேதா கெஞ்ச,

பாலா கோபமாக, நீ என்ன நினைத்துக் கொண்டிருக்கிறாய்?

கூறி விடு...

அண்ணா! நீயுமா?

எத்தனை நாட்கள் தான் மறைத்து வைக்க முடியும்? அவருக்கும் தெரியட்டுமே! பாலா கூற, ராஜம்மா பேச ஆரம்பித்தார்.

தம்பி உங்களுக்கும், உங்கள் மனைவி மித்ராவிற்கும் திருமணம் முடிவான போது, உங்களது அம்மா எனக்கு போன் செய்து,

எனக்கு பெண்ணை பிடிக்கவில்லை. கல்யாணத்தை நிறுத்த கூறி கேட்டார்.

எதற்காக அம்மா, இப்படி பேசுகிறீர்கள்? என்று கேட்டேன்.

அதற்கு அவர், அவள் ஒரு அனாதை, வசதி இல்லாதவள், பணத்திற்காக என் மகனை மயக்கி விட்டாள். என் மகனை திருமணம் செய்ய விடக் கூடாது. அவளுக்கு என்ன அருகதை உள்ளது என் வீட்டிற்கு வருவதற்கு, அவளை கொல்லாமல் விட மாட்டேன் என்றார்கள்.

நான் முடியாது என்றதால் என்னையும் வீட்டை விட்டு அனுப்பி விட்டார்கள். நான் கொஞ்ச நாட்கள் கோவிலில் தான் தங்கினேன். எனக்கென்று வேறு யாரும் இல்லை என்பது உங்களுக்கே தெரியும். பின் உங்கள் மனைவி இறந்து விட்டால் என்னை கூப்பிட்டார்கள். நான் வர மாட்டேன் என்றேன். நீங்கள் உடைந்து போனதாக கூறினார்கள். அதனால் தான் நானும் வந்தேன்.

ஸ்வேதா அப்படியே கீழே உட்கார்ந்து அழ, ரகு மீண்டும் கத்தினான். என் அம்மா இப்படியெல்லாம் பேச மாட்டார்கள்.

ராஜம்மாவிடம், ஸ்வேதா உண்மையிலே அவ்வாறு தான் பேசினார்களா? என்னை மன்னித்து விடும்மா என்று அவளை அணைத்துக் கொண்டு, நீ வருத்தப்படுவாய் என்று தான் இதை மறைத்தேன்..

அம்மா, நீங்களும் என்னை அவ்வாறு தான் நினைக்கிறீர்களா? ராஜம்மா அவளை கட்டிக் கொண்டு, நீ சொக்க தங்கம் தாயி.... என்றார்.

எதற்காக இவள் அழுகிறாள் என்று ரகு தலையை பிடித்துக் கொண்டு கத்த, ஸ்வேதா கண்ணீரை துடைத்துக் கொண்டு அவனருகே வந்து, அவன் தலையில் வைத்திருந்த கையை உரிமையாக எடுத்து விட, அவன் அவளை கீழே தள்ளி விட்டு, நீ என்னை தொடாதே! சத்தமிட்டான்.

அவள் தொடாமல் வேறு யார் தான் உங்களுடன் இருப்பார்கள்.

என்ன பேசுகிறீர்கள்? அவன் ராஜம்மா பக்கம் திரும்ப,

இவள் ஸ்வேதா இல்லை. உங்கள் மனைவி மித்ரா தான்.

ரகு பயங்கரமாக சிரித்து விட்டு, இவள் என் மித்துவா? முதலில் என் அம்மாவை தவறாக கூறினீர்கள்? இப்பொழுது இவளை என் மனைவி என்கிறீர்களே! வேறெதும் உள்ளதா?

ஆமாம் என்று, மித்து அனுபவித்த அத்தனையையும் கூறி விட்டு, உங்களையும், குழந்தையையும் காப்பாற்ற பிளாஸ்டிக் சர்ஜரி செய்து ஸ்வேதாவாக வந்திருக்கிறாள்.

என் மித்து அருகே இருந்தால் என்னால் உணர முடியும். அப்படியென்றால் உங்களால் என்னை உணர முடியவில்லையா?

ச்சீ.... நீ என்ன கேட்கிறாய்? எல்லா ஆண்களிடமும் இவ்வாறு தான் பேசுவாயா? எல்லாம் செய்வாயோ! கேட்க, மித்து மிகவும் உடைந்து போய் விட்டாள். அழுது கொண்டே அவளது அறைக்கு ஓட, பாலா ரகுவை அடிக்க இருவரும் சண்டை போட்டுக் கொண்டிருந்தனர். ரேணுவின் அத்தை வீட்டினுள் நுழைய, ரேணுவும் எழுந்து வெளியே வந்தாள். மித்து அழுது கொண்டு ஓடுவதும் ராஜம்மாவும், பார்வதியும் அவள் பின்னே செல்வதை பார்த்து, அவர்களை கூப்பிட, அதற்குள் உள்ளே சென்று அறையை பூட்டிக் கொண்டு அழுதாள். அவர்கள் கதவை தட்டிக் கொண்டிருக்க, கீழே எட்டிப் பார்த்தாள் ரேணு. இருவரும் சண்டை போடுவதை பார்த்து அத்தை நடப்பது புரியாமல் அப்படியே நிற்க,

ரேணு வேகமாக ஓடி வந்து இருவரையும் தடுக்க, ரகு ரேணுவையும், அத்தையையும் அதிர்ச்சியுடன் பார்க்க, ரேணு பாலாவை திட்ட,

நிறுத்துகிறாயா? அவன் மித்துவை தவறாக பேசி விட்டான்.

தவறாகவா? ரகு பேசியதை பாலா கூற, ரேணு ரகுவினருகே வந்து, பேசினீர்களா? சத்தமிட்டாள்.

அந்த ஸ்வேதா என்று ரகு பேச ஆரம்பிக்க, அவள் ஸ்வேதா இல்லை. மித்து தான் என்று கத்தி விட்டு, அவள் மேலே செல்ல,

அத்தை கோபமாக அவனை அடித்து விட்டு, உன்னுடைய பொண்டாட்டியை பற்றி நீயே இவ்வளவு கேவலமாக பேசி இருக்கிறாய்? அந்த பொம்பளை நினைத்ததை சாதித்து விட்டாள். அவன் புரியாமல் விழிக்கவே,

உன்னுடைய அருமை அம்மாவை தான் கூறினேன் என்றவுடன் அவன் கோபமாக அத்தையை பார்க்க,

ஓ... உனக்கு கோபம் வருகிறதா? உனக்காக அவள் கஷ்டப்பட்டு பிளாஸ்டிக் சர்ஜரி செய்து எவ்வளவு வேதனையை அனுபவித்தால் தெரியுமா? ஆனால் நீ இப்படி செய்து விட்டாயே!

ச்சே...... இனி எங்களது முகத்தில் விழிக்காதே! என்றும் அவரும் சத்தம் போட்டு விட்டு, மித்துவை பார்க்க சென்றார்.

ராஜம்மா ரகுவிடம், நீங்கள் பெரிய தவறிளைத்து விட்டீர்கள்! இங்கிருந்து சென்று விடுங்கள். கொஞ்ச நேரம் கழித்து நான் ரியாவை வீட்டிற்கு அழைத்து வருகிறேன்.

ரகு ஏதும் பேசாமல் நின்று, ஸ்வேதாவை சந்தித்தது, ரியா அவளிடம் சென்றவுடன் அழுகையை நிறுத்தியது, அவள் இல்லாமல் அழுது அழுது காய்ச்சல் வந்தது, அவளை பிரிய மாட்டேன் என்று ரியா கூறியது, ரகுவிற்கும் ஒரு கட்டத்தில் அவள் மீது உணர்வுகள் தோன்றியது, ரகுவிற்காக அடிபட்டது, ரகு மீதும் ரியாவின் மீதும் அதிக அக்கறையுடன் நடந்து கொண்டது அனைத்தையும் யோசித்துக் கொண்டே, மித்து அறையின் அருகே வந்தான்.

அனைவரும் கதவை தட்டி மித்துவை அழைக்க, அவளது அழுகுரல் மட்டும் கேட்டது. பாலா சற்று சிந்தித்து விட்டு,

மித்து, நாம் தவறாக நினைத்துக் கொண்டிருக்கிறோம். உன்னை கொலை செய்ய நினைத்தது திலீப் இல்லை. அவனை துரும்பு சீட்டாக உபயோகப்படுத்தி உன்னை கொல்ல சொல்லி, அதை வீடியோ எடுத்து, அவனை மிரட்டி அவனது மருத்துவமனையை பிடுங்கி வைத்துக் கொண்டு, அவனையும் வீட்டை விட்டு துரத்தி விட்டனர். அவன் எங்கிருக்கிறான் என்று யாருக்கும் தெரியவில்லை என்று பாலா கூறியவுடன் கதவை திறந்து,

என்ன கூறுகிறாய்? இது உண்மையா?

ஆமாம். உண்மை தான். அதுமட்டுமல்ல என்று பாலா தயங்கி கொண்டே ரகுவை பார்த்து,

அந்த திலீப், ரகுவின் உடன்பிறந்த தம்பியே இல்லை. உங்களை கொல்ல துடிப்பவனது மகன் தான்.

அப்படியென்றால் ரகு அண்ணா இந்த குடும்பமே இல்லையா? அவனும் இந்த குடும்பம் தான், திலீப்பும் இந்த குடும்பம் தான். இருவருக்கும் அம்மா ஒருவர். அப்பா இருவர்..

ரகு பாலாவின் சட்டையை பிடித்து கோபமாக, உன்னால் எப்படி இப்படி பேச முடிகிறது? கத்திக் கொண்டே பாலாவை அடித்தான். பின் இருவரையும் மற்றவர்கள் விலக்கி விட, அங்கே ஒரு குரல் கேட்டது.

ரகு அய்யா, அவர்கள் கூறுவது உண்மை தான். உங்களது அம்மா தான் மித்தும்மாவை கொலை செய்ய பார்த்தது.

அனைவரும் திரும்பி பார்க்க, மரகதம் வீட்டில் வேலை செய்யும் சாந்தி வந்திருந்தாள். மித்து அம்மாவை அவர்கள் கொலை செய்ய சொன்னது உங்களது அம்மா தான். அன்று பெங்களூர் செல்லும் முன் என்னிடம் மித்தும்மாவை பார்த்துக் கொள்ள விட்டு சொன்னீர்களே! உங்களுடைய அம்மா என்னிடம் இரண்டு நாட்களுக்கு வேலைக்கு வர வேண்டாம் என்று கூறி அனுப்பி வைத்தார்கள். நானும் சென்றேன். பின் என்னுடைய பணப்பையை மறந்து விட்டு சென்றதால் மறுநாள் வீட்டிற்கு வந்தேன். வீட்டில் அழும் சத்தம் கேட்டது. ஒளிந்து நின்று கவனித்தேன். உங்களது அம்மா திலீப்பிடம் மித்தும்மாவை கொல்ல சொல்லி அனுப்பியதை பார்த்தேன். அந்நேரம் என்ன செய்வதென்று தெரியாமல் நின்றேன். திலீப் மித்தும்மாவை கை, கால்களை கட்டிய நிலையில் காரினுள் தள்ளுவதை பார்த்து, அவர்கள் யாருக்கும் தெரியாமல் ஆட்டோவில் பாதி தூரம் பின் தொடர்ந்தேன். அவர்களை காணாமல் தேடும் போது தான் அவர் பள்ளத்தின் விளிம்பில் பல காயங்களுடன் உயிருக்கு போராடுவதை பார்த்து, அவர்களை போல் ஒரு பிணத்தை தயார் செய்து, அவர் இறந்ததை போல் போட்டு விட்டு, மித்தும்மாவை நான் தான் தூரமாக அழைத்து வந்து மருத்துவமனையில் போட்டு விட்டு சென்றேன்.

ஆனால் அடுத்து நடந்த எதையும் என்னால் ஏற்றுக் கொள்ளவே முடியவில்லை. அன்றே உங்களிடம் சொல்ல நினைத்தேன். உங்கள் அம்மா, உங்களிடம் அளந்த கதையை நினைத்து, இவர்களுக்கு நான் உதவி செய்தது தெரிந்தால் என்னை ஏதும் செய்து விடுவார்களோ என்ற பயத்தில் சொல்லாமல் மறைத்து விட்டேன். நீங்கள் உங்கள் மனைவியை இழந்த துக்கத்தில் இருந்த போது, உங்கள் அம்மா, அந்த ராமச்சந்திரனுடன் இருந்ததை என் கண்ணாலே பார்த்தேன். அன்று தான் எனக்கு ஒரு நினைவு எழுந்தது.

உங்களது அப்பா இறக்கும் தருவாயில் எதையோ கை காண்பித்தார். அதை தெரிந்து கொள்ள, உங்கள் அம்மா வீட்டில் இல்லாத சமயம், அவர் காட்டிய இடத்தில் தேடினேன். இந்த போன் கிடைத்தது. போனை காண்பிக்க, பாலா அதை வாங்கிக் கொண்டான். ஒரு மாதத்திற்கு பின் மித்தும்மாவை தேடி அதே மருத்துவமனைக்கு வந்தேன். அவர்கள் அங்கே இல்லை.

மருத்துவமனை முழுவதும் தேடினேன். ஒரு அறையில் பேச்சு சத்தம் கேட்டது. மித்தும்மா யாரிடமோ பிளாஸ்டிக் சர்ஜரி செய்ய சொல்லி பிடிவாதம் செய்து கொண்டிருந்தார். அந்த நேரத்தில் அது எனக்கு சரி என்று பட்டது. அவர் வேறொரு வாழ்க்கையை தேடி நிம்மதியாக வாழட்டும் என்று அங்கிருந்து சென்று விட்டேன். நீங்கள் இங்கே கிளம்பி வந்தவுடனே, உங்களுடன் ஒரு பெண் உள்ளது. அவளை கொன்று விட வேண்டும் இல்லையென்றால் மித்துவை போல் தொந்தரவு செய்வாள் என்று பல முறை முயற்சி செய்தார்கள். ஆனால் அந்த பெண் மித்தும்மாவாக இருப்பார்கள் என்று நினைக்கவே இல்லை.

என்ன! அப்படியென்றால் ஸ்வேதா தான் மித்து என்று அவர்களுக்கு தெரியாதா? பாலா கேட்க,

தெரியாமல் தான் இருந்தது. ஆனால் இரண்டு நாட்களுக்கு முன்பு தான் தெரிந்தது. இதனால் அந்த ஆள் இன்னும் இரண்டு நாட்களில் இங்கே வரப் போகிறான். அதுமட்டுமல்ல உங்களது சொத்து முழுவதும் இப்பொழுது அவன் பெயரில் உள்ளது.... இப்பொழுது உங்களுக்கென்று ஏதும் இல்லை.

இருக்காது.... ரகு கூற, அதுவும் உண்மை தான் என்று அதற்கான எல்லா காகிதத்தையும் பாலா எடுத்து காண்பித்து விட்டு, சாந்தி கொடுத்த போன் பாலாவை அனுமதிக்கவில்லை. ரகு கொடுத்த ரகசிய எழுத்தினால் உள்ளே சென்றது. அதில், அந்த ராமச்சந்திரன் ரகுவின் அப்பாவுடன் சண்டை போட்டு ஏதோ ஊசி போடுவதும், இந்த மருந்து நன்றாக வேலை செய்கிறது என்று மரகதம் சிரிப்பது போலவும், அப்பாவின் உயிர் செல்வதையும், மேலும் அவர்கள் செய்யும் அனைத்தும், சாந்தி அங்கே வந்தவுடன் இருவரும் நடிப்பதையும் பார்த்தனர்.

ரகு தாங்க முடியாமல் அழுதான். மற்றவர்கள் அவனுக்கு ஆறுதல் கூற, அவன் மித்துவை பார்த்தான். அவள் ஏதும் பேசவே இல்லை. கொஞ்ச நேரம் அழுது கொண்டே இருந்தான்.

இனியும் உங்களது அம்மாவை நம்பாதீர்கள். அவர்களது பழக்கம் அப்பாவிற்கு தெரிந்திருக்கிறது. அம்மா மீது வைத்திருந்த பாசத்தினால் தான் அவர் எதையும் கேட்காமல் இருந்ததால், அநியாயமாக கொன்று விட்டார்கள்.

நீங்கள் அவ்வாறு இருந்து விடாதீர்கள்.... என்று சாந்தி கூற, ரகு மீண்டும் மித்துவை பார்க்க, அவள் அக்கா, ரொம்ப பெரிய

உதவி செய்திருக்கிறீர்கள். நன்றி... மித்து கூறினாள். அதற்கு உங்கள் குணத்திற்கு எல்லாம் நன்மையாகவே முடியும் அவர் கூறினார். அவள் மீண்டும் அறையினுள் சென்று விட்டாள்.

ரகு கோபமாக வெளியே செல்ல, பாலா அவனை தடுத்து நிறுத்தி, நீங்கள் அவர்களை சந்திப்பது நல்லதல்ல. கொலை கூட செய்ய தயங்க மாட்டார்கள். அப்புறம் மித்து, ரியாவின் நிலை என்னாவது? இதற்காகவா இவ்வளவு கஷ்டப்பட்டாள் உங்களது மனைவி. அன்று கூறினீர்களே! உங்கள் மனைவியை கொன்றவர்களை பழி வாங்காமல் விட மாட்டேன் என்று. நீங்கள் பழி வாங்கலாம் வேண்டாம். உங்கள் மனைவி உயிரோடு இருக்கிறாள். அவளுடன் சேர்ந்து வாழுங்கள். என் கீதாவை போல் நீங்கள் இருவரும் பிரிந்து கஷ்டப்பட விட மாட்டேன். உங்களது அம்மாவிடம் பேசும் சந்தர்ப்பம் அமையும். அப்பொழுது பேசுங்கள்.

ரகு வேகமாக மித்துவின் அறைக்கு செல்ல, அவள் கோபமாக படுத்திருந்தாள். அவன் ஏதும் பேசாமல் அவளருகே படுத்து, அவள் மீது கையை போட, அவள் அவனது கையை தட்டி விட்டு எழுந்தாள். வெளியே போகிறீர்களா?

நீ என்னுடைய மித்துவா? பேசிக் கொண்டே அவளருகே வர,

பக்கத்தில் வராதீர்கள் என்று பின்னே செல்ல, அவளது கன்னத்தை கிள்ளி விட்டு, அவளை உற்று பார்த்துக் கொண்டிருந்தான். பின் அவளை அணைத்துக் கொண்டான். அவர்கள் என்னை ஏமாற்றி விட்டார்கள். அன்றே எனக்கு ஒரு சந்தேகம் எழுந்தது. நீ இறந்ததாக கூறிய பின் நம்முடைய ரியா அவர்களை பார்த்து பயந்தாள். ஏன் அவர்கள் இவ்வாறு செய்தார்கள்? அழுதான். அவள் ஏதும் பேசாமல் அவனை அணைத்துக் கொண்டாள்.

நீ ரொம்ப கஷ்டப்பட்டு விட்டாய். என்னை மன்னித்து விடு. அம்மா மீது இருந்த குருட்டு நம்பிக்கையினால் உன்னை இழந்திருப்பேன்.

நல்ல வேலை சாந்தி அக்கா உன்னை காப்பாற்றி விட்டார்.

நீ என்னிடம் முதலிலே சொல்லி இருக்கலாம் என்று கூற, நீங்கள் என்னை நம்பி இருப்பீர்களா? இல்லை, நம்பி இருக்க மாட்டீர்கள்.

அதனால் நம் காதல் கொஞ்சம் கொஞ்சமாக சிதைந்து போய் விடும்.... அதை என்னால் தாங்கவே முடியாது. அதற்கு இதுவே பரவாயில்லை.

அப்படியெல்லாம் பேசாதே! நீ எனக்கு எவ்வளவு முக்கியம் என்பது இந்த குறிப்பிட்ட காலத்தில் எனக்கும் புரிந்தது. உனக்கும் புரிந்திருக்கும். என்னை மன்னித்து விடு மித்து....

நீங்கள் என்னை வேரொரு பெண்ணாக நினைத்து தானே அப்படி பேசினீர்கள்? நீங்கள் என்னுடைய கணவனாக சரியாக இருந்திருக்கிறீர்கள். ஆனால் நான் கோபப்பட்டு விட்டேன். உங்களிடம் கூறாமலே சர்ஜரி செய்து கொண்டேன். அதற்கும் என்னை மன்னிக்க வேண்டும்.

அதனால் ஒன்றுமில்லை. நீ உயிரோடு என்னுடன் இருக்கிறாயே! அதுவே போதும். உன்னால் எப்படி இதையெல்லாம் தாங்கி கொள்ள முடிந்தது?

ஏன் முடியாது? என் உலகமே நீங்களும், ரியாவும் தான். நம் பிரிவு தான் மிகவும் வலித்தது. ரியா அருகிலே வர கூட விட மாட்டீர்கள், இருந்தும் அவளை பார்க்கும் போது மனம் மட்டற்ற மகிழ்ச்சியில் துள்ளலாட்டம் போடும். அவளுள் தோன்றிய உணர்வை மித்து ரகுவிடம் வெளிக்காட்டினாள்.

"என்னுயிர்

என்னை விட்டு

பிரியும் தருவாயில் கூட

நுழைவு வாயிலாய்

ஏற்றுக் கொண்டேனே

உனக்காகவே!

என்

அடையாளத்தை மாற்றி

உன்னுயிர்

காத்தேன்

உனக்காகவே!

என்
தாய்ப்பாசம்
கட்டியிழுத்த போதும்
துவலாதிருந்தேன்
உனக்காகவே!

என்னுயிரையும்
அர்ப்பணிப்பேன்
உன்
உறவுக்காகவே!"

பாகம் 17

ரகுவும், மித்துவும் கையை கோர்த்துக் கொண்டு ஒருவரை ஒருவர் பார்த்துக் கொண்டிருக்க,

நான் உள்ளே வரலாமா? பாலா கேட்க,

வாருங்கள் என்று மித்து ரகுவின் கையை கோர்த்து காண்பிக்க, ரொம்ப சந்தோசம் என்று அவளது தலையில் கை வைக்க, அடிபட்ட இடத்தில் லேசாக இரத்தம் வருவதை கவனித்தான் பாலா. வேகமாக கையை இறக்கி விட்டு,

பிரச்சனை முடியும் வரை எல்லாரும் ஒரே வீட்டில் இருப்பது தான் நல்லது. நீங்களும் இங்கேயே இருங்கள் ரகு என்று பாலா கூற,

உங்களுக்கு உதவி தேவைப்பட்டால் நானும் செய்கிறேன் ரகு கேட்க,

ஆமாம், உதவி வேண்டும். இனி என் தங்கை அழவே கூடாது. அவள் அழுதால், உங்கள் கதை என்னால் தான் முடியும் என்றான் கராரான குரலில்,

அய்யோ! உங்கள் தங்கையை யார், என்ன செய்ய முடியும்? அவள் தான் என்னை வச்சு செய்வாள்.

என்னங்க,..... மித்து கூற,

பாலா சிரித்துக் கொண்டே வெளியே வந்தான். அவர்களும் வந்தனர். அனைவரும் சாப்பிட வாருங்கள் என்று அத்தை அழைக்க, அனைவரும் சாப்பிட்டனர். பாலா சாப்பிட்டு விட்டு, ரியா மது அருகே சென்று,

ரியா, உன்னுடைய பரிசு தயாராக உள்ளது என்றவுடன் மதுவும், ரியாவும் ஆர்வமாக கவனிக்க, மித்துவை அவர்கள் முன் நிறுத்தி, உன்னுடைய அம்மா உன்னிடமே வந்து விட்டார்கள்....

இவள் ஸ்வேதா, அம்மா இல்லை என்றவுடன் மித்துவிற்கு மனது கனமானது. குழந்தையால் உடனே அம்மா என்று ஏற்றுக் கொள்ள முடியாது. கொஞ்சம் பொறுத்திருங்கள் என்றார் பார்வதி.

மித்து அழுதாள். இதை பார்த்தவுடன் ரகு மித்துவை சமாதனப்படுத்த, ரியாவிற்கு என்ன தோன்றியதோ, ரகு மித்துவை கட்டிக் கொண்டு அம்மா, அப்பா என்றாள். மித்துவிற்கு அளவுகடந்த சந்தோசம்.

ஸ்வேதா என்று அழைத்தாளா? இல்லை மித்து என்று அழைத்தாளா? என்று தெரியாமல் அனைவரும் குழம்ப,

அவள், என்னை அம்மா என்று அழைத்ததே போதும் என்று ரியாவை கட்டிக் கொண்டாள்.

இவர்களது குடும்பம் இணைந்து விட்டது. அதை பார்க்க தான் நானும் இத்தனை நாட்களாக காத்திருந்தேன் என்று சாந்தி கூறி விட்டு, அங்கே நடப்பதை என்னால் முடிந்த அளவு கூறுகிறேன் என்று பாலாவிடம் கூறி விட்டு சென்றார்.

மித்து மனதில் இருந்த அனைத்து வலிகளும் பறந்தோடியது. மனம் லேசானது. தன் கணவரும், குழந்தையும் கிடைத்தது அவளுக்கு எல்லாம் கிடைத்ததை போன்ற உணர்வு எழுந்தது. அனைவரும் மகிழ்ச்சியாக இருந்தனர்.

பாலா கையில் லேசாக வந்த இரத்தம், கீழே சிந்தும் அளவிற்கு போகவே, அனைவரும் அவனை பார்த்து பதறினர். வா மருத்துவமனைக்கு போகலாம் என்று மித்து அவனை கூப்பிட,

நீ இங்கேயே இரு. நான் அழைத்துச் செல்கிறேன் ரகு கூற, வீட்டில் ஆண்கள் இருப்பது தான் நல்லது. நீங்கள் இருங்கள். நானே பார்த்துக் கொள்கிறேன் அவன் கூற, நானும் வருகிறேன் என்று பார்வதி கூற,

இது சரி வராது என்று ரேணு பாலாவின் மறு கையை பிடித்து இழுத்துச் சென்று காரில் இருவரும் ஏற, ரேணுவே காரை ஓட்டினாள். பாலா கண்ணிமைக்காது ரேணுவை பார்த்துக் கொண்டே வர, அவர்களை ஒரு கும்பல் சூழ்ந்து கொண்டது.

பாலா காரை விட்டு இறங்க நினைக்க, இறங்காதீர்கள் என்று ரேணு காரை எடுக்க, ஒருவன் முன்னே வந்து கார் கண்ணாடியை உடைத்தான்.

நீயா? என்று அதிர்ச்சியில் ரேணு அவனை பார்க்கும் சமயத்தில் பாலா கீழே இறங்கினான்.

பாலாவை அவனுடைய ஆட்கள் தாக்க, பாலாவும் சண்டை போட்டான். ஆனால் ஒரு கட்டத்தில் முடியாமல் போகவே,

நீங்கள் யாரடா?

அய்யோ பாவம் ரேணு! இப்படி வந்து மாட்டிக்கொண்டாயே!...

பாலாவை பிடித்து வைத்திருந்தனர். யாருடா நீங்கள்? மீண்டும் பாலா கேட்க,

இவன் தான் வளவன் என்று கூறி கொண்டே, அவரை விடுங்கள் என்று பாலாவை பிடித்து வைத்திருந்தவர்களை இவள் அடிக்க, வளவன் ரேணுவின் முடியை பிடித்து இழுக்க, அவள் கத்தினாள். பாலா அவளை விடு என்று கத்திக் கொண்டே, அவர்களை அடிக்க ஆரம்பித்தான். அதில் ஒருவன் பாலாவின் பின் வந்து அவனது தலையில் அடிக்க, தலையில் கையை வைத்த படியே கீழே விழுந்தான்.

இருவரையும் அவர்கள் பழைய மாடி கட்டிடத்திற்கு அழைத்துச் சென்றனர். அங்கே சென்றவுடன் பாலாவை இழுத்து கீழே போட்டு விட்டு, ரேணுவை இழுத்து செல்ல, அவள் வளவனை தள்ளி விட்டு, பாலாவின் கன்னத்தை தட்டி,

பாலா எழுந்திருங்கள் என்று கதறினாள். அவன் எழவேயில்லை.

நன்றாக அழுடி. உன்னை யாராலும் என்னிடமிருந்து காப்பாற்ற முடியாது. யார் வந்தாலும் அவர்களை உயிரோடு விட மாட்டேன். அன்றைக்கு நீ தப்பி விட்டாய்? இன்று உன்னால் தப்பிக்கவே முடியாது. பாலா கண்ணை திறக்கவில்லை என்றாலும் அவன் அனைத்தையும் கேட்டுக் கொண்டிருந்தான்.

பாலா தயவு செய்து எழுந்திருங்கள். எனக்கு பயமாக உள்ளது. எனக்கு உங்களை ரொம்ப பிடிக்கும். உங்களுக்கும் என்னை பிடிக்கும் என்று தெரியும். நாம் எப்பொழுதும் சேர்ந்தே இருக்க வேண்டும். இவன் சரியான பைத்தியம் அன்று போல் இன்று ஏதாவது நடந்தால், நீங்கள் எழும் போது, நான் உயிரோட இருக்க மாட்டேன். நான் உங்களுக்கானவளாக மட்டும் இருக்க வேண்டும். நான் உங்களை காதலிக்கிறேன். தயவு செய்து எழுங்கள் என்று அவள் பேச பேச பாலாவின் கண்ணிலிருந்து நீர் வழிந்தது.

வளவன், அவளருகே வந்து, இவனை காதலிக்கிறாயா? அது எப்படி நடக்கும்? நீ என்னை தானே காதலித்தாய்? உன்னை நினைத்து அவனும் கவலைப்படுகிறான் போல, கண்ணிலிருந்து கண்ணீரெல்லாம் வருகிறது. அன்று பாதியிலே விட்டதை தொடருவோமா? என்று

பாலாவிடமிருந்து அவன் ரேணுவை இழுக்க, பாலா அவளது கையை இறுக்கமாக பிடித்திருக்க, அவனது கையிலும் அடித்து, அவளை இழுக்க அவள் பதட்டமானாள். வியர்த்தது. உடல் நடுங்கிக் கொண்டே மயங்கி வளவன் மீதே விழுந்தாள்.

பாஸ், அந்த பெண் மயங்கி விட்டாளே! இப்பொழுது என்ன செய்வது?

அட, இது தான் நல்லது. எந்த தொந்தரவும் இல்லாமல் நம் வேலை எளிதாக முடியும். அவள் செய்ததற்கான தண்டனையை கொடுக்க போகிறேன். இனி நீ நிம்மதியாக வாழவே முடியாது. எல்லாரும் வெளியே செல்லுங்கள்.

பாஸ், மகிழ்ச்சியாக இருங்கள் என்று கூற, அவன் அவளை தூக்கிக் கொண்டு, பாலாவின் முன் வந்து,

நீ காதலிக்கும் பெண்ணை இன்று ஒரு நாள் நான் வைத்துக் கொள்கிறேன். அவள் அனுபவிக்கும் வலியை நீயும் அனுபவித்தால் நன்றாக இருக்குமே! இவளை உன் முன் வைத்தே, எல்லாவற்றையும் முடித்து விடுகிறேன். இந்த வலியில் அவள் தினம் தினம் சாவாள். பாலாவை ஓங்கி உதைத்து விட்டு, அவளது துப்பட்டாவை தூக்கி பாலா மீது எறிந்தான். அவன் உதைத்ததில் பாலா விழித்தான். அவன் மிகவும் கஷ்டப்பட்டு எழுந்தான். போனை தேடி எடுத்து வளவனுக்கு கேட்காதவாறு ராஜாவிற்கு போன் செய்தான். எந்த இடமென்று தெரியவில்லை. வேகமாக வா... மெதுவாக பேசினான். ராஜா கவிதாவை நினைத்துக் கொண்டிருந்த சமயம் தான் பாலா போன் செய்திருப்பான்.

பாலா போனை அப்படியே கீழே வைத்து விட்டு, அவளுடைய துப்பட்டாவை எடுத்தான். போன் அணைக்கவில்லை என்பதால் ராஜா இடத்தை கண்டுபிடித்து சுந்தரை அழைத்துக் கொண்டு வந்து கொண்டிருந்தான்.

அவளை தொடாதே! கத்தினான் பாலா.

ஏன்டா, என்னிடம் அடி வாங்கவே எழுந்தாயா? பார் எப்படி இரத்தம் கொட்டுகிறது? நீ வேண்டுமானால் மருத்துவமனை செல்...

அவளை என்னிடம் ஒப்படைத்து விடு.

அவன் முடியாது.

உன்னால் முடிந்தால் அவளை காப்பாற்றிக் கொள் என்று அவளது உடையில் கையை அவன் வைக்க, பாலா பொறுமையிழந்து, அவனது கையை பிடித்து திருகி, அவனை அடிக்க, அவன் சரியாக பாலாவின் அடிபட்ட கையிலே அவன் அடிக்க, வலி பொறுக்க முடியாமல் பாலா கத்தினான், இருந்தும் வளவன் ரேணு அருகே செல்லாதவாறு பாலா அடி வாங்கிக் கொண்டிருந்தான். வளவன் அங்கிருந்த மது பாட்டில் ஒன்றை எடுத்து பாலாவை குத்த வர, பாலா விலகி அவனது கையை திருப்ப அது வளவன் மீது பட்டு அவன் அங்கே சரிந்தான். சத்தம் கேட்டு அவனுடைய ஆட்கள் அங்கு வர, பாலா அவர்களையும் அடித்து விட்டு, அவன் ரேணு அருகே சென்று துப்பட்டாவை அவள் மீது போர்த்தி விட்டு, அவனும் அவளருகிலே சரிந்தான்.

அந்த வளவன் மீதுள்ள பயமும், அவனுடைய தொடுதலும் அவளுக்கு பழைய நினைவு வந்ததால் அவள் வெகு நேரமாகியும் எழவில்லை. பாலாவிற்கு அதிக இரத்தம் வெளியேறி விட்டது. ராஜாவும், சுந்தரும் வந்தார்கள். அவனை அந்த நிலையில் பார்த்தவுடன் அவர்கள் பதறி கொண்டு, அவனையும், ரேணுவையும் காரில் போட்டு மருத்துவமனையில் சேர்த்தனர். ரேணுவிற்கு குளுக்கோஸ் ஏறிக் கொண்டிருந்தது. பாலா அவசர சிகிச்சை பிரிவில் இருந்தான்.

பாலாவிற்கு சிகிச்சை முடிந்து கொஞ்ச நேரத்தில் விழித்து விட்டான். குடும்பத்தினர் அனைவரும், நண்பர்களும் அங்கே இருக்க,

ரேணு எங்கே?

அவள் இன்னும் விழிக்கவில்லை என்ற போதே, செவிலியர் அங்கே வந்து, அந்த பொண்ணு விழித்து விட்டாள். ஆனால் கத்தி கொண்டு இருக்கிறாள். அவளது உறவினர்கள் சீக்கிரம் வாருங்கள்.

அத்தையும், மித்துவும் கிளம்ப, பாலா எழ முயற்சி செய்தான் முடியவில்லை. ரகுவும் அவர்களுடன் சென்றான்.

மித்து ரேணுவை தடுக்க,

மித்து, அவன் என்னை ஏதோ செய்து விட்டான் கத்தி அழுதாள்.

மித்து ரேணுவை அணைத்துக் கொண்டு, உனக்கு ஒன்றும் இல்லை. அவன் உன்னை எதுவுமே செய்யவில்லை. பாலா அண்ணா தான் உன்னுடன் இருந்தாரே!... உன்னை அவன் தொடவாது முடியுமா?

உன்னை காப்பாற்றி விட்டு, அவர் படுக்கையில் இருக்கிறார் என்று மித்து பேசி கொண்டிருக்க, ரகு உள்ளே வந்தான். அவனை பார்த்து பயந்து சிறு குழந்தை போல் மித்துவின் பின் ஒளிய,

ரேணு வெளியே வா.... ரகு வந்திருக்கிறேன். எதற்கு பயப்படுகிறாய்? அண்ணா தானே என்று பேசிக் கொண்டே, அவளருகே வந்தான். இங்கே பார், எதற்கும் பயப்படக் கூடாது. நீ தைரியமான பொண்ணு தானே!அவள் மேலும் பயந்து கண்ணை மூடிக் கொண்டிருக்க,

ரகு கவலையோடு வெளியே வந்து, ராஜம்மாவிடம் ரேணுவை பற்றி புலம்ப, இதை கேட்டு பார்வதியம்மா உள்ளே சென்று, உனக்காக தான் என் மகன் அடிபட்டு இருக்கிறான். வந்து அவனை பார் என்று ரேணுவை இழுத்து செல்ல, மித்துவும் பின்னாலேயே சென்றாள்.

ரேணு தயங்கி கொண்டே உள்ளே செல்ல ராஜா, சுந்தர் விலகி நிற்க, அவள் அவனருகே செல்ல முடியாமல் பயந்து நிற்க, எதற்கும் அஞ்சாமல் தைரியமாக இருப்பது தான் பெண்மைக்கு அழகு... பார்வதியம்மா கூற,

பாலாவை பார்க்க பார்க்க, பிரச்சனையின் போது இருவரும் மாறி மாறி பேசியது. மயக்கம் இருந்தாலும் நடந்தது ரேணுவிற்கும் கேட்டிருக்கும். பாலா வலியால் கத்தியது அனைத்தும் நினைவு வரவே, அவளுடைய கால்கள் தானாகவே அவனை நோக்கி நடந்தது.

அவன் ரேணுவிடம்,

நீ பேசியது எனக்கு நன்றாகவே கேட்டது. இனி வாழ்க்கை முழுவதும் என்னுடன் இருப்பாயா? என்னுடைய மனைவியாக.... காதலை கூற, அவள் அவனது கையை பிடித்துக் கொண்டு, இருப்பேன் என்று ஒத்துக் கொண்டாள்.

ஆனால் எனக்கு இரண்டு நாட்கள் தனியாக இருக்க வேண்டும் என்றும் கூறினாள். அவன் உடனே கையை எடுத்தான். அவள் வேகமாக அங்கிருந்து கிளம்பினாள்.

என்னடா நடக்கிறது? இரண்டு பேருக்கும் பிடித்திருக்கிறது. எதற்காக இரண்டு நாட்கள்? சுந்தர் பாலாவிடம் கேட்க,

அவள் மனதளவில் பாதிக்கப்பட்டு இருப்பதால், இரண்டு நாட்களில் அவளை சரி செய்து கொள்ள நேரம் கேட்கிறாள்?

அதற்காகவா நீ அவளது கையை எடுத்து விட்டாய்? பாலா சிறு புன்னகையுடன், அவள் செல்ல வேண்டும் என்று கூறினாள்.

என்ன கூறினார்களா? எனக்கு எதுவும் கேட்கவில்லை. உனக்கு கேட்டதா ராஜா? அவன் மௌனமாக இருக்க, அவனே காதல் தோல்வியில் இருக்கிறான் பாலா கிண்டல் செய்ய,

இல்லை. நாங்கள் மீண்டும் சந்திப்போம். என்னுடைய காதலை கூறி அவளை சம்மதிக்க வைப்பேன் ராஜா கூற,

கையில் கட்டு பிரிக்கப்பட்டு சூர்யா வந்து கத்தினான். ஏன்டா பிரச்சனை என்றால் கூற மாட்டீர்களா?

உனக்கே இப்பொழுது தான் சரியாகி இருக்கிறது. தொந்தரவு செய்ய வேண்டாம் என்று விட்டு விட்டோம்.

எதையாவது கூறி என்னை சமாளிக்க பார்க்கிறீர்களா?

எதற்குடா சமாளிக்க வேண்டும்? உண்மையை தான் கூறுகிறோம் ராஜா கூற,

ஏன்டா, நீ தான் அந்த பெண்ணை காதலிக்கிறாய்? அதனால் வருத்தமாக இருக்கிறாய். மஞ்சுவிற்கு என்ன ஆயிற்றுடா? அவளும் சரியாக பேசவே மாட்டிகிறாள்? சூர்யா ராஜாவிடம் கேட்க,

நீ தெரியாமல் கேட்கிறாயா? நடிக்கிறாயா? ராஜா கேட்க,

என்னடா நடிக்கிறேனா?

கவிதாவுடன் மஞ்சு சண்டை போட்டது உனக்காக தான்டா மாங்கா...

எனக்காகவா? எதற்கு? அன்று நடந்தது எதுவுமே புரியவில்லை.

அதை கூட உன்னால் புரிந்து கொள்ள முடியவில்லையா? உனக்கு பெண்களுடன் கடலை போட மட்டும் தெரிகிறது.

ஆனால் இது கூட புரியவில்லை. இதற்காக தான் அன்றே கவிதா அவளை எச்சரித்தாள். நானும் அவள் மீது தேவையில்லாமல் கோபப்பட்டு விட்டேன்.

கவிதா என்ன கூறினாள்?

என்னை கோபப்படுத்தாதே! ராஜா ஓரமாக உட்கார்ந்தான்.

இவன் என்ன பேசுகிறான்? சூர்யா கேட்க, பாலா அவனிடம் உனக்கு தெரிய வேண்டிய நேரம் வரும் வரை சிந்தித்துக் கொண்டிரு. அது தான் உனக்கான தண்டனை.

எனக்கு என்ன செய்வதென்று தெரியவில்லை. என்னை ஒரு வாரம் முழுவதும் மருத்துவமனையிலே இருக்க கூறி இருக்கிறார்கள். அவனது மொத்த பிரச்சனையையும் கூறி, இரண்டு நாட்களில் அந்த ராமச்சந்திரன் வேறு இங்கே வருகிறான். அனைவரது உயிருக்கும் ஆபத்து உள்ளது. என்ன செய்வது?

அதான் நாங்கள் இருக்கிறோமே! சூர்யா கூற, ஆமாம் நாங்கள் பார்த்துக் கொள்கிறோம். ரகு உள்ளே வந்து நானும் இருக்கிறேன்.

இல்லை ரகு. நீங்கள் இதில் தலையிட்டால் நீங்கள் அதிகமாக காயப்பட வாய்ப்புள்ளது. இவர்களே பார்த்துக் கொள்ளட்டும்.

இதற்கு மேல் காயப்பட என்ன உள்ளது? நான் கவனமாக இருந்திருந்தால் இவ்வளவு பிரச்சனையும் வந்திருக்காது. மித்துவும் கஷ்டப்பட்டிருக்க மாட்டாள். என் அம்மா இவ்வளவு மோசமானவர்களாக இருப்பார்கள் என்று நினைக்கவே இல்லை ரகு அழ, மற்றவர்கள் அவனை சமாதானப்படுத்தினார்கள்.

பாலா அவருடைய உதவி நமக்கு கண்டிப்பாக தேவைப்படும் என்று ராஜா கூறினான். பாலாவும் ஒத்துக் கொள்ள, திட்டம் தீட்ட ஆரம்பித்தனர். ரகுவும் அவர்களுள் ஒருவன் ஆனான். மருத்துவர் அங்கே வந்து, என்ன செய்கிறீர்கள்? என்று அனைவரையும் குறுகுறுவென்று பார்க்க,

ஒன்றுமில்லை, சும்மா தான் சுந்தர் கூற,

மூளைக்கு அதிகமாக அழுத்தத்தை கொடுக்காதீர்கள், மீறினால் மூளை சம்பந்தமான எந்த பிரச்சனையும் வரலாம். அதனால் நீங்கள் வெளியே செல்லுங்கள். அவர் நன்றாக ஓய்வெடுக்கட்டும் என்று கூற, நீ கவலைப்படாதே! நாங்கள் பார்த்துக் கொள்கிறோம் என்று அனைவரும் வெளியே சென்றனர். நீங்கள் எந்த அளவிற்கு

ஓய்வெடுக்கிறீர்களோ! அந்த அளவு வேகமாக குணமடைந்து விடும்.

டேய் நண்பா, கவலைப்படாதே! நாங்கள் பார்த்துக் கொள்கிறோம். ஒன்று மட்டும் கூறேன்.

அந்த பொண்ணு கவிதா என்ன சொன்னாள்? என்று உனக்கு தெரியுமா? சூர்யா கேட்க, பாலா அவனை முறைக்க, மருத்துவர் செக்யூரிட்டி.... கூப்பிட,

நான் ஏதும் பேசவில்லை என்று சென்றான் சூர்யா. மருத்துவரும் பாலாவும் ஒருவரை ஒருவர் பார்த்து சிரித்துக் கொண்டனர்.

"ரதியே!

உன்

மதிமுகம் என்னை

ஏனோ

திணற வைக்கிறதே!

இன்று

பூக்கும்

மலரின் வாசம்

உன்னை

நினைக்க வைக்கிறதே!

நீ

என்னை

ஏற்றுக் கொள்ளும்

நொடியேனும்

மனம் லேசாகிறதே!

உன்

கூந்தலை

வருடும் போது

என்னை

தீண்டுவது போல

இதமளிக்கிறதே!

உன்

சினத்தின்

காவலனாய்

இன்றும்

என்றும்

எப்பொழுதும்

உன்

மணவாளனாய் வாழ

காத்திருக்கிறேன்."

மஞ்சு கல்லூரி முடிந்து வெளியே வரும் போது, சூர்யா அவளுக்காக காத்திருந்தான். அவள் அவனது கையை பற்றி விசாரித்து விட்டு செல்ல,

ஒரு நிமிடம், உன்னிடம் பேச வேண்டும் என்றான் சீரியசாக, அவள் நின்று கூறு என்றாள்.

அன்று என்ன பேசினீர்கள்? எனக்கு ஒன்றுமே புரியவில்லை.

எப்பொழுது?

மருத்துவமனையில் கவிதாவுடன் கூட கத்தினாயே! என்ன பிரச்சனை?

கவிதா பெயரை கேட்டவுடன் மஞ்சுவின் முகம் வாடியது.

அவள் என்னை பற்றி என்ன கூறினாள்?

அதை தெரிந்து என்ன செய்ய போகிறீர்கள்?

அட சொல்லுமா, என் மண்டையே வெடித்து விடும் போல் உள்ளது.

அவள், என்னை உங்களிடமிருந்து விலகி இருக்க சொன்னாள்.

நீ என்னிடம் விலகி இருக்க வேண்டுமா? எதற்காக?

நீங்கள் என்னை ஏமாற்றி விடுவீர்களாம்!

நான் ஏமாற்றுவேனா?

நான் உங்களை காதலிப்பது அவளுக்கு தெரிந்து, நீங்கள் எல்லாரிடமும் பழகுவது போல் தான் என்னிடமும் பழகுகிறீர்கள் என்று என்னை எச்சரிக்கை செய்திருக்கிறாள்.

என்ன! காதலா? நீ என்னை காதலிக்கிறாயா? அவன் சிரிக்க, அவள் வேகமாக நடந்தாள்.

அவன் பின்னாலே வந்து, இந்த காமெடி எத்தனை நாட்களாக நடக்கிறது? சூர்யா கேட்டு விட, அவளையும் மீறி கண்ணீர் வர, சரியாக ராஜா வந்தான். மஞ்சு அழுவதையும், சூர்யாவையும் பார்த்து புரிந்து கொண்டு,

வண்டியில் ஏறு அதட்டலுடன் ராஜா கூற, அவள் அழுது கொண்டே வண்டியில் ஏற, ராஜா சூர்யாவை முறைத்துக் கொண்டே சென்றான்.

டேய், நில்லுடா..... ராஜா என்று சூர்யா கத்திக் கொண்டிருக்க, அவன் சென்று விட்டான்.

அவள் விளையாட்டாக கூறுகிறாள் என்று சூர்யா நினைத்திருந்திருப்பான். இருவரும் நடந்து கொள்வதை பார்த்தவுடன், அவள் நிஜமாகவே காதலிப்பது புரிந்தது சூர்யாவிற்கு.

மறுநாள் பாலாவை பார்க்க வந்த இருவரும் சரியாக பேசவில்லை. சூர்யா ராஜாவின் அருகே சென்றாலும் ராஜா விலகினான். ஒரு கட்டத்தில் பொறுக்க முடியாமல் இருவருக்கும் சண்டை ஆரம்பிக்க, ரகு தான் தடுத்து நிறுத்தி பேச வைத்தான்.

நீ நினைப்பதை தெளிவாக கூறி விடு மஞ்சுவிடம். அவளது படிப்பு முடிந்தவுடன் வரன் பார்ப்பதாக வீட்டில் பேசிக் கொண்டு இருக்கிறார்கள். இனி பழைய மாதிரி உன்னிடம் பேசவும், நடந்து கொள்ளவும் அவளே நினைத்தாலும் முடியாது. பார்த்துக்

கொள் என்று ராஜா பட்டும் படாமலும் பேசி விட்டு அவனது வேலையை கவனித்தான். இப்படியே இரண்டு நாட்கள் ஓடியது.

பாலாவின் தலை, கையில் பட்ட அடி ஓரளவு சரியாகி விட்டது. ரேணு இரண்டு நாட்களாக பாலாவை பார்க்க வரவே இல்லை. அவன் அந்த வருத்தத்தில் இருக்க, பாலாவிற்கு சாந்தியிடமிருந்து போன் வந்தது. நாளை காலை ராமச்சந்திரனும், மரகதமும் வருவார்கள். ரகு எதையும் காட்டிக் கொள்ளாமல் பொறுமையாக இருக்க சொல்லுங்கள் என்றார்.

ரகுவிடமும் பாலா கூறினான். முதலில் ரேணு, மது, மாமாவை ராஜா வீட்டிலும், அத்தை, பார்வதியம்மாவை சுந்தர் வீட்டிலும், ரகு, ரியா, ராஜம்மாவை அவர்களது வீட்டிலும் தங்க ஏற்பாடுகள் நடந்தது. பின் ரகுவின் வீட்டில் கண்ணில் தென்படாதவாறு, கேமிராக்கள் அங்கங்கு வைக்கப்பட்டது. அவனது வீட்டிற்கு பக்கத்து வீட்டிலே ராஜா, சூர்யா, சுந்தரும் தங்க ஏற்பாடுகள் செய்யப்பட்டது.

அன்றிரவு அவர்கள் கிளம்பி விட்டார்கள் என்று செய்தி வந்தது. ராஜாவின் போன் அழைத்துக் கொண்டிருக்க, அவன் குளித்து கொண்டிருப்பதை கவனித்து விட்டு, சூர்யா போனை எடுத்தான். மஞ்சு போனில், யார் பேசுவது என்று கூட கவனிக்காமல், அண்ணா ப்ளீஸ்டா, நீயாவது... சொல்லு அம்மாவிடம் வேண்டாம் என்று கூற,

சூர்யா சாதாரணமாக, ஹே வாலு, அம்மா என்ன கூறுகிறார்கள்? வேண்டாம் என்கிறாயே! கூற,

அவனுடைய குரலை கேட்டவுடன் போனை துண்டித்து விட்டாள் மஞ்சு.

அவன் ராஜா போனை கையில் வைத்திருப்பதை பார்த்து என்ன செய்கிறாய்? என்று அவன் கையில் இருந்து போனை வாங்கி பார்த்தால், அவள் போன் செய்திருப்பது தெரியவே, எதற்காக என்னுடைய போனை எடுக்கிறாய்? என்று கத்தினான் ராஜா.

நான் என்னடா செய்தேன்? அவனும் கத்தினான். நீ அவளிடம் நினைப்பதை கூறி விடு என்றேனே! கூறினாயா?

அதனால் என்ன?

அதனால் என்னவோ?

அவள் யாரிடமும் சரியாக பேசாமல், சாப்பிடாமல், தூங்காமல் இருந்ததால், அம்மா வருத்தப்பட்டு அப்பாவிடம் கூற, அவர் அவளுக்கு மாப்பிள்ளை பார்த்து விட்டார். அந்த பையனுக்கும் அவளை பார்த்தவுடன் பிடித்து விட்டது.

அவள் நான் பழையபடி இருக்கிறேன் என்று எவ்வளவு கூறியும் கேட்காமல், நாளை மறுநாள் அவளை பார்த்து திருமணம் முடிவு செய்ய போகிறார்கள்.

என்ன! திருமணமா?

ஆமாம். நீயும் வந்து பார்த்து விட்டு போ ராஜா கூற, சூர்யாவின் முகம் மாறியது. அதுவும் அவர் பெங்களூர். திருமணம் முடிந்து பெங்களூர் செல்ல போகிறாள். என்னால் கூட அவளை அடிக்கடி பார்க்க முடியாது என்று ராஜா வருத்தத்தோடு கூற, சூர்யா அப்பொழுது தான் சிறு வயதிலிருந்த அவளுடன் இருந்த எல்லா நினைவுகளையும் நினைத்து பார்த்தான். அவனால் அன்றிரவு தூங்க முடியவில்லை.

மறுநாள் விடிந்தது. அவர்கள் நினைத்தது போல், மரகதம் மட்டும் வீட்டிற்கு வந்தார்.

என்னம்மா, திடீரென்று வந்திருக்கிறீர்கள்? முதலிலே கூறினால் உங்களை அழைக்க நான் வந்திருப்பேன் சாதாரணமாக பேசினான் ரகு.

அம்மாவிற்கு சாப்பாடு எடுத்து வையுங்கள் என்று அதிகாரமாக ராஜம்மாவிடம் பேசுவது போல் நடித்துக் கொண்டே அவனது அம்மாவை கவனித்தான். அவர் கர்வத்தோடு ராஜம்மாவை பார்ப்பதை கவனித்தான்.

நீங்கள் ஓய்வெடுங்கள் என்று அவருக்கு அறையை காட்டினான். அவர் உள்ளே சென்றவுடன் அவர் பேசுவதை நண்பர்கள் அனைவரும் கேட்டுக் கொண்டிருக்க, ரகுவும் கேட்டுக் கொண்டிருந்தான். அவன் ஏதும் தெரியாதது போல் நடந்து கொள்கிறானே! என்றார் மரகதம் போனில், இதை கேட்டு அதிர்ச்சியடைந்தனர் அனைவரும்.

ஒருவரை ஒருவர் போனில் இணைந்து தான் இருந்தார்கள். அதனால் ரகுவிடம் அனைவரும் பேசினர்.

உங்களுக்கு அம்மாவை பற்றி தெரிந்த விசயம், அவர்களுக்கு எப்படி தெரிந்தது? ஏதோ தவறாக உள்ளது என்றான் ராஜா.

நீங்கள் யாரும் வெளியே செல்லாதீர்கள்!ஆட்கள் நம்மை கவனிப்பது போல் உள்ளது. இதை நான் கண்டறிந்து கூறுகிறேன் ரகு கூறினான்.

ரகு யாருக்கோ போன் செய்து, விசாரிக்க, கொஞ்ச நேரத்தில் போன் வந்தது. சாந்தியை கொன்று விட்டார்கள் என்று அந்த பக்கம் உள்ளவன் கூற,

அவர்கள் எங்களுடன் பேசுவதை யாரோ கவனித்திருக்கிறார்கள்.

அதனால் கொன்று விட்டார்கள். நேற்று இரவு தான் அவர் இறந்திருக்கிறார்.

அனைவரிடமும் கூறினான். மற்றவர்கள் அதிர்ச்சியடைந்தனர்.

மதியவேளையில் ரகு அம்மா வெளியே வந்தார். அவன் எதையும் காட்டிக் கொள்ளாமல், வெளியே செல்வோமா?

நாம் வெளியே சென்று எவ்வளவு நாட்களாகிறது? நான் தயாராகி விட்டு வருகிறேன் என்று உள்ளே சென்று ரகு கூறியதை போனில் கூற,

ரியா, ரகு, மரகதம் அனைவரும் வெளியே சென்று வீட்டிற்கு வந்த கொஞ்ச நேரத்தில் மித்துவை அவர்கள் நினைத்துக் கொண்டிருப்பதாக நாடகமாடி விட்டு, அவன் வருத்தமாக இருந்த சமயத்தில் அவனிடம் கையெழுத்து கேட்டார். அவன் அதை பார்த்தால் இப்பொழுது ரகு இருக்கும் வீட்டின் பத்திரம். ராமச்சந்திரன் பெயரில் மாற்றுவதாக எழுதி இருந்தது.

ரகு கையில் இருந்த போனில் ஒரு நம்பரை தட்டியவுடன் நண்பர்களுக்கு சத்தம் கேட்கவே பின் பக்கமாக ரகு வீட்டினுள் நுழைந்தனர்.

ரகு அவனது அம்மாவிடமும் ராமச்சந்திரனை பற்றி மனதில் உள்ள எல்லாவற்றையும் கேட்டு விட்டான்.

தெரிந்தும், நீ என்னிடம் நடிக்கிறாயா? ஆமாம், நான் சொத்திற்காக தான் உன் அப்பாவை மணந்து கொண்டேன். அவர் பிறக்கும் மகனிற்கு தான் சொத்தை தருவேன் என்று கூறியதால் தான் உன்னை பெற்றெடுத்தேன். உன் மீது பாசமுள்ளது போல் நடித்தால் தான் உன் பெயருக்கு சொத்து மாறும் என்று நடித்தேன். அப்பொழுதும் தராமல் மகன் பொறுப்பை ஏற்று நடத்தினால் தான் தருவேன் என்றார். அப்பொழுதும் பொறுமையாக இருந்தேன். உன் பெயருக்கு மாற்றிய பின் உனக்கு பிறக்கும் குழந்தைக்கு

தான் கிடைக்கும் என்றார். மாற்றி தந்தே ஆக வேண்டும் என்றேன். அவர் மறுத்து விட்டார். வேறு வழியில்லாமல் அவரை கொல்ல வேண்டியதாயிற்று என்று மரகதம் பேச ரகு கண்ணில் நீர் தேங்கி நின்றது.

பின் உன் மனைவி அந்த குழந்தைகள் விசயத்தில் தலையிட்டாள். நீயும் அவளை காதலிப்பதாக திருமணம் செய்து வைத்தேன். மறுபடியும் எங்களது விசயத்தில் தலையிட்டால், அந்த திலீப்பை எப்படி கஷ்டப்பட்டு கொலை செய்ய வைத்தோம். அவனை கொல்ல பார்த்தால் அவனும் தப்பி விட்டான். உன் மித்து சாகவில்லை போல, கவலைப்படாதே! அவள் இறந்து விடுவாள். பார்க்கிறாயா? என்று கை தட்ட

ராமச்சந்திரன் தான் மித்து கழுத்தில் கத்தியை வைத்துக் கொண்டு வந்தான்.

ரகு பதறி மித்துவை பார்த்து, நீ பாலாவுடன் தானே இருந்தாய்? எப்படி இங்கே வந்தாய்?

அவளது கைகளும் வாயும் கட்டப்பட்டு இருக்க, அவள் பேச முடியாமல் தவித்தாள்.

பாலாவின் நண்பர்கள் செய்வதறியாது திகைக்க, ம்ம்... விலகு என்றொறு சத்தம், பாலாவும் வந்து விட்டான்.

மருத்துவமனையிலிருந்து வந்திருக்கிறான். ராமச்சந்திரன் கழுத்தில் யாரோ கத்தியை வைத்து மித்துவை ரகுவிடம் தள்ளினான். திலீப் தான் வந்திருந்தான்.

மரகதம் அவனை பார்த்து, அவர் உன் அப்பா அவரை ஏதும் செய்து விடாதே!

நான் அந்த ஆளுடைய மகனில்லை என்பது எனக்கு தெரியும். என்னுடைய அப்பாவை நீங்கள் கொன்று விட்டீர்கள். என்னுடைய அம்மா.... ராஜம்மாவை பார்த்தான். அவருக்கே திலீப் அவனுடைய பையன் என்பது இவன் கூறி தான் தெரிகிறது. அனைவரும் அதிர்ச்சியுடன் இருக்க,

நீ புத்திசாலி தான் கண்டுபிடித்து விட்டாயே!... ராஜம்மாவின் குழந்தை பிறந்தவுடன் இறந்து விட்டது என்று அவருடைய கணவரே சொல்லி இருப்பார். அது உண்மையில்லை பணம் கொடுத்து அவளுடைய கணவரிடமிருந்து குழந்தையை நான் தான் வாங்கினேன். அவன் அதிகமாக பணம் கேட்கவே அவனையும் கொன்று விட்டேன்.

நான் நீங்கள் கூறியது போல் அனைத்தையும் செய்தேன். நீங்கள் கூறி தான் அண்ணியிடம் அவ்வாறு நடந்து கொண்டேன். அவர் இறந்த பின் எனக்கு சரியான தூக்கமே இல்லை, நிம்மதி இல்லை. நான் எதற்காக செய்தேனோ அந்த மருத்துவமனையை பிடுங்கியதும் இல்லாமல் என்னை கொல்லவும் பார்த்தீர்கள்.

என்னை மன்னித்து விடுங்கள் அண்ணி, அண்ணா... உன்னையும் அம்மா கொல்ல பார்த்தார்கள் அண்ணா. நீ சென்னை செல்ல முடிவெடுத்தாயே! அன்று உனக்கு கொடுத்த பாலில் விசத்தை கலந்து கொடுத்தார்கள். அன்றும் உன்னை சாந்தி அக்கா தான் காப்பாற்றினார்கள். இப்பொழுது உங்களுக்கு அவர் உதவியதால் அவரையும் கொன்று இருக்கிறார். நல்ல வேலை நான் இவர் வயிற்றில் பிறக்கவில்லை திலீப் கூறினான்.

மரகதம் பைத்தியம் போல் சிரித்துக் கொண்டிருந்தார்.

திலீப் நம் குழந்தை இல்லையா? ராமச்சந்திரன் கேட்க, அவரை பார்த்தும் சிரித்து விட்டு, உன்னை கூட பயன்படுத்தி தான் கொண்டேன். எல்லா சொத்திற்கான உண்மையான பத்திரம் என் பெயரில் பத்திரமாக உள்ளது என்றவுடன், அவர் திலீப்பை தள்ளி விட்டு, மரகதம் கழுத்தை நெறிக்க, அவர் அமைதியாக இருக்க, பாலாவும் நண்பர்களும் உள்ளே வந்தனர். அவர்களை பார்த்த பதட்டத்தில் மரகதம், தன்னுடைய கையில் இருந்த துப்பாக்கியை எடுத்து சரமாரியாக சுட, அதில் ராமச்சந்திரன் இறந்து விட்டார். அனைவரும் மறைந்து இருப்பார்கள். அவரது குண்டு சூர்யாவின் தோள்பட்டையை உரசி சென்றது. மீண்டும் குண்டு அவனை துளைக்க வர, ராஜா அவனை காப்பாற்ற சென்று அவனது மார்பில் பட்டது. பின் ரகுவும், திலீப்பும் ஒருவரை ஒருவர் பார்த்து சைகை செய்து மரகதத்தை பிடித்தனர்.

சுந்தர், மற்ற காவலர்களை அழைத்து, மரகதத்தை இழுத்து செல்ல, அவரோ உங்களிடம் சாட்சி இல்லை. என்னை உங்களால் ஏதும் செய்ய முடியாது என்று கத்த, முடியும் என்று ஒருவன் வந்து

அங்கு நடந்த அனைத்தையும் வீடியோ எடுத்ததை காண்பித்தான். சூர்யாவையும், ராஜாவையும் பாலா மருத்துவமனைக்கு அழைத்து செல்ல, அவர்களது குடும்பம் அங்கே வந்தது. மஞ்சு இருவரையும் பார்த்துக் கொண்டு தலையில் அடித்து அழ, சூர்யா கண்ணீருடன் அவளை பார்த்தவாறு சென்றான். ராஜாவின் நிலை மோசமாக இருந்தது. அவர்களது வீட்டில் இருந்த ரேணுவும்,

அத்தை, மாமா, ரகு, மித்து அனைவரும் வந்து ராஜாவின் அம்மா, அப்பாவிற்கு ஆறுதல் அளிக்க, மஞ்சுவிற்கு என்ன தான் சூர்யா மீது காதல் இருந்தாலும் இன்று ராஜாவை நினைத்து அழுதாள். எல்லா வருத்தமான நேரத்திலும் அண்ணனும் தங்கையும் ஒருவருக்கு ஒருவர் ஆறுதலாக இருந்ததை நினைத்து அழுதாள். இரண்டு நாட்களுக்கு பிறகு தான் பேச ஆரம்பித்தான் ராஜா. பாலாவிற்கும், சூர்யாவிற்கும் உடல் நிலை சரியானது.

சூர்யாவிற்கு உடல் நிலை சரியில்லை என்றாலே மஞ்சு தான் அவனை எப்பொழுதும் பார்த்துக் கொள்வாள். ஆனால் இம்முறை அவனை பார்க்கவே வரவில்லை என்று அவன் மனம் தவியாய் தவித்து போயிற்று.

அப்பொழுது தான் அவனுக்கும் அவள் மீதுள்ள காதல் புரிந்தது. இரு குடும்பமும் சேர்ந்திருந்த நேரம் பார்த்து மஞ்சுவிடம் சூர்யா தன் காதலை கூறினான். அவள் ஏதும் பேசாதிருக்க, நான் இனி எந்த பெண்ணுடனும் பேச கூட மாட்டேன். என்னால் நீ இல்லாமல் இருக்க முடியாது என்பதை இப்பொழுது தான் உணர்ந்தேன் என்று கூற,

மஞ்சு அம்மா, அப்பொழுது தான் ஒரு விசயத்தை சொன்னார். பெங்களூர் மாப்பிள்ளை எல்லாம் சும்மா தான். இது ராஜாவின் திட்டம் தான் உங்களை சேர்க்க என்று கூறியவுடன் மஞ்சு சந்தோசத்தில் சூர்யாவை அடித்து விட்டு, நீ என்னை விட்டு செல்ல கூடாது. போக மாட்டேன்டி செல்லம்... கொஞ்சிக் கொண்டே ராஜா முன் கை கோர்த்து நிற்க,

இனி வேறொரு பெண்ணுடன் உன்னை பார்த்தால், உன்னை விட மாட்டேன்டா என்று மிரட்ட,

ஒ.கே அண்ணா சார். அவளை நன்றாக பார்த்துக் கொள்கிறேன் என்றான்.

எந்த தயக்கமும் இல்லாமல் ரேணுவும் பாலாவிடம் பேச, மதுவிடம் பாலா நாம் இனி சேர்ந்தே இருப்போம் என்றான்.

மித்து, ரியா, ரகுவும் அவர்களது வீட்டில் ஆனந்தமாக இருக்க, மரகதத்திற்கு மரண தண்டனை விதிக்கப்பட்டது. ராசாத்தியை சமரை ஆதாரமாக எடுத்துக் கொண்டு, பாலா திரட்டிய ஆதாரத்தைக் கொண்டும் ஆயுள் தண்டனை விதிக்கப்பட்டது. ராஜம்மாவும், திலீப்பும் ரகுவுடனே இருந்தனர்.

பாகம் 18

ஒரு மாதத்திற்கு பின் ராஜா குணமானான் இருந்தும் அவனுக்கு அடிபட்ட இடத்தில் வலித்துக் கொண்டு தான் இருந்தது. அவனுடைய வேலையில் முழுவதுமாக கவனம் இருந்தாலும், அவ்வப்போது கவிதா எங்கிருக்கிறாள்? எப்படி இருக்கிறாள்? எனவும் யோசிப்பான். அவளுடைய குரலை இப்பொழுதும் அவளுக்கு தெரியாமலே அவளது தோழி மூலம் கேட்பான். வார்டனுக்கும் ராஜா மீது உள்ள கோபமும் குறைந்தது. அவர்களும் சாதாரணமாக பேச ஆரம்பித்தார்கள்.

ஒரு நாள் ராஜாவின் வீட்டில் அனைவரும் பரபரப்பாக சுற்றிக் கொண்டிருந்தனர். ராஜா வீட்டினுள் நுழைந்தான்.

அவனை பார்த்து அம்மா, ராஜா உன்னுடைய ஆடையை எடுத்து வைத்து விட்டேன். உனக்கு வேறெதுவும் தேவைப்பட்டால், எடுத்து வை.

அம்மா என்று தயங்கிக் கொண்டே அருகே வந்தவன், என்னால் இப்பொழுது வர முடியாது. முக்கியமான வேலை ஒன்று வந்து விட்டது. அதை முடித்து விட்டு வருகிறேன். நீங்கள் முன்னே செல்லுங்கள். நாளை மதியம் வந்து விடுவேன்.

சீக்கிரம் வந்து விடு என்று கூற,

அண்ணா, சீக்கிரம் வா. அங்கே நிறைய பேர் இருப்பார்கள். ஜாலியாக இருக்கும்.

வருகிறேன் என்றான். அன்று இரவு அனைவரும் கிளம்ப, ராஜா கவிதாவின் மேக் அப் பொருட்களையும், அந்த டெடியையும் பார்த்துக் கொண்டிருந்தான்.

ராஜாவின் குடும்பம் நள்ளிரவில் அரண்மனை போன்றொரு வீட்டிற்கு வந்தனர். அங்கே விளக்குகள் கண்ணை கவரும் வண்ணம் அமைக்கப்பட்டிருந்தது. உள்ளே சென்றனர். விழாக்கோலமாக இருந்தது.

கல்யாணப் பொண்ணு எங்கே? மஞ்சு கேட்க,

இதோ இருக்கிறேன் என்று பிரியங்கா கூற, மஞ்சு அவளை ஓடி வந்து கட்டிக் கொண்டாள்.

மச்சான் எங்கே? அவரை காணவில்லை.

அண்ணாவிற்கு வேலை உள்ளதாம்.... நேரத்திற்கு வந்து விடுவான்.

வா போகலாம் என்று இருவரும் கிளம்ப, அம்மாவும் அப்பாவும் அந்த வீட்டு மூத்தவரான பாட்டியை பார்க்க சென்றனர். கவிதாவும் அதே பாட்டியிடம் பேசி விட்டு அவள் செல்ல, அவர்கள் உள்ளே வந்தனர்.

கவிதா வெளியே வர, ஒருவன் அவள் முன் வந்து, எனக்கு காபி வேண்டும்.

விளையாடாதே யுவி... எனக்கு நிறைய வேலை உள்ளது. நீ ராமு அண்ணாவிடம் வாங்கி குடித்து விட்டு தூங்கு..

எனக்கு நீ தான் செய்து தர வேண்டும்.

சிறு பிள்ளை போல் விளையாடாதே! எனக்கும் உன் வயது தானே! உன்னை போலவா நான் நடந்து கொள்கிறேன் அவள் செல்ல, அவன் அவளது கையை பிடித்தான்.

ஏய்... யுவன் எப்படி இருக்கிறாய்? என்று மஞ்சு கேட்டுக் கொண்டே அதிர்ச்சியுடன் கவிதாவை பார்த்தாள்.

அவன் அவளது கையை பிடித்திருப்பதையும் பார்த்தாள். கவி என்றாள் கண்கலங்கிக் கொண்டே,

கவிதா பதட்டமாக அங்கிருந்து விலக ஒருவர் மீது இடித்து விட்டு, சாரி.... சாரி.... என்று நிமிர்ந்து பார்த்தால் ராஜாவின் அப்பா, அவரை பார்த்தவுடன் அவளது கண்கள் கலங்க, அங்கிள்... என்றாள்.

என்னம்மா கூறாமல் வந்து விட்டாய்? இங்கே தான் இருக்கிறாயா?

தலையசைத்து விட்டு, சாரி அங்கிள் என்று கூறி விட்டு அங்கிருந்து ஓடினான்.

உங்களுக்கு கவியை தெரியுமா? யுவி கேட்க,

அப்பா பேசுவதற்குள், அவள் என்னுடைய தோழி தான்...

அவள் எனக்கும் தோழி தான், பிரியங்கா கூறி விட்டு, அது சரி எதற்காக உங்களை பார்த்து ஓடுகிறாள்?

அவளுக்கும், எனக்கும் சின்ன பிரச்சனை என்றாள் மஞ்சு.

அவள் இங்கே என்ன செய்கிறாள்? மஞ்சு கேட்க,

இங்கு என்னுடைய தோழியாக, விருந்தாளியாக தான் வந்தாள். ஆனால் இந்த வீட்டில் உள்ள எல்லாரையும் கவனித்து கொள்வது தான் அவளது வேலை. அவளுக்கு ஏதோ பிரச்சனை உள்ளது. அதை மறக்க வந்ததாக அவளது விடுதி வார்டன் கூறினார். நானும் அவளை தொந்தரவு செய்ய வேண்டாம் என்று அவளிடம் எதையும் கேட்கவில்லை.

ஓ... அப்படியா? என்று எதுவும் தெரியாதது போல் காட்டிக் கொண்டாள் மஞ்சு.

இவனை சமாளிப்பது தான் முதல் வேலை என்று யுவியை கை காட்ட, அவன் பல்லை காட்டிக் கொண்டே சென்றான். மஞ்சு அவனை பார்த்து முறைத்தாள்.

இவனை எதற்காக?

உனக்கு தான் இவனை பற்றி தெரியுமே! கிளப், ஆட்டம், பாட்டம், குடி என்று சுற்றினான். ஒரு முறை இவனால் பெரிய பிரச்சனையாகி குடும்ப மானமே போய் விட்டது. அப்பொழுது தான் கவிதா இவனுடன் பேசினாள். அவள் சொன்ன அனைத்தையும் செய்தான். அதனால் அவனை பார்த்துக் கொள்ள சொல்லி பாட்டியும், அவனது அம்மாவும் கேட்டுக் கொண்டனர். தண்ணீர் வேண்டுமானாலும் அவனுக்கு அவள் தான் எடுத்து கொடுக்க வேண்டும் பிடிவாதத்தில் சாப்பிட கூட மாட்டான் அவன்.

இது சரிதானா?

இல்லை தான். ஆனால் என்ன செய்வது?

கவிதா அவளது அறைக்கு சென்று அழுது கொண்டிருந்தாள். நான் இவர்களை எவ்வாறு சமாளிப்பது? அவரும் வந்திருப்பாரா? இல்லையா? மனதினுள் ஆயிரம் ஓட்டங்கள். பின் மனதை திடப்படுத்திக் கொண்டு வெளியே வந்தாள். மஞ்சு அவளிடம் பேச, வேண்டாம் யாரிடமும் பேசுவதற்கு எனக்கு விருப்பமில்லை.

அப்படியென்றால் அந்த பரிசு எதற்கு எங்களுக்கு?

வேண்டுமென்றால் வைத்து கொள்ளுங்கள். இல்லையென்றால் தூக்கி எறிந்து விடுங்கள். உங்களுக்கு தான் தூக்கி எறிந்து பேச நன்றாக வருமே! குத்தி காட்டி விட்டு, என்னை தொந்தரவு செய்யாதீர்கள் கூற,

மஞ்சுவிற்கு மனது கனமாகி போனது. அன்று சரியாக தூங்காமல் அவளிடம் எப்படி பேசுவது? அண்ணாவையும், இவளையும் எப்படி சேர்த்து வைப்பது யோசித்துக் கொண்டிருந்தாள்.

மறுநாள் மதிய வேளையில் அனைவருக்கும் சாப்பாடு கவிதா தான் பறிமாறி கொண்டிருந்தாள். மஞ்சு குடும்பம் போல் இரண்டு, மூன்று குடும்பங்கள் வந்திருந்தனர்.

கவிதாவை பார்த்து, இந்த பொண்ணு யாரு? மற்றவர்கள் கேட்க,

அவளும் எங்கள் வீட்டு பெண் தான் பாட்டி கூற, யாருடைய பெண் என்று விசாரிக்க, பாட்டி என்ன கூறுவதென்று தெரியாமல் இருக்க, என்னை பார்த்துக் கொள்ள தான் அவள் இருக்கிறாள் யுவி கூற,

ஓ.... வேலைக்கார பொண்ணா?

அவள் வேலைக்காரியெல்லாம் இல்லை. அவள் எனக்கானவள் என்று சட்டென அவன் கூற, அவள் ஏதோ யோசனையில் இருக்க,

மஞ்சுவிற்கும் அவளது குடும்பத்திற்கும் பதறிப் போனது மனது.

அட, அதெல்லாம் ஒன்றுமில்லை. இவள் என்னுயிர் தோழி என்று பிரியங்கா அவளது கழுத்தை கட்ட, கவி யோசனையிலிருந்து மீண்டு வந்து, என்ன ஆயிற்று? கேட்க,

என்னம்மா, என்று பாட்டி அவளது தலையை கோத,

பாட்டி, நான் கொஞ்ச நேரம் ஓய்வெடுத்து விட்டு வரவா? எனக்கு ரொம்ப அசதியாக உள்ளது.

சாப்பிட்டு விட்டு போம்மா என்றார். அவள் அங்கே சாப்பிட்டு விட்டு, அறைக்கு சென்றாள்.

படுத்தால் ராஜா நினைவு எழவே, அவளால் தூங்க முடியவில்லை. எப்படியோ தூங்கி விட்டாள்.

கொஞ்ச நேரத்தில் அறை கதவு தட்டப்பட்டது. பாட்டி உள்ளே வந்து, நன்றாக இருக்கிறாயா?

ரொம்ப நேரமாகி விட்டதா பாட்டி?

இல்லைம்மா...

பாட்டி, வாருங்கள் அக்காவின் நிச்சய அழைப்பிற்கான வேலையை ஆரம்பிப்போம்.

உனக்கு இரண்டே வேலை தான். எல்லா இடத்திலும் அலங்காரத்தை சரியாக முடித்து இருக்கிறார்களா? என்றும், மேடையில் எடுத்து வைக்கும் பொருட்கள் வந்து விட்டது. இருபத்து ஒன்று பொருட்களையும் தட்டில் எடுத்து வைக்க வேண்டும் இதில் உள்ளது போல், என்று பட்டியலை கொடுத்தார்.

அதை வாங்கி கொண்டு மகிழ்ச்சியுடன் எழுந்து வேலையை கவனித்தாள். ராஜா ஏற்கவே அங்கு வந்து விட்டான். ஆனால் குடும்பத்தினர் யாரும் கவிதாவை பற்றி கூறவே இல்லை. மஞ்சு தான் அவள் இங்கே இருப்பதை போனில் யாரிடமோ கூறிக் கொண்டிருந்தாள்.

தட்டிற்கான அனைத்தையும் எடுத்துக் கொண்டிருக்க, சில பூக்கள் மட்டும் வாடி இருப்பதை பார்த்து, அதை மாற்ற வேகமாக வந்தாள். யார் மீதோ மோத, அது ராஜா என்று எதிர்பார்க்காத கவி, அவனை பார்த்து உறைந்து நின்றாள். அவன் போனில் யாரிடமோ பேசிக் கொண்டு சென்றதால் கவிதாவை கவனிக்கவில்லை. அவளை மீறியும் கண்ணீர் வர நின்று கொண்டிருந்தாள்.

ஏய் கவி, யுவி அவளருகே வந்து, அவளது கண்ணீரை பார்த்து, பூக்கள் சிதறி கிடப்பதை பார்த்து,

பூக்களுக்காகவா அழுகிறாய்? என்று அவளது கண்ணீரை துடைத்து விட்டு, நான் வேறு பூக்களுக்கு தயார் செய்கிறேன். அனைவரும் தயாராகி விட்டார்கள். இதோ, நானும் தயாராகி விட்டேன். உன்னை பாட்டி அழைத்தார்கள் அவன் பேசிக் கொண்டே சென்றான்.

ராஜா சுத்தமான வெள்ளை நிற சட்டை, ஜீன்ஸ் பேண்டுடன் அனைவரையும் கவரும் வண்ணம் வந்திருப்பான். அவனை பார்த்ததை பற்றியே யோசித்துக் கொண்டு, பாட்டியிடம் வந்தாள்.

கவிம்மா, இதை வாங்கி கொள். இது உனக்காக பிரியங்கா எடுத்தது என்று பாட்டி கொடுக்க, அவள் வாங்கிக் கொண்டு அவளது அறைக்கு செல்ல, யுவி ஒரு பெண்ணை காட்டி, உன்னை இந்த பெண் அழகுபடுத்துவாள். பாட்டி தான் அனுப்பினார்கள். என்னை திட்டாதே!

நீ வெளியே செல். நான் தயாராகி விட்டு வருகிறேன் என்று அந்த பெண் உதவியுடன் வேகமாக தயாரானாள்.

தயாராகி வெளியே வந்தாள். வெள்ளி நிறத்தில் மின்னும் லெஹங்கா, நெற்றிசூட்டி, அழகான சிறிய முகம், காதுமாட்டி, காலில் கொலுசு அனைத்தும் போட்டு வெளியே வர மெழுகு சிலை போல் அவள் நிற்க, யுவி அவளை ஆ... வென்று பார்த்தான். அவள் மேடை அருகே சென்று, அனைத்து தட்டையும் எடுத்து வைத்து விட்டு பார்த்தால் பூவே இல்லை.

யுவியின் காதை பிடித்து திருகி, பூ எங்கே டா? என்று கேட்க, வருகிறேன் என்று வேகமாக எடுத்து வந்து பார்த்தால் கவி கண்ணீருடன் ஒளிந்து கொண்டிருந்தாள்.

கவி யுவியிடம் மேடை அருகே நின்று தான் பேசி இருப்பாள். பக்கத்தில் தான் ராஜா போனை பார்த்தவாறு உட்கார்ந்திருப்பான். யுவி சென்றவுடன் தான் அவனை கவனித்திருப்பாள் கவி.

இப்பொழுது யுவி பூவை மேடையில் வைக்க சொல்ல, அவள் தயங்கி கொண்டே, நீயே வைத்து விடு என்று கூற, நீ என்னிடமே வேலை செய்ய கூறுகிறாயா?

அவள் யோசித்து விட்டு, நாம் ஏன் பயப்பட வேண்டும் என்று அவனை தாண்டிச்

சென்றாள். அப்பொழுதும் ராஜா அவளை கவனிக்கவில்லை. பின் நிச்சய விழாவை ஆரம்பிக்க, விழாவின் போது கவி மேடையில் தான் இருந்திருப்பாள். பெண்கள் அதிகமாக இருந்ததால் களைப்பில் கீழே இறங்கினாள். அப்பொழுது கூட ராஜா அவளை கவனிக்கவில்லை. அவன் என்ன தான் வேலையை முடித்து வந்திருந்தாலும், போன் செய்து கொண்டே இருந்தனர் அவனது ஸ்டேசனில் உள்ளவர்கள். அந்த பிசியில் அவன் கவியை இப்பொழுதும் கவனிக்கவில்லை.

விழா முடிந்து அனைவரும் கிளம்பும் சமயத்தில், அனைவரும் உட்காருங்கள் பிரியங்கா கூறி விட்டு,

சில பெண்களை அழைத்து விட்டு, ஏய், கவி சீக்கிரம் வா என்று கூப்பிட, அங்கிருந்து சென்ற கால் ஒன்று நின்றது.

அவள் மறைந்து இருக்கவே, பிரியங்கா அவளருகே சென்று, பயப்படாதே! உன்னுடைய பயத்தை அகற்றுவதற்கான சரியான வாய்ப்பு என்று அவளை மேடையில் ஏற்ற, அவளை பார்த்து ராஜா அப்படியே நின்றான். அவள் அணிந்திருந்த ஆடையில்

தேவதை போல் ராஜா கண்ணில் கவி பட, அவளும் ராஜாவை பார்த்தான்.

பாட்டிற்கு ஏற்றவாறு அனைவரும் நடனம் ஆட, கவி பதட்டத்துடன் நின்றாள். இதை கவனித்த ராஜா முன் செல்ல காலெடுத்து வைக்க, அதற்குள் யுவி மேலே ஏறி, அவள் முன் சென்று கையை பிடிக்க அனைவரும் ஆர்வமாக பார்த்தனர். இருவரும் ஒருவரை ஒருவர் பார்த்து சிரித்துக் கொண்டே ஆட, மஞ்சு திரும்பி ராஜாவை பார்த்தாள்.

அவனுக்கு புரியாமல் விழித்துக் கொண்டிருக்க, ஒரு கட்டத்தில் பார்க்க முடியாமல் வெளியே சென்றான்.

"என் உயிரினுள்

தீயை

வைத்தாய்

என் மனதினுள்

வலியை

கொடுத்தாய்

என் கண்ணின்

விழியை

பறித்தாய்

என் கனவின்

நிழலாய்

இருந்தாய்.

எ ன்னை
விட்டு
சென்றாய்

வெகு நாளாயாய்
பார்க்காமல்
பார்த்தேனே!

நீயோ
வேரொருவனுடன்
நானோ
உன் நினைவில்

மறந்து விட்டாயோ
என்னை
என்னுயிரின்
மீள் கனவே
நீ தானடி!"

யுவியின் நண்பர்களும் சேர்ந்து ஆட, அனைவரும் ரசித்து பார்த்துக் கொண்டிருந்தனர். ஆட்டம் பாட்டம் முடிந்தவுடன், யுவி கவியை அழைத்து வந்து நண்பர்களுக்கு அறிமுகம் செய்து வைத்தான். கவிக்கு அங்கு நிற்க கூட விருப்பமில்லால், நான் விருந்தாளிகளை கவனிக்க வேண்டும் என்று அங்கிருந்து அகல, அவனுடைய நண்பர்கள் அவனிடம், அந்த பெண்ணை உனக்கு பிடித்திருக்கிறது தானே!

அவளுக்கு உன்னை பிடிக்காமலா, உன்னுடன் சேர்ந்து ஆடுவாள்.

அவளுக்கும் என்னை பிடிக்குமா? அப்படியென்றால் நான் அவளிடம் காதலை கூறப் போகிறேன் என்று யுவி கூற,

அட, அதெல்லாம் பழைய காலத்து காதல். நீ அவளுக்கு முத்தம் கொடுத்து, காதலை தெரியப்படுத்து என்று ஒருவன் கூற,

யுவி கவிதாவை தேடிக் கொண்டு கடைசியில் கண்டுபிடித்து, அவளது கையை பிடித்து இழுத்து தனியாக அழைத்துச் சென்றான். அவன் அழைத்து சென்ற இடத்தில் அவனது அம்மாவும், பாட்டியும் நின்று பேசிக் கொண்டிருந்தனர். அதை கவனிக்காத யுவி அவளது கன்னத்தில் முத்தமிட, அவள் அவனை பளாரென அறைந்து விட்டு, அழுது கொண்டே,

என்னடா செய்ற? உனக்கு அறிவே இல்லையா? என்று திட்டிக் கொண்டே அவளது கன்னத்தை அழுத்தி துடைத்தாள்.

உனக்கும் என்னை பிடிக்கும் தானே! நீ எனக்கு தம்பி தான் என்று அழுது கொண்டே கூறினாள்.

அவளை சமாதானப்படுத்த அவன் அவளருகே வர, அவனை பிடித்து தள்ளினாள். அவன் தலை அங்கிருந்த மேசையில் அடித்து காயம்பட்டது. அவள் அங்கிருந்து செல்ல, யுவியின் அம்மா வந்து அவனுக்கு அடி பட்டிருப்பதை பார்த்து, கவியை பிடித்து கன்னத்தில் அறைந்தார்.

அம்மா, அவள் ஏதும் செய்யவில்லை யுவி கூற, கவியை பார்த்து, நீ என் மகனை பார்த்துக் கொள்கிறேன் என்று அவளை மயக்கி வைத்திருக்கிறாயா? சத்தமிட,

வேண்டாம். எதுவும் பேசாதீர்கள் கவி கூற,

என்னை பேசக் கூடாது என்கிறாயா? கத்தினார்.

அனைவரும் சத்தம் கேட்டு அங்கே வர,

கத்தாதீர்கள், அனைவரும் வருகிறார்கள் மெதுவாக அவள் கூற,

உனக்கு அசிங்கமாக உள்ளதோ!

எனக்கில்லை. உங்களுக்கு தான் என்று கூற, அவர் கோபத்தில் மீண்டும் அவளை அறைந்தார்.

உனக்கு அசிங்கமாகவே இல்லையா வேலைக்கு வந்த இடத்தில் என் மகனுடன் சேர்ந்து நீயும்... என்று கூற,

நான் ஏதும் செய்யவில்லை.

அப்படியா? தனியாக இருவரும் என்ன செய்து கொண்டிருந்தீர்கள்? என்று அவளை ஒருவாறு பார்க்க,

அவளுக்கு ஒரு மாதிரி ஆனது.

நான் உன் மீது பாசம் வைத்ததற்கு நன்றாக செய்து விட்டாய்? உனக்கு இது போதுமா? என்று யுவியை பார்த்து கூறி விட்டு அழுது கொண்டே அவள் செல்ல, அவன் அவளது கையை பிடித்தான். அவள் உதறி விட்டு சென்றாள். அவன் அவனது அம்மாவை முறைத்த படி நின்றான்.

வெளியே சென்ற ராஜாவிடம் பிரியங்கா பேசிக் கொண்டிருந்தாள். அங்கே வந்த அவளது சொந்தக்கார பொண்ணு பிரியங்கா, சித்தி கவிதாவை அடித்து விட்டார். அவள் அழுது கொண்டே அவளது அறைக்கு சென்று விட்டாள் என்று கூற, பிரியங்காவும் வேகமாக உள்ளே செல்ல, ராஜாவிற்கு போன் வர, நான் அப்புறம் பேசுகிறேன் என்று உள்ளே சென்றான்.

பிரியங்கா நேராக யுவியிடம் சென்று கேட்க, அவன் அனைத்தையும் கூறி விட்டு, என் மீது தான் தவறு கூறினான். பின் தான் ராஜா வந்தான்.

பிரியங்காவோ அவனை பளாரென்று அறைந்து விட்டு, என்ன செய்து விட்டாய்?

அவள் யாரென்று உனக்கு தெரியுமா?

யாராக இருந்தால் என்ன? யுவி கேட்க,

நான் எப்படி கூறுவது? பிரியங்கா யோசித்து விட்டு

டேய், உன்னை அவளால் காதலிக்கவே முடியாதுடா என்று கூறி விட்டு, அவனது அம்மாவிடம் சென்று,

ஏன் சித்தி, ஒரு நாளாவது அவனிடம் ஆசையாக பேசி இருப்பீர்களா? ஒரு நாளாவது சாப்பாடு ஊட்டி விட்டுருப்பீர்களா? அவன் கெட்டு போனதற்கு நீங்களும் நம் குடும்பமும் தான் காரணம். பாட்டி அவனிடம் கடுமையாகவே நடந்து கொள்வீர்கள், கேட்டால் அவன் ஒழுக்கமாக இருக்க வேண்டும் என்பீர்கள்.

அவனை யார் கவிதாவிடம் ஒப்படைத்தது. அவனை பார்த்துக் கொள்ளும் பொறுப்பை எதற்காக அவளிடம் கொடுத்தீர்கள்? அவள் அவனிடம் கொஞ்ச நேரம் தான் பேசினாள். வேரொன்றும் இல்லை அவளது நிலையை தான் கூறினாள். அவன் அதற்கு என்ன கூறினான் தெரியுமா?

என்னை சுற்றி நிறைய பேர் இருந்தாலும், நானும் உன்னை போல் தான் தனியாக இருக்கிறேன். என் தனிமையை போக்க

தான் கிளப்பிற்கு சென்றேன். அது தவறு என்று யாரும் என்னிடம் கூறவே இல்லை. ஒழுக்கமிலாதவன் என்று தான் கூறினார்கள். அவள் அவனிடம், இனி யாருடனும் அவ்வாறு நடந்து கொள்ளாதே! எது சரி, எது தவறு? என்று தெரியவில்லை என்றால் என்னிடம் கேள். நாம் நண்பர்களாகி விடுவோம் என்று பேசினாள். அதற்கு பின் தான் அவனை பார்த்துக் கொள்ள சொல்லி கவியிடம் கேட்டிர்கள்.

அவனது நிலையை புரிந்து கொண்டு, அவளும் ஒத்துக் கொண்டாள். பின் இருவரும் நன்றாக பழகினார்கள். அவள் தனக்காக அனைத்தையும் செய்வதினால் யுவிக்கு அவள் மீது காதல் வந்து விட்டது. ஆனால் அவளது விருப்பமில்லாமல் முத்தம் கொடுத்தது தவறு என்று கூற,

முத்தம் கொடுத்தாளா? என்று உணர்சிவசப்பட்டு ராஜா யுவியை அடித்தான். பின் அவன் செய்ததை உணர்ந்தான். அனைவரும் ராஜாவை பார்க்க, ஏற்கனவே எங்களுக்கு அவளை நன்றாக தெரியும். அவள் என்னை காதலித்தாள். நானும் அவளை காதலிக்கிறேன். இனி அவளை உன் அருகே விட மாட்டேன் யுவியை பார்க்க, இருவரும் மாறி மாறி அடித்துக் கொண்டிருக்க,

இருவரும் நிறுத்துங்கள் என்று பிரியங்கா கத்தி விட்டு, யுவியை பார்த்து, உன்னை அவள் காதலிக்க முடியாது. அதற்கு காரணம் ராஜா இல்லை என்று ஒரு போட்டோவை எடுத்து பாட்டி அருகே வந்து,

நீங்கள் அன்று கூறினீர்களே! அவள் நம் வீட்டு பொண்ணு என்று அது உண்மை தான் என்று பேசி கொண்டே யுவியின் அம்மா அருகே வந்து, உங்களது உயிர் அக்கா விபத்தில் இறந்தார்களே! அவர்களது பொண்ணு தான் கவிதா என்று கூற,

என்னம்மா சொல்கிறாய்? என் பொண்ணு வசந்தியின் மகளா?

அன்று நடந்த விபத்தில் அவளுக்கு எல்லாம் மறந்து விட்டது. நம் வீட்டிற்கு வந்த இரண்டே நாட்களில் அவளது சிறுவயது போட்டோ வைத்து கண்டுபிடித்து, என்னிடம் கூறினாள். அவளிடமும் அவளது சிறு வயது போட்டோ உள்ளது. சந்தேகமாக இருந்தால் அவளுடைய அறையில் இருக்கும் பையை பாருங்கள்.

கவிதா அறையில் அனைத்தையும் எடுத்து வைத்துக் கொண்டிருந்தாள். ராஜாவும் மற்றவர்களும் உள்ளே வந்தனர்.

என்ன செய்கிறாய்? ராஜா கேட்க, அது உங்களுக்கு தேவையில்லை.

எனக்கு தேவை தான்.

அவள் அழுது கொண்டே, அவனை பார்த்து முறைக்க

எனக்கு, நீ பாதுகாப்பாக இருக்க வேண்டும். நீ பாதுகாப்பாக இருந்ததால் தான் உன்னை விட்டு வைத்தேன் ராஜா கூற,

நான் இங்கே இருப்பது உங்களுக்கு தெரியுமா?

தெரியாது. ஆனால் நீ பேசுவதை வைத்து நன்றாக இருக்கிறாய் என்று தான் உன்னை நான் தேடவில்லை.

பேசுவதை வைத்தா?

ஆமாம், நீ விடுதிக்கு ஒவ்வொரு முறை போன் செய்யும் போது நாங்கள் கேட்டுக் கொண்டு தான் இருந்தோம் என்று மஞ்சு கூற,

எதற்கு உங்களுக்கு தேவையில்லாத வேலை?

எதை தேவையில்லாதது என்று கூறுகிறாய்? நீ என் மகனை காதலித்தாய் தானே! அப்பா கேட்க,

தயவு செய்து, என்னை விடுங்கள் என்று பையை எடுக்க, அவளுடைய டெடி பொம்மை கீழே விழுந்தது. ராஜா கவிதாவின் பிறந்த நாளன்று கொடுத்தது. அதை பார்த்து மஞ்சு, முதலில் உன் காதலை கூறு.

நான் யாரையும் காதலிக்கவில்லை.

அப்படியா? இது என்ன என்று அவளது டெடி பொம்மையை எடுக்க, அதன் பின் ராஜாவின் போட்டோவும் இருந்தது.

அது.... என்று ராஜாவை பார்த்து, எனக்கு வேண்டாம் என்று பையை எடுத்துக் கொண்டு வெளியே வந்தாள்.

சரி. உனக்கு பொம்மை வேண்டாம். இது என்ன? அவனது போட்டோவை காண்பித்து கேட்டாள்.

அவள் கண்ணீருடன், தயவு செய்து என்னை விட்டு விடுங்கள் என்று மஞ்சு கையிலிருந்த போட்டோவை எடுத்துக் கொண்டு ஓட, ராஜாவிற்கு தான் தெரியுமே?

பதட்டத்தில் என்ன செய்வதென்று தெரியாமல் செய்வாள் என்று, அவன் பின்னை செல்ல,

கவிதாம்மா.... நில்லு, உன் பாட்டியை விட்டு செல்ல போகிறாயா? பாட்டி அவளை தடுக்க,

அவள் கண்கலங்கியபடி, என் அம்மா இருந்த வீட்டில் ஒரு மாதம் சந்தோசமாக இருந்து விட்டேன். அதுவே போதும். நான் கிளம்புகிறேன் என்று அவள் செல்ல, யுவனுடைய அம்மா அவளது கையை பிடித்து நிறுத்தினார்.

நீ எங்கும் செல்லக்கூடாது கூற,

நான் இங்கே இருந்தால் யுவியிடம் முன்பு போல் பேச முடியாது. அது எனக்கும் வருத்தமாக இருக்கும். அவனுக்கும் வருத்தமாக இருக்கும். எனக்கு தான் யாருமில்லாமல் கஷ்டப்பட்டேன். அவனையும் அப்படி விட்டு விடாதீர்கள் கூற,

இல்லை, நீ செல்லாதே! இனி உன்னிடம் அப்படி நடந்து கொள்ள மாட்டேன். நீ என்னை தம்பியாக நினைத்து நன்றாக பார்த்துக் கொண்டாய். நான் அதனை தவறாக எண்ணிக் கொண்டேன். இனி உன்னை தொந்தரவு செய்ய மாட்டேன். என்னை மன்னித்து விடு. நான் உன்னிடம் தவறாக நடந்து கொண்டேன்.

அவள் அவனை பார்த்து சிறியதாக புன்னகையை காட்டி விட்டு, வீட்டிலிருந்து வெளியே வந்தாள். பாட்டியும், யுவனுடைய அம்மாவும் அழுது கொண்டிருக்க, ராஜா அவள் பின்னாலேயே வந்து,

என்னை மன்னித்து விடு. நான் ஏதோ கோபத்தில் அவ்வாறு பேசி விட்டேன். நில்லு கவி, ... அவளது பின்னாலே வர, அவள் திரும்பி பார்த்தாள். ராஜாவை கார் ஒன்று இடிப்பது போல் வர, பையை கீழே போட்டு, அவனை நோக்கி ஓடி வந்து அவனை கீழே தள்ளி விட்டு, அவளும் அவன் மீதே விழுந்தாள். ராஜா அவளை இறுக்கமாக பிடித்துக் கொண்டிருக்க, அவனை இடிக்க வந்த காரிலிருந்து சூர்யா தலையை வெளியே நீட்டி, ஒரு பூங்கொத்தை எடுத்து,

டேய் மச்சான் இந்தாடா, என்று தூக்கி எறிய, ராஜா அதை பிடித்து, அவளை

பார்த்தான். அவன் கையை விட்டு வெளியே வர முயற்சி செய்தாள். அவன் சிரித்துக் கொண்டே அவளை இறுக்கமாக பிடித்து பூங்கொத்தை நீட்டி, நான் உன்னை காதலிக்கிறேன்.நீ இல்லாமல் மிகவும் கஷ்டப்பட்டேன். உன்னை பார்த்ததிலிருந்தே எனக்கு உன் மீது காதல் இருந்தது. நாட்கள் கழித்து தான்

உணர்ந்தேன். இனி உன்னிடம் கோபப்பட மாட்டேன். என்னை மன்னித்து என்னுடைய காதலை ஏற்றுக்கொள் என்று கூற, அவள் காரிலிருந்த சூர்யாவை பார்த்து விட்டு,

அவர்கள் விபத்து ஏற்படுவது போல் நடித்து இருக்கிறார்கள் என்று புரிந்து கொண்டு,

ஏன் இப்படி செய்கிறீர்கள்? அவனது மார்பில் குத்த, அவனுக்கு இன்னும் வலி இருக்கிறது.

ஆ... என்று அவன் கத்த,

அடியேய் என்ன செய்கிறாய்? அவனை கொன்று விடாதே! மஞ்சு கூற,

அவனது சட்டையை விலக்கி பார்த்தாள். அதில் காயம் தெரியவே, என்ன ஆயிற்று?

அவன் சிரித்துக் கொண்டிருக்க, மஞ்சு நடந்ததை கூற, அமைதியாக அவன் மீது சாய்ந்தாள். அவள் அவனை ஏற்றுக் கொண்டாள்.

இனி என்னிடம் கோபமாக நடந்து கொள்ள கூடாது. அவன் தலையசைத்துக்

கொண்டே அவளையே பார்க்க, இருவரும் கொஞ்சம் எழுகிறீர்களா? அனைவரும்

பார்க்கிறார்கள் மஞ்சு கூறினாள்.

அவள் மறக்க நினைத்தது உன்னை தானா? பிரியங்கா கேட்க,

நான் அவரை மறக்க வந்தேன் என்று நான் கூறவில்லை கவிதா கூற, ராஜாவிற்கு மிகவும் சந்தோசமாக இருந்தது.

பின் மஞ்சு சூர்யா கையை கோர்த்து நிற்க, நீ கூறிவிட்டாயா? மகிழ்ச்சியுடன் கவிதா கேட்க,

அண்ணா உதவினான்.

சூர்யா கவிதாவை பார்த்து, என்னை பற்றி என் செல்லத்திடம் என்ன கூறிவிட்டாய்?

அதுவந்து... அவள் இழுத்தாள். அதை விடுங்கள் என்று ராஜா அவளை வீட்டிற்குள் அழைக்க, அவள் வர மாட்டேன் என்றாள்.

அவர்களை நீ விட்டு செல்ல கூடாது. உனக்கென்று எவ்வளவு உறவுகளை உன் அம்மா உனக்காக விட்டு சென்றுள்ளார்கள்.

உன் அம்மா வாழ்ந்த வீட்டை விட்டு செல்ல போகிறாயா? அவர்களை குற்றவுணர்ச்சியில் தள்ளி விட்டு நீ சென்றால் உன்னை போல் அவர்களும் வருத்தப்படுவார்கள் அல்லவா? என்று ராஜா கவிதாவிற்கு புரிய வைக்க, பிரியங்கா அவளுடைய பையை எடுத்துக் கொண்டு, என்னுடைய கல்யாணத்தில் நீ கண்டிப்பாக இருக்க வேண்டும் என்று தரதரவென்று அவளை உள்ளே இழுத்து சென்றாள். பின் அனைவரும் உள்ளே வர, அனைவரும் அவளை பிடித்துக் கொண்டு, செல்லாதே! என்று அழ, நான் செல்லவில்லை என்று கூற, அனைவரும் அவளை கட்டிக் கொண்டு, மகிழ்ச்சியடைந்தனர்.

பாகம் 19

❖❖❖

அன்றிரவு முழுவதும் ராஜாவும், கவிதாவும் பேசிக் கொண்டிருந்தனர். காலையில் அதே இடத்தில் ஒருவர் மீது ஒருவர் சாய்ந்து தூங்கிக் கொண்டிருக்க, ராஜா முதலில் விழித்து அவளை ரசித்துக் கொண்டிருந்தான். அவள் விழித்தவுடன் அவளது உச்சி வகிட்டில் முத்தமிட்டான். அவள் வெட்கம் தாளாது வேகமாக எழுந்து உள்ளே சென்றாள். பின் திருமணத்திற்கான வேலைகளில் ஈடுபட்டு அனைத்தும் முடிந்தவுடன் எல்லாரும் தயாராகி வந்தார்கள்.

யுவியின் அறைக்கு சென்று அவனது அம்மா அவனை கூப்பிட, அவன் அங்கே இல்லை. அனைவரிடமும் கூறி, தேட ஆரம்பித்தனர்.

கவிதாவிற்கு போன் வந்தது. அவள் ராஜாவை தேடினாள். அவன் அங்கே இல்லாததால், அவனுக்கு போனில் செய்தி ஒன்றை அனுப்பி விட்டு, தயாரான அதே ஆடையிலே சென்றாள். யாரிடமும் ஏதும் கூறவில்லை.

கவிதா சென்ற இடத்தில் ஒரு பெண் நின்று கொண்டிருந்தாள். அவளருகே சென்று,

நீ தான் எனக்கு போன் செய்தாயா?

ஆமாம். அவன் இங்கு தான் இருக்கிறான் என்று கூற,

இருவரும் கிளப் ஒன்றினுள் நுழைந்தனர். அங்கே யுவி மது போதையில் பெண்களுடன் நினைவிழந்து ஆடிக் கொண்டிருந்தான். அதை பார்த்து கவி கோபமாக உள்ளே நுழைந்தாள். அந்த பெண்ணும் அவளுடன் சென்றாள்.

கவி அவனை பிடித்து இழுத்து ஓங்கி அறைந்தாள். அந்த பெண்ணோ, அவனை அடிக்காதீர்கள்!

அவன் பழைய நிலைக்கு சென்று விட கூடாது என்று தான் உங்களை அழைத்து வந்தேன். அவள் கூறுவதை கேளாது, மீண்டும் அவனை அடிக்க கவி கையை ஓங்க, அந்த பெண் கையை பிடித்து, முதலில் அவனை வெளியே அழைத்துச் சென்று நினைவை கொண்டு வருவோம். அனைவரும் ஆடுவதை நிறுத்தி விட்டு அவர்களை பார்க்க, அவனுடைய நண்பர்கள் வந்து கவியிடம், அவனை எதற்கு அடித்தீர்கள்? அவன் இங்கே தான் மகிழ்ச்சியாக இருப்பான் என்று கூற,

மகிழ்ச்சியா? இப்படி ஆட்டம் போட்டால் மகிழ்ச்சியாகுமா? நீங்கள் அவனுடைய நண்பர்கள் என்று கூறாதீர்கள்? நண்பர்கள் கஷ்டப்படும் நேரத்தில் உதவிக்கு ஆறுதலாக தோள் கொடுக்க வேண்டும். அவனை எங்கே அழைத்து வந்திருக்கிறீர்கள்?

அவன் எதற்காக இங்கே வருகிறான் என்று உங்களுக்கு தெரியுமா? அவனது தனிமையை போக்க வருகிறான். அவனுக்கு தேவை அன்பு மட்டும் தான். நீங்கள் உண்மையிலே நண்பர்களாக இருந்தால் முதலில் அவன் என்ன நினைக்கிறான் என்று தெரிந்து கொள்ளுங்கள். அவனுடைய தனிமையை உங்களால் கூட சரி செய்ய முடியும் என்றால் நல்ல முறையில் உதவி செய்யுங்கள். முடியாது என்றால் விட்டு விடுங்கள்.

அனைவரும் அமைதியாக, ஒருவன் மட்டும் கவியை ஒருவாறு பார்த்து விட்டு, அந்த பெண் பக்கம் திரும்பி, இவளை அழைத்து வந்தது நீ தானே? அவளருகே வர, அவள் பின்னாலே சென்றாள். சுவற்றில் இடித்து அவள் அப்படியே நிற்க,

உனக்கு அவனை பிடித்திருந்தால் என்ன வேண்டுமானாலும் செய்வாய் தானே! என்னுடன் வா என்று தரதரவென்று அவளை இழுத்து செல்ல, என்னை விடு விடு அழுதாள் அவள். யுவியை கீழே விட்டு, அவளது கையை கவி பிடித்து இழுக்க, அவன் கோபமாக கவியை பிடித்து தள்ளினான். கவி கீழே விழுந்து தலையில் அடிபட்டது. அப்பொழுது ஒரு கை வந்து அவளை தூக்கி விட்டது. ராஜாவை பார்த்தவுடன், அவன் என்று கையை காட்ட,

ராஜா அவனை பார்த்து, அவளை விடு....

நீ யாருடா?

நானா உன் மச்சாண்டா,.... அவனை அடித்தான். அவன் பயத்தில் அந்த பெண்ணை பிடித்து அடிக்க, அவளது வாயிலிருந்து

இரத்தம் வர, கவியை பார்த்தான் ராஜா. அவள் புரிந்து கொண்டு அவனருகே சென்று அவளது கையை பிடிக்க, அவன் மீண்டும் கவியை அடிக்க கையை ஓங்க, ராஜா அவனை அடிக்க, அவன் அவளை விட்டான். கவி அவளை அழைத்துக் கொண்டு வேகமாக யுவியின் அருகே வர, அவனுக்கோ இன்னும் போதை தெளியவில்லை. ராஜா அவனை அடித்து வெளியே விரட்ட, அவன் முறைத்துக் கொண்டே அங்கிருந்து கிளம்பினான். அவனுக்கு போதை தெளியாததை பார்த்து, கவி அங்கிருந்த குளிர்பானத்தை ஒவ்வொன்றாக எடுத்து அவன் மீது ஊற்ற, கொஞ்ச நேரத்தில் தெளிந்தது போதை யுவிக்கு. அவன் கண்ணை திறந்து பார்த்த போது வெளியே ஒரிடத்தில் வைத்து கவி அந்த பெண்ணை திட்டிக் கொண்டிருக்க, ராஜா அவளை ரசித்து பார்த்துக் கொண்டிருந்தான்.

உனக்கு பழக்கமில்லாத இடத்திற்கு ஏன் வருகிறாய்? இவனை காதலிக்கிறாயா? அவனது தலையில் ஒரு அடியை போட்டு விட்டு, பொறுப்பில்லாத இவனையெல்லாம் காதலிக்கிறாயா?

அவன் யுவியின் நண்பன் தானே! இவனிடம் நீ கூறி இருக்கலாமே!அவன் இது போல் உன்னிடம் எத்தனை முறை நடந்து இருக்கிறான்? பதிலை எதிர்பார்க்காமல் கவி

ராஜாவிடம் திரும்பி, அவனையெல்லாம் சும்மா விடக் கூடாது ராஜா. வாருங்கள் அவனது கையை பிடிக்க, அவன் அவளை நிறுத்தி விட்டு,

இது...... இது..... தான் எனக்கு உன்னிடம் ரொம்ப பிடித்தது. அவளது கன்னத்தில் முத்தமிட்டான். அவள் வெட்கத்துடன் இருக்க,

டேய் மச்சான், அவளை என்னடா பண்ற? யுவி வேகமாக எழுந்து வர, கவியும் அவனது கன்னத்தில் முத்தமிட்டு ராஜாவின் கையை பிடித்துக் கொண்டு யுவி பக்கம் திரும்ப, வேகமாக வந்தவன் அப்பொழுது தான் நின்றான்.

அந்த பெண்ணை பார்த்து,

ஏய் கரடி குட்டி, இங்கே என்ன செய்கிறாய்?

என்ன செய்கிறாளா? பைத்தியமாடா நீ? அந்த பெண்ணை உன்னுடைய நண்பன் காயப்படுத்துவது கூட, தெரியாமல் இருந்திருக்கிறாய்? எல்லாம் உன்னால் தான்.

காயப்படுத்தினானா? யார்?

கெளதம்... என்றாள்.

நடந்ததை கவி கூற, இவளை யார் அங்கே வர சொன்னது?

யாரும் கூறவில்லை. உனக்காக தான் வந்தேன்.

எனக்காக நீ எதற்கு வந்தாய்?

அவள் கண்கலங்கி நிற்க, ம்ம்ம்.... நன்றாக கேள். அதை தான் நானும் கேட்டேன். இப்படி பொறுப்பில்லாதவனுக்காக எதற்கு வந்தாய்? கவி கேட்க,

யுவி அவளை முறைத்தான்.

என்னை எதற்கு முறைக்கிறாய்? இவனெல்லாம் உனக்கு சரிபட்டு வர மாட்டான்மா. உனக்கு வேண்டுமானால் ஒரு நல்ல பையனை பார்ப்போம். அவள் அழுது கொண்டிருக்க,

என்ன கூறுகிறாய்?

ஒரு பொண்ணு உன்னை காதலிப்பது கூட தெரியாமல் இருந்திருக்கிறாய்?

காதலா? என் மீதா? யுவி அவளை பார்க்க,

அவள் அழுது கொண்டே அங்கிருந்து செல்ல முயன்றவளை, பிடித்து நிறுத்தி,

உண்மையிலே நீ என்ன காதலிக்கிறாயா? எப்பொழுதிலிருந்து?

நாம் சரியாக பேசியது கூட இல்லை. எல்லாரையும் பட்ட பெயர் வைத்தது போல் தானே! உன்னையும் கூப்பிடுவோம்.

எனக்கு எப்பொழுது வந்தது என்று எனக்கு தெரியாது.

நீ அந்த வருணை தானே காதலிக்கிறாய்? என்று தானே நினைத்தேன்.

அவள் அவனது கையை எடுத்து விட்டு எதுவும் பேசாமல் செல்ல, ஒரு நிமிடம் இரு என்று மருந்து வாங்கி கவி அவளது உதட்டில் போட்டு விட, அவள் கவியை கட்டிக் கொண்டு நன்றி கூற,

நாங்கள் தான் உனக்கு நன்றி கூற வேண்டும் என்று சொல்ல, நான் வருகிறேன் என்று கவியிடம் கூறி விட்டு கிளம்பினாள். ராஜா அதே மருந்தை வாங்கி கவி தலைக்கு போட்டு விட,

அவளிடம் அப்புறம் பேசிக் கொள்ளலாம். வா வீட்டில் அனைவரும் தேடுவார்கள் என்று யுவியை அழைக்க, நான் ஏற்கனவே வீட்டில் கூறி விட்டு தான் வந்தேன் ராஜா கூறினான்.

அவர்கள் வீட்டிற்கு வந்தனர். பாட்டி, அம்மா அனைவரும் யுவியை திட்ட, அவனை விடுங்கள் நேரமாகிறது. மாப்பிள்ளை வீட்டார் வரும் நேரமாயிற்று. சீக்கிரம் தயாராகி வா பிரியங்காவின் அம்மா கூற, அவனும் தயாராகி வர, கவியும் ராஜாவும் வேறொரு உடையை மாற்றிக் கொண்டு வந்தனர்.

ராஜா நீலகலர் கோர்ட்டு சட்டையுடனும், கவி நீலகலரில் பட்டிலும் அழகாக எல்லா ஆபரணங்களுடன் வந்து நின்றாள். அவர்கள் இருவரையும் பார்த்து ஊரார் ஜோடி பொருத்தம் பிரமாதம் என்றனர்.

கல்யாண பொண்ணு என்னை விட்டுட்டு அவர்களை கூறுகிறீர்கள் என்று செல்லமாக பிரியங்கா கோபித்துக் கொள்ள, அனைவரும் சிரித்தனர்.

திருமணம் முடிந்து மதியவேளையில் அனைவரும் மாப்பிள்ளை வீட்டில் இருக்க, கவியும் மஞ்சுவும் போட்டோ எடுத்துக் கொண்டிருந்தனர்.

அப்பொழுது அந்த பொண்ணு விமலா போன் செய்யவே,

போனை எடுத்து, ஹலோ என்றாள்.

மூச்சிறைக்க அவள் ஓடிக் கொண்டே, அக்கா எனக்கு உதவி செய்யுங்கள் அழுது கொண்டே பேசினாள்.

என்ன ஆயிற்று? எங்கே இருக்கிறாய்? கவி கேட்க,

அக்கா, கௌதம்.... அவள் கூறிக் கொண்டே கத்தினாள். அவன் தான் அவளை விரட்டிக் கொண்டிருந்தான். அவளது முடியை பிடித்து இழுத்து அவளை ஓங்கி அறைந்ததில் அவள் மயங்கி விட்டாள். அந்த போனை எடுத்து அவளுக்கு எவ்வளவு தைரியம் இருந்தால் அனைவர் முன்னிலையிலும் என்னை அவமானப்படுத்தி இருப்பாள். அவளும் அவமானப்பட வேண்டும். அவளை என்ன செய்கிறேன் பார் கவியிடம் போனில் கூற

அவளை ஏதும் செய்து விடாதே! சத்தமிட

என்னடி ஆயிற்று? மஞ்சு கேட்க,

அவளது மானத்தை அவள் இழக்க போகிறாள்.

நீ எங்கே இருக்கிறாய்? அவளை விட்டு விடு.

அவளை விடுவதா? என்று பேசிக் கொண்டே அவள் மயங்கியது கூட வசதியாகி விட்டது என்று கூற, அவனிடம் பேசிக் கொண்டே யுவியையும், ராஜாவையும் தேடினாள். அவன் போனை துண்டிக்கவே, பதட்டமானாள் கவி.

அவள் செல்லும் போது யுவியை பார்க்கவே, அவனை தனியாக அழைத்து சென்று, அந்த கௌதமிற்கு ரகசிய இடம் ஏதும் உள்ளதா?

எதற்கு கேட்கிறாய்? சொல்லித் தொலை. நல்ல நண்பன் வைத்திருக்கிறாய் என்று அவனை அடிக்க, அவ்விடத்திற்கு ராஜா வந்தான்.

எதற்கு அவனை அடிக்கிறாய்? என்று கேட்க, வேகமாக ராஜாவிடம் வந்து, அந்த பெண்ணை அவன் ஏதோ செய்ய போகிறான். சொல்லித் தொலையேண்டா கத்தினாள்.

நீ யாரை கூறுகிறாய்? தெளிவாக கூறு ராஜா கேட்க,

இவனை காதலித்த அந்த பொண்ணை தான். அந்த கௌதம் அவளை கடத்தி விட்டான். அவளை பழி வாங்க, அவளது மானத்தை வைத்து ஈடுகட்ட போகிறேன் என்று கூறி கவி அழுதாள்.

என்ன சொல்கிறாய்? அவனா இவ்வாறு பேசினான்? என்று கேட்க, அவள் அழுத சத்தம் கேட்டது என்று கவி கூற,

யுவி அவனது போனை எடுத்து, கௌதமிற்கு போன் செய்து, எங்கே இருக்கிறாய்? என்ன செய்கிறாய்?

ஹே, மச்சான் நீ எங்கே இருக்கிறாய்? நம்ம பசங்களை வர சொல்லி இருக்கிறேன். நீயும் வருகிறாயா? மகிழ்ச்சியாக இருக்கலாம் என்று கூற, அப்பொழுது தான் விமலா கண் விழித்து, அவளை அவன் கட்டி வைத்திருப்பதை பார்த்து விட்டு,

என்னை விட்டு விடு,.... நான் என் அம்மாவை பார்க்க வேண்டும் என்று அழ, யுவிக்கு அவள் பேசுவது கேட்டது.

மச்சான் ஒரு நிமிடம் இருடா,... என்று கௌதம் அவளிடம் சென்று சும்மா சொல்லக் கூடாது. நீயும் அழகாக தான் இருக்கிறாய்? இன்று ஒரு நாள் மட்டும் எங்களுடன் இரு. போதும்.

அவள் அழுது கொண்டே, நான் அவ்வாறு நடக்கும் என்று எதிர்பார்க்கவில்லை. நான் யுவன் தவறான வழியில் செல்ல கூடாது என்று நினைத்து தான் அவனது குடும்பத்தாரை உதவிக்கு அழைத்தேன். என்னை மன்னித்து விடு. தயவு செய்து என்னை ஏதும் செய்து விடாதே! என்னுடைய அம்மாவிற்கு தெரிந்தால் உயிரையே விட்டு விடுவார். ஏற்கனவே அவருக்கு உடல் நிலை சரியில்லை.

உங்களை போல் நாங்கள் இல்லை. நான் மாலையில் வேலைக்கு செல்ல வேண்டும். அப்பொழுது தான் என்னுடைய குடும்பத்தை பார்த்துக் கொள்ள முடியும். தயவு செய்து விட்டு விடு.

நீ அழும் போது கூட அழகாக இருக்கிறாய்? அவளருகே அவன் வர,

வேண்டாம் வராதே என்று கத்தினாள்.

நான் உன்னருகே வரக் கூடாது என்றால் இந்த மதுவை அருந்து, அவளிடம் கொடுக்க, அவள் அதை தட்டி விட்டாள். அவன் கோபத்தில் அவளை அறைந்தான். அவள் அழுது கொண்டே இருந்தாள்.

பின் அவன் யுவியிடம், உன் பின்னே ஒரு பொண்ணு சுற்றினாளே! அவள் என்னிடம் தான் உள்ளாள்.

இதை கேட்ட விமலா, யுவி எனக்கு உதவி செய். இனி பின்னே வந்து தொந்தரவு செய்ய மாட்டேன். தயவு செய்து இந்த ஒரு முறை மட்டும் உதவு என்றாள்.

யுவி கௌதமிடம் போனை அவளுக்கும் கேட்கும் படி செய். கவியும், ராஜாவும் அவனை பார்த்துக் கொண்டிருந்தனர்.

நீ என் பின்னே சுற்றியது கூட எனக்கு தெரியாது. எல்லாரும் அப்படி தான் கூறுகிறீர்கள். நீ என்னை காதலிப்பதால் என்னால் உன்னை காதலிக்க முடியாது. என்னால் உனக்கு உதவ முடியாது என்று அவளிடம் கூறி விட்டு, நீ எங்கே இருக்கிறாய் கௌதம். நானும் வருகிறேன் நம் பசங்களுடன் என்று கூற, அவன் இடத்தை சொன்னான். அவள் கதறி கதறி அழுது கொண்டிருந்தாள்.

யுவி கூறியதை கேட்டு, கவி மீண்டும் பளாரென்று அவனது கன்னத்தில் அறைய, ராஜாவும் அவனை அடிக்க வர, யுவி அவனை தடுத்து,

மச்சான், எனக்கு உங்களுடைய உதவி தேவை. நான் அவளை காப்பாற்றவே, அவ்வாறு பேசினேன். எனக்கு என் நண்பர்களை பற்றி நன்றாக தெரியும். நான் அங்கே செல்லும் வரை அவளை ஏதும் செய்ய மாட்டார்கள்.

கவியும் வர வேண்டும் என்று திட்டத்தை பற்றி கூறினான். மூவரும் அவ்விடம் விட்டு கிளம்ப, எங்கே செல்கிறீர்கள்? என்று மஞ்சு வர, எங்களை யாராவது கேட்டால் ஏதாவது கூறி கொஞ்ச நேரம் சமாளித்துக் கொள் என்று கூறி விட்டு கிளம்பினார்கள்.

கௌதம் கூறிய இடத்திற்கு வந்தார்கள். ராஜாவும் கவியும் காரிலே மறைந்து இருந்தனர். யுவி மட்டும் உள்ளே சென்றான். அவனுடைய நண்பர்கள் எல்லாரிடமும் எப்பொழுதும் போல் பேசி விட்டு, சுற்றி சுற்றி பார்த்தான்.

அந்த பொண்ணு எங்கடா?

அவர்கள் அவளை காட்ட, முகம் முழுவதும் அவனிடம் அடி வாங்கி சிவந்து, அவனது கை தடத்துடன் இருந்தது. வாயிலிருந்து இரத்தம் ஒழுக யுவிக்கு மனம் பதறிப் போனது. அதை காட்டிக் கொள்ளாமல்

என்னடா இப்படி அடித்திருக்கிறாய்? போலீஸ் வழக்காகி விடாமல்.

அதெல்லாம் ஏதும் ஆகாது. இவளை பற்றி விசாரித்து பின் தான் அவளை இழுத்து வந்தேன். அவளுக்கு ஒரு நோயாளி அம்மா, தங்கை மட்டும் தான். வேறு அவளுடைய நண்பர்கள் அந்த வருணும், நிலாவும் தான்.

அது சரி. நீ என்னடா அக்கா திருமணம் முடிந்த கையோடு வந்திருக்கிறாய் போல கௌதம் கேட்க, அவள் மயக்கத்தில் தான் இருந்திருப்பாள். இப்பொழுது விழிக்கவே, ஆறு பேரை பார்த்து பயந்தவாறு அவள் இருக்க, அதில் யுவியை பார்த்து மனம் உடைந்து போனாள்.

ஆமாம்டா, இப்பொழுது தான் திருமணம் நல்ல படியாக முடிந்தது. அதனால் தான் நீ கூப்பிட்டவுடன் வந்து விட்டேன் என்று யுவி கூற,

இங்கே பாருங்கள்டா, அவள் விழித்து விட்டாள் என்று கூற, அனைவரும் அவளருகே வந்தனர்.

அவள் பயந்து கொண்டே அவர்களை பார்க்க, ஒருவன் மட்டும் அவளருகே வந்து, அவளை முகர, அவள் கண்களை மூடிக் கொள்ள, கண்ணிலிருந்து நீர் சொட்டியது.

நீ வாசனை திரவியங்களை போட்டுக் கொள்ள மாட்டாயா? இருந்தும் உன் மேல் அருமையான வாசனை வருகிறது அவன் கூற,

அப்படியா? என்று அனைவரும் அவளருகே செல்ல,

நான் சீக்கிரம் செல்ல வேண்டும். என்னை தேட ஆரம்பித்து விடுவர். கவி இருக்கிறாளே! பத்திரகாளி ஆகி விடுவாள் என்று யுவி அவர்களை திசை திருப்பினான்.

ஆமாம்டா மச்சான், அவள் உனக்கு அக்கா முறையாமே! உன் காதல் ஆரம்பிக்கும் முன் முடிந்து விட்டது போல,

நீ நினைத்தால் இப்பொழுது கூட கை கூடும் ஒருவன் கூற, ராஜா கோபமாக கேட்டுக் கொண்டிருக்க, கவி தான் அவனது கையை பிடித்துக் கொண்டு, அவனை கட்டுப்படுத்திக் கொண்டிருந்தாள்.

என்னடா பேசுற, அதெல்லாம் முடிந்து விட்டது. எனக்கு ஆரம்பத்தில் கஷ்டமாக இருந்தாலும் அவள் என் மச்சானுடன் இருக்கும் போது தான், அவளது முகத்தில் மகிழ்ச்சி தெரிந்தது யுவி கூற,

நீ எப்படா இவ்வளவு நல்லவனாக மாறினாய்?

அதை விடுங்கடா,....

அவன் கவியை காதலித்தது இவளுக்கும் தெரிந்திருக்கும் போல, சோகமுடன் அவனை பார்க்க,

அவளது கட்டை அவிழ்த்து விடுங்கடா என்று ஒருவன் கூற,

நான் இவளை முதலில் கவனிக்கிறேன் என்று பேசிக் கொண்டே கௌதம் அவளருகே வந்து, கட்டை அவிழ்க்க, அவள் மிகவும் சோர்வோடு காணப்பட்டாள். அவளை தரதரவென்று ஒர் அறைக்குள் இழுத்து செல்ல, அவளால் கத்த கூட முடியவில்லை. அவனை அடித்துக் கொண்டே ஏக்கத்தோடு யுவியை பார்க்க,

டேய் நில்லு, எனக்கு நேரமாகிறது. நான் முதலில் முடித்து விட்டு செல்கிறேன் என்று யுவி கூற,

சீக்கிரம் வந்து விடுடா. ரொம்ப நேரம் அவளுடன் இருந்து என்னை நானே கட்டுப்படுத்தி வைத்திருக்கிறேன் கௌதம் கூறி

விட்டு, அவளை யுவி மீது தள்ள, அவன் அவளை பிடித்து உள்ளே இழுத்து செல்ல, அவள் அவனது கையை எடுக்க முயற்சித்தவாறு அவனுடன் அழுது கொண்டே சென்றாள்.

இருவரும் அறைக்குள் நுழைந்தனர். அவளை தள்ளி விட்டு, அவளருகே யுவி வர,

தயவு செய்து என்னை விட்டு விடுங்கள். நான் இனி உங்களது வழிக்கே வர மாட்டேன் ப்ளீஸ் என்று கெஞ்சினாள். வெளியே இருப்பவர்கள் கேட்டுக் கொண்டிருந்தனர்.

உனக்கு தான் என்னை பிடிக்குமே!அப்புறம் எதற்கு பயப்படுகிறாய்? அவளருகே அவன் வர, அவள் பின்னே சென்றாள்.

வேண்டாம். இவ்வாறு செய்யாதே! என்று அழ ஆரம்பித்தாள். அவள் பயந்து தவித்து போய் நிற்க, அவளருகே நெருக்கமாக வந்து, அவளது இதழ்களை வருடினான். அவள் இதழ்கள் நடுங்கவே, அதனை பிடித்து, இருந்த இரத்தத்தை துடைத்து விட்டு, அவளது கன்னத்தோடு அவனது கன்னத்தை உரசியவாறு வைத்து விட்டு, அவளது காதருகே சென்று, பயப்படாதே, உன்னை எதுவும் செய்ய மாட்டேன். உனக்கு உதவ தான் வந்திருக்கிறேன்.

நான் சொல்வது போல் செய் என்று அவளை கத்த சொன்னான்.

இவன் உதவ வந்திருக்கிறானா? இல்லை என்னை ஏமாற்றுகிறானா? என்று அவள் யோசித்துக் கொண்டிருக்க, அவன் அவளது கண்ணையே பார்க்க, அவள் அவனை தள்ளினாள். அங்கிருந்த பொருள் மீது அவனது கால் இடித்து, ஆ..... வென்று கத்தினான். அவளோ ஒரு பதட்டத்தில் என்ன ஆயிற்று? அவனருகே வர, தரையில் கால் வழுக்கி அவன் மீது விழுந்து அவள் கத்தினாள்.

இருவரும் ஒருவரை ஒருவர் பார்த்துக் கொண்டிருக்க, அவன் அவளிடம் கொஞ்சம் எழுகிறாயா?

அவள் அவனை பார்த்து, என்ன?

அவன் சட்டென அவளை திருப்பி, அவள் மீது அவன் இருக்க, அவள் அப்பொழுது தான் உணர்ந்தாள்.

நீ என்ன செய்கிறாய்? அவள் கேட்க,

நான் என்ன செய்தேன். நீ தான் நான் பேசியதை கவனிக்காமல் என்னையே பார்த்துக் கொண்டிருக்கிறாய்? அவள் அவனை தள்ளி விட்டு எழ,

நீ கீழே படு என்று அவன் மண்டியிட்டு, அவனிடமிருந்த மருந்தை எடுத்து அவளருகே வந்து, அவளது கண்ணில் ஊற்றி விட்டு, கண்ணை மூடிக் கொண்டு, நான் சொல்லும் போது மூச்சு விடாமல் கொஞ்ச நேரம் சமாளித்துக் கொள் என்று கூற, கவியோ

டேய், சீக்கிரம் வெளியே வா. அவர்கள் கண்டுபிடித்து விடுவார்கள்.

வாயை மூடிக் கொண்டு சும்மா இருக்கிறாயா? நீங்கள் தயாராக இருங்கள் அவன் கூற,

நான் ஏதும் பேசவில்லையே விமலா கூற,

அட, உன்னிடம் நான் பேசவில்லை அவன் கூற,

நீ யாருடன் பேசுகிறாய்?

இரண்டு பேரும் சும்மா இருங்கள் என்று அவன் கூற, ராஜா சிரிக்க,

சும்மா இருங்கள் ராஜா என்றாள்.

கவி, நீ வாயை திறந்த உன்னை கொன்னுடுவேன் என்று யுவி கூற,

ராஜாவோ கவியை பார்த்துக் கொண்டிருக்க,

இங்கே என்ன நடந்து கொண்டிருக்கிறது. நீங்கள் என்ன செய்கிறீர்கள்? கவி கேட்க,

நான் என்னவளை ரசித்துக் கொண்டிருக்கிறேன் அவன் கூற,

சும்மா இருங்கள் ராஜா கவி வெட்கப்பட,

வெட்கப்படும் போது கூட அழகாக இருக்கிறாய் ராஜா கூற, அவள் அவன் மீது சாய,

இரண்டு பேரும் என்ன செய்கிறீர்கள்? கடுப்பை கிளப்பாதீர்கள்?

மச்சான் உங்களுடைய ரொமான்ஸை அப்புறம் வைத்து கொள்ளுங்கள்.

என்னால கேட்க முடியல,...

சரி, சீக்கிரம் நீ வா ராஜா கூற,

அவர்களும் வந்திருக்கிறார்களா?

அவர்கள் தான் உனக்கு உதவ என்னை அழைத்தார்கள் என்று அவன் மாற்றி கூறினான். அவள் வருத்தமடைந்தாள். அவர்கள் உதவிக்கு அழைத்து தான் இவன் வந்திருக்கிறான் என்று அவளும் நினைத்துக் கொண்டாள்.

ஏண்டா, இப்படி பேசுகிறாய்? விருப்பத்துடன் தானே உதவ வந்தாய்? கவி கேட்க,

இதை பற்றி பேசும் நேரம் இது அல்ல என்று பேசிக் கொண்டே, அவனுடைய சிறிய கத்தியை எடுத்து விமலாவின் ஆடையை அங்கங்கு கிழித்து விட்டு, நன்றாக கவனி. அவர்களை நீ இறக்கும் தருவாயில் இருப்பது போல் ஏமாற்ற போகிறோம். கண்ணிலிருந்து கண்ணீர் தடத்துடன் உன்னை தூக்கி காரில் போட்ட பின் தான், நீ விழிக்க வேண்டும். அதுவும் கவியின் சத்தம் கேட்டு.

அவனது சட்டையை கழற்றி விட்டு, தயாராக இருங்கள் என்று கதவை திறந்தான். அவனது நண்பர்களிடம் அவள் மயங்கி விட்டாள். பயமாக உள்ளது என்று பதற, அனைவரும் அவளருகே வந்து,

இதயதுடிப்பு, மூச்சு எல்லாவற்றையும் பார்த்தனர். அவள் மூச்சை பிடித்திருந்ததால், அவளுக்கு மூச்சு இல்லை. இதயம் துடிக்கிறது என்று அவர்கள் பேச,

வாங்கடா, இவளை மருத்துவமனையில் சேர்த்து விடுவோம் என்று யுவி கூற,

உனக்கென்ன பைத்தியமா? அவளுக்கு காயம் அதிகமாக உள்ளது. அதுவும் இல்லாமல் உங்களுக்குள் எல்லாம் முடிந்தது. இது வெளியே தெரிந்தால் என்ன ஆகும்? இவளை இப்படியே விட்டு செல்லலாம் என்று கௌதம் கூற,

இது உன்னுடைய இடம் என்று அனைவருக்கும் தெரியும். அவளை இங்கே விட்டு செல்வது உனக்கு தான் ஆபத்து.

அவளை போகும் இடத்தில் எங்காவது விட்டு சென்று விடுவோம் என்று ஒருவன் கூற, ம்ம்...

எல்லாம் என்னால் தானே! நானே பார்த்துக் கொள்கிறேன் என்று யுவி கூற, அனைவரும் அவளை தூக்கி கொண்டு யுவியின்

காரில் போட, அவள் ஆடை கிழிந்து இருப்பதை கூர்மையாக கவனித்தான் கௌதம். கௌதமிற்கு சந்தேகம் எழுந்தது.

அவனுடைய நண்பர்கள் மூவர் உள்ளே ஏற, நீ இரு நான் செல்கிறேன் என்று கௌதம் முன் வர, நாங்கள் பார்த்துக் கொள்கிறோம் யுவி கூற, அவன் கேட்காமல் இருக்க,

நான் தான் கூறுகிறேனே! என்று யுவி கொஞ்சம் சத்தமிட, அவனுடைய சந்தேகம் ஊர்ஜிதமானது.

அவளுக்கு ஏதும் இல்லை தானே! கௌதம் கேட்டுக் கொண்டே அவளருகே வர,

யுவி அவளை மறைத்து நின்றான்.

வழியை விடு... கௌதம் சத்தமிட,

முடியாது என்று யுவி நிற்க, இதற்கு மேல் உள்ளே இருந்தால் சரி வராது என்று, காரின் பின்னே இருந்து ராஜாவும், கவியும் வந்தனர்.

யுவி நீ எங்களை ஏமாற்றிவிட்டாயே! கௌதம் கத்தினான்.

ராஜா அவனருகே வந்து, உனக்கு என்ன தான் பிரச்சனை? அன்று பிரச்சனையில் சண்டை, நமக்கு தான். ஆனால் அதை காரணமாக வைத்து தான் இந்த பெண்ணை காயப்படுத்துகிறாயா? என்னால் நம்ப முடியவில்லை.

அவளை என்னிடம் விட்டு நீங்கள் செல்லுங்கள் என்று கௌதம் கூற,

அவளுக்கும் உனக்கும் என்ன? ராஜா கேட்க,

அவளுக்கு யுவியை பிடித்தது தான் என் பிரச்சனை.

என்ன பேசுகிறாய்? யுவி கேட்க,

உன்னை என்னுடைய பெற்றோர்களுக்கு ரொம்ப பிடிக்கும். உன்னை மாதிரி இருக்க கூறி தொந்தரவு செய்ய ஆரம்பித்தனர். நான் ரெளடி மாதிரி இருக்கிறேனாம். நீ படிப்பில் முன் இல்லை என்றாலும் எல்லாரிடமும் நன்றாக நடந்து கொள்கிறாயாம்.

வீட்டில் உன் புராணம் என்றால், கல்லூரியில் இவள். எப்பொழுதும் உன் பின்னே தான் சுற்றுவாள்.

முதலில் பார்த்தவுடனே எனக்கு அவளை பிடித்தது. ஆனால் அவளும் உன் பின்னாலே சுற்றுவது எனக்கு சுத்தமாக

பிடிக்கவில்லை. அதனால் உன்னுடைய நல்ல குணத்தை மாற்றவே, கிளப் பெண்கள் என்று உன்னை சுற்ற வைத்தேன். அதில் இவள் இடையே வந்தாள் கவியை கை காட்டினான். அவளை ஏதாவது செய்யலாம் என்று நினைத்த நேரத்தில் நீயாகவே மறுபடியும் என்னுடைய வழிக்கு வந்தாய். அதில் இவள் வந்து குறுக்கிட்டாள். அதனால் தான் இவளை கடத்தி, அவள் உன்னை வெறுக்கும் படி செய்ய வேண்டும் என்று நினைத்தேன்.

அவள் என்னை வெறுப்பது இருக்கட்டும். அவள் உன்னை தானே முதலில் வெறுப்பாள் அதை யோசித்தாயா?

அவளுக்கு என்னை பிடிக்கும் என்றால் எனக்கும் பிடித்து விடுமா என்ன? அவளுக்கும் எனக்கும் ஒன்றுமில்லை. இதுவரை நீ இவ்வாறு நடந்து கொண்டதில்லை. இவளுக்காகவா? இப்படி செய்தாய்?

நீ வேண்டுமானால் அவளை காதலித்துக் கொள். எனக்கு அவள் மீது காதல் வராது என்று யுவி கூறவே, விமலா அழுது கொண்டே காரிலிருந்து இறங்கினாள். கண்ணீரை துடைத்து விட்டு,

விமலா வெளியே வந்து, கெளதம் கன்னத்தில் பளாரென்று ஒன்று கொடுத்து விட்டு, நான் யுவியை காதலிக்கிறேன் தான். என்னுடைய நிலையை கொஞ்சமாவது யோசித்தாயா?

உனக்கு என் மீது உண்மையான காதல் இருந்தால், நீ என்னை பாதுகாத்து இருப்பாய். உனக்கு அவனை வெற்றி அடைய நான் தான் கிடைத்தேனா?

அதுவும் உன்னுடைய நண்பர்களை வைத்து, என்னை என்ன செய்ய பார்த்தாய்?

காதலிக்கும் பெண்ணிடம் யாராவது இப்படி நடந்து கொள்வார்களா? உனக்கு என் மேல் காதல் இல்லை. யுவி மீது உனக்கு பொறாமை.

உனக்கு உண்மையிலே காதல் யார் மீதாவது வந்தால் தான் புரியும். காதல் எதையும் எதிர்பாராமல் காதலிப்பவர்களை பாதுகாக்க மட்டும் தான் தோன்றும். அவர்களது சந்தோசம் தான் நமக்கு முக்கியமாக தெரியும்.

என்னுடைய வாழ்க்கையை பற்றி உனக்கு தெரியுமா? நான் ஒரு நாள் கூட எனக்காக எதுவும் செய்யததில்லை. அவனை காதலித்ததை தவிர,

என் படிப்பு, என் தங்கையின் படிப்பு, என் அம்மாவிற்கான மருத்துவ செலவிற்காக இரவு முழுவதும் விழித்திருந்து வேலை செய்து தான் என் வாழ்க்கையை ஓட்டிக் கொண்டிருக்கிறேன். நீ இவ்வாறு செய்ததால் என் வாழ்க்கை என்னாவது?

உங்கள் அனைவருக்கும் பணம் என்பது சாதாரண விசயம் தான். ஒரு நாள் உழைத்து பாருங்கள். அப்பொழுது தான் அந்த பணத்தின் அருமை உங்களுக்கு புரியும் கூறிக் கொண்டே மயங்கி கீழே விழுந்தாள்.

கௌதம் அவளை பார்த்து வருத்தமடைந்தான். கவி, யுவி, ராஜா அவளை மருத்துவமனையில் சேர்த்தனர்.

அவளுடைய காயத்திற்கு மருந்துகள் போட்டு, அவள் சோர்வாக இருப்பதால் குளுக்கோஸ் ஏறிக் கொண்டிருந்தது. அவள் பேசியதை பற்றியே யுவி யோசித்துக் கொண்டே, அவளை பார்த்தவாறு நின்றான். இதுவரை யாரும் தன் மீது இவ்வளவு அக்கறையுடன் நடந்து கொண்டதில்லை. எனக்காக இந்த பொண்ணு பெரிய பிரச்சனையில் மாட்டிக் கொண்டிருக்கிறாள் இருந்தும் நான் பேசியதை வைத்து என் மீது கோபப்படமல் இருக்கிறாளே! நினைத்துக் கொண்டு, தூரத்தில் இருந்து பார்த்துக் கொண்டிருந்தான்.

கவி அவளுடைய போனை எடுத்து, அவளுடைய தங்கைக்கு போன் செய்தாள். கொஞ்ச நேரத்தில் அவள் வந்து, விமலாவை பார்த்து அழ ஆரம்பித்தாள்.

கவி, அவளை தனியே அழைத்துச் சென்று, உன் அக்காவிற்கு ஒன்றுமில்லை. அவள் சோர்வாக இருப்பதால் தான் குளுக்கோஸ் ஏறிக் கொண்டிருக்கிறது என்று சமாதனப்படுத்தினாள். இருவரும் அவளிடம் வர, அவளும் விழித்தாள்.

அக்கா என்று அவள் கண்கலங்க, அவள் சிறு புன்னகையுடன் விமலா. எனக்கு ஒன்றுமில்லை. நீ வீட்டு பாடங்களை முடித்து விட்டாயா? என்று இருவரும் பேசி விட்டு, அவளது கையில் இருந்த ஊசியை எடுத்து விட்டு எழ,

அக்கா, என்ன செய்கிறாய்?

வேலைக்கு நேரமாகிறது. நான் கிளம்புகிறேன் என்று கூற, கவிதா அவளை பிடித்து விடாமல் இருக்க, செவிலியர் அங்கே வந்து திட்டினார்.

ராஜாவும், யுவியும் உள்ளே வந்தனர். என்ன நடக்கிறது? ராஜா கேட்க,

சார், என்னிடம் கொடுக்க பணமெல்லாம் இல்லை. நான் வேலைக்கு செல்ல வேண்டும் என்று விமலா கூற,

ராஜாவும், யுவியும் அவள் மீது கோபப்பட, நீ எந்த நிலையில் இருந்து தப்பி வந்திருக்கிறாய்? யுவி கத்த

உன்னுடைய உடல் நிலை சரியானால் தான், இரண்டு நாட்களுக்கு பின்னாவது வேலை செய்ய முடியும் ராஜா கூறினான்.

இரண்டு நாட்களுக்கு பின்னா? இல்லை. நான் இப்பொழுதே சென்றாக வேண்டும். அப்புறம் என் வேலையை இழந்து விடுவேன் என்று கூற,

யுவியை பார்த்து, விமலாவின் தங்கை அவனையே பார்த்துக் கொண்டிருக்க, பின் அவர்கள் பேசுவதை கவனித்து விட்டு, என்ன நிலையில் இருந்தாள்? என்று தங்கை கேட்க, அனைவரும் விழித்தனர்.

விமலா அவளை சமாதானப்படுத்த முயல, சொல்கிறாயா? இல்லையா? அவள் கத்த,

புரிந்து கொள்ளும்மா. ஒன்றுமில்லை விமலா கூற,

நீ சொல்கிறாயா? அம்மாவிடம் நீ இங்கே இருப்பதை கூறவா? அவள் கிளம்ப,

போகாதே! என்று நடந்ததை கூற,

இவனால் தான் பிரச்சனையா? வேகமாக யுவி அருகே அவள் வர,

ரோஜா, நில்லு... விமலா சத்தமிட,

இப்பொழுது கூட, இவன் சரி என்று கூறுகிறாயா?

உதவி செய்ததே இவன் தான். நீ இங்கே வா. எதற்கு உனக்கு இவ்வளவு டென்சன் என்று அவளது கையை விரித்து கூப்பிட, குழந்தை போல் ரோஜா ஓடி வந்து கட்டிக் கொண்டாள்.

எனக்கு இருப்பதே நீ மட்டும் தான். அம்மாவும் நம்முடன் இல்லை. உனக்கு ஏதாவது ஒன்று என்றால் என்னால் தாங்கிக் கொள்ள முடியாதுக்கா அவள் அழ, அவளது கண்ணிலும் நீர் வழிந்தது.

அனைவரும் இருவரையும் பார்த்துக் கொண்டிருக்க, ரோஜாவோ அக்கா முதலில் உன் உடல் நிலை தான் முக்கியம். இங்கேயே இரு என்று கூற,

எப்படி இருப்பது? விமலா கேட்க, ரோஜா அவளது வாயில் இவள் கை வைத்து, நீ எதுவும் பேசாதே!இதை நான் பார்த்துக் கொள்கிறேன் என்றாள்.

நீ என்ன செய்ய போகிறாய்?

விமலா போனை எடுத்து வெளியே வந்து வருணிற்கு போன் செய்தாள்.

அவனும் நிலாவும் ஐந்தே நிமிடத்தில் வந்தனர்.

ஏய், என்னடி ஆயிற்று? நிலா கேட்க,

ஒன்றுமில்லை என்று விமலா கூறி விட்டு, வருணை பார்த்து, எனக்காக இரண்டு நாட்களுக்கு நம்ம பசங்கள் யாரையாவது வேலை செய்ய சொல்கிறாயா? அதற்கான பணத்தை தருகிறேன்.

பணம் முக்கியமில்லை. ஆனால் அனைவருக்கும் அன்று வேலை அதிகமாக இருக்கும். இரவு பன்னிரண்டு மணி கூட ஆகும்.

அவள் என்ன செய்வதென்று தெரியாமல் இருக்கவே, ரோஜா வருணிடம்,

நான் அக்காவிற்கு பதில் வரலாமா?

வருணும், விமலாவும் ஒன்றாக முடியாது என்று கூறினர்.

ஏன் என் அக்காவிற்கு பதில் நான் வரக்கூடாது?

அது சரிவராது வருண் கூற. நீ இன்னும் பள்ளியை கூட முடிக்கவில்லை. உன்னுடைய படிப்பை மட்டும் பார் என்று விமலா அதட்ட,

நீ படித்து முடித்து விட்டாயா? உன் வயது பொண்ணுங்கலாம் எப்படி இருக்கிறார்கள்? கோபமாக பேச,

இங்கே பார் ரோஜா, எல்லாரை மாதிரியும் நாம் இருக்க வேண்டிய அவசியமில்லை. எனக்கு எது சரி என்று தெரியும் என்று விமலா கூற,

அக்காவும், தங்கையும் நிறுத்துகிறீர்களா? நிலா சத்தமிட்டு விட்டு, வருணையும் விமலாவையும் பார்க்க, வருண் விமலா கையை பற்றியவாறு பேசிக் கொண்டிருந்திருப்பான். அவன் அவளது கையை விடாமல் இருப்பதை கூற, அவன் சட்டென்று கையை எடுத்தான். இதை பார்த்து யுவி இருவரையும் முறைத்தவாறு நிற்க, இப்பொழுது தான் வருண், யுவியை பார்த்தான்.

இவன் எதற்கு இங்கே இருக்கிறான்? என்று கோபமாக யுவியை பார்த்து விட்டு, விமலாவை பார்க்க, அவன் தான் உதவி செய்தான் என்று கூறினாள். ரோஜா அவனிடம் முழுவதையும் கூற வாயெடுக்க, விமலா அவளது கையை பிடித்து, வேண்டாம் என்று தலையசைத்தாள். இதை ராஜாவும் கவியும் கவனித்தனர்.

ராஜா அவர்களருகே வந்து, இதை வைத்துக் கொள்ளுங்கள் என்று மருத்துவமனையின் செலவிற்கான பணத்தை கட்டியதற்கான ரசீதை கொடுத்தான்.

நீங்கள் எதற்கு கட்டினீர்கள்?

யாராக இருந்தாலும் அவர் இப்படி தான் செய்திருப்பார் என்று கவி கூற,

விமலா அதற்கு, நான் மருத்துவமனையிலிருந்து வந்தவுடன் உங்களுக்கு கொடுத்து விடுகிறேன்.

கவி, அதெல்லாம் இருக்கட்டும் என்று கூற, ராஜா கவி கையை பிடித்து,

உன்னுடைய விருப்பம்மா என்றான்

நீங்கள் கிளம்புங்கள். நாங்கள் பார்த்துக் கொள்கிறோம் என்று வருண் கூற,

ஆமாம், நேரமாகி விட்டது. அனைவரும் நம்மை எதிர்பார்த்துக் காத்திருப்பார்கள் ராஜா கூற,

கவியும், யுவியும் விமலாவை பார்த்து விட்டு கிளம்ப,

ஒரு நிமிடம் நில்லுங்கள் என்று அழைத்து, எனக்கு உதவியதற்கு நன்றி என்று கூறினாள்.

பின் அனைவரும் கிளம்பினார்கள். யுவி விமலாவை திரும்பி பார்த்து விட்டு சென்றான். இரண்டு நாட்கள் ஒருவர் மாற்றி ஒருவர் வந்து விமலாவை பார்த்து விட்டு சென்றனர்.

அவள் மருத்துவமனை விட்டு வெளியே வந்தாள். கல்லூரிக்கு சென்றாள். யுவியும் நண்பர்களும் தனித்தனியே இருந்தனர்.

என்னடி, இவர்கள் தனியே இருக்கிறார்கள். எங்கடி கௌதம்?

அவன் இரண்டு நாட்களாக கல்லூரிக்கு வரவில்லை நிலா கூறினாள்.

என்ன! அவன் வரவில்லையா? என்னால் தான் என்று கவலையுடன் உட்கார்ந்தாள்.

உன்னாலா? என்ன கூறுகிறாய்? கேட்க, விமலா நடந்ததை கூற, அதை கையில் கேக்குடன் வந்த வருண் கேட்டு விட்டு, இவ்வளவு நடந்து இருக்கிறது. எதுவும் கூறாமல் இருந்து விட்டாய்? அவனை என்று அவன் நகர, கௌதம் நண்பர்களை பார்த்து, சண்டை போட ஆரம்பித்தான்.

நில்லுடா, வேண்டாம்டா... விமலா கத்த,

அவர்களை சும்மா விடாதே டா என்று நிலாவும் வருணிடம் கூற,

சும்மா இரு நிலா என்று அவளிடம் கோபப்பட்டு விட்டு,

வருண் கேட்கவே இல்லை. அவனை இழுத்து அறைந்து விட்டு, அழுது கொண்டே சென்றாள். யுவி அப்பொழுது தான் விமலாவை பார்த்தான்.

அவள் பின்னே, வருணும், நிலாவும் செல்ல, யுவியும் அவர்களை பின் தொடர்ந்து சென்றான்.

வருணை பார்த்து கோபமாக, என்ன செய்கிறாய்? புரிந்து தான் செய்கிறாயா? போடா.... போ நல்லா சண்டை போடு, காரணத்தையும் கூறி என்னுடைய மானத்தையும் வாங்கி விடு, போ என்று அவனை தள்ளினாள்.

நானே இப்பொழுது தான் அதிலிருந்து வெளியே வந்திருக்கிறேன். அங்கு தான் எதுவும் நடக்காமல் யுவியும், அவனுடைய குடும்பத்தாரும் காப்பாற்றி விட்டார்களே! தயவு செய்து அதை பற்றி நியாபகப்படுத்தாதீர்கள்..... அழுதாள்.

சரி அழாதே. அதை பற்றி நாங்கள் நினைவு படுத்த மாட்டோம். என்று விமலாவிடம் நிலா கூறி விட்டு, வருணிடமும் பேசி சமாதானப்படுத்தினாள்.

கௌதம் எதற்கு கல்லூரிக்கு வரவில்லை என்று விசாரித்து கூறுகிறாயா?

எதற்காக அவனை பற்றி கேட்கிறாய்? இது தேவையா? ஏற்கனவே யுவனிற்கு உதவ சென்று தான் பிரச்சனையில் மாட்டிக் கொண்டாய்? நிலா கேட்க,

இல்லை, அவனது படிப்பு என்று விமலா இழுக்க,

அவன் என்ன வேண்டுமானாலும் செய்து விட்டு போகட்டும். அது உனக்கு தேவையில்லை நிலா கூறி விட்டு,

இவ்வளவு நடந்த பின்னும் அவன் பின்னே சுற்ற போகிறாயா? வருண் கேட்க

அவன் கௌதமிடம் கூறியதை கூறி விட்டு, எனக்கு கஷ்டமாக இருக்கிறது. நான் இருக்கும் நிலையில் இதெல்லாம் எனக்கு தேவை தானா? அதுவும் காதல்.....

அவனோ என்னை பிடிக்கவில்லை என்று கூறாமல் கூறி விட்டான். இதற்கு மேல் நான் அவனை தொந்தரவு செய்ய மாட்டேன். அவனுக்கு நான் அவன் பின்னே சுற்றியது கூட தெரியவில்லை என்று நிலா மீது சாய்ந்து கண்ணீர் வடித்தாள்.

இதை பார்த்த வருண் அவளருகே வந்து, வா கேக் சாப்பிடலாம் என்றான்.

கேக் என்றவுடன், என்னுடையது எங்கேடா? விமலா கேட்க,

அவன் அவளிடம் கையை நீட்டி சிரித்துக் கொண்டே, வா போகலாம் என்று அழைக்க, நிலா அவன் கையை பிடித்து,

எனக்குடா.... கேட்க,

உனக்கா? கேக்கா? உனக்கு ஒன்று பத்தாதே! கிண்டல் செய்ய, இருவரும் அடித்து அடித்து சண்டையிட, விமலா அதை பார்த்து சிரித்துக் கொண்டிருந்தாள். மறைவில் நின்ற யுவிக்கு பொறாமை வர ஆரம்பித்தது. அவன் அங்கிருந்து வேறொரு இடத்தில் உட்கார்ந்து, அந்த அறையில் இருவரும் நெருக்கமாக இருந்தை நினைத்துக் கொண்டிருந்தான். அவனை அறியாமலே

அவனது உதட்டில் புன்னகை பூக்க, நான் என்ன செய்து கொண்டிருக்கிறேன் என்று தலையில் அடித்துக் கொண்டான்.

"உன்னுடன்
இருந்த தனிமை
என்னை
ஏதோ செய்கிறதே!

உன்னை
பார்த்தாலே
என்னுணர்வுகள்
தாறுமாறாக திரிகின்றதே!

நீ
எப்போதும்
என்னருகே
இருக்க தோன்றுகிறதே!

உன்னை விட்டு
மீளாதவனாக
இருக்க
விழைகிறேன் உனதாகவே!"

பாகம் 20

யுவி கல்லூரியிலிருந்து வீட்டிற்கு வந்தான். அங்கே பிரியங்கா, அவளுடைய கணவனுடன் வந்திருந்தாள். யுவி அவளை பார்த்து, எப்படி இருக்கிறாய்? என்று விசாரித்தான்.

யுவி, நீயா பேசுகிறாய்? என்று பிரியங்கா கேட்க,

சிரித்துக் கொண்டே, அவன் உள்ளே சென்றான்.

டேய் நில்லுடா, சிரிக்கிறாயா?

கவி அவர்களுக்கு காபி எடுத்து வர, யுவிக்கு என்னாயிற்று? ஒரு மாதிரி தெரிகிறானே!

அவன் வந்து விட்டானா?

ம்ம்... அவன் யாரையும் காதலிக்கிறானா? என்ன?

அக்கா, என்ன சொல்றீங்க?

அவன் என்னை விசாரித்து, பேசி விட்டு செல்கிறான் சிரித்துக் கொண்டு,

என்னை என்றும் கண்டு கொள்ளாதவன், நடவடிக்கை மாறி விட்டது என்று கூற,

அப்படியா?

பாட்டி வந்தவுடன், அவரிடம் ஆசிர்வாதம் வாங்கி விட்டு, மாப்பிள்ளை பாட்டியிடம் பேசிக் கொண்டிருக்க, கவி பிரியங்காவை இழுத்துக் கொண்டு, யுவி அறைக்கு செல்ல, அவன் முகத்தை கூட கழுவாமல் கட்டிலில் படுத்துக் கொண்டு, விமலாவை பற்றி நினைத்துக் கொண்டிருந்தான் சிறு புன்னகையுடன். அவனுள் காதல் முளைத்து விட்டது அவள் மீது, அதை உணர்ந்தவாறு படுத்திருக்க, இருவரும் உள்ளே வந்தனர். அவர்கள் வந்தது கூட தெரியாமல் அவன் இருக்க, இருவரும் கத்தினர்.

அய்யோ! பேய் வந்து விட்டது என்று கத்தினான்.

நாங்கள் வந்தது கூட தெரியாமல் நீ யாரை பற்றி யோசித்துக் கொண்டிருக்கிறாய்?

அவன் மீண்டும் சிரிக்க, கண்டிப்பாக அக்கா நீ கூறியது உண்மை தான் கவி கூற,

என்ன கூறினாள்?

அது ஒன்றுமில்லை. வெளியே விமலா வந்திருக்கிறாள் என்று கவி கூற, அவன் வேகமாக தலையை சரி செய்து விட்டு வெளியே அவன் செல்ல, இருவரும் சிரித்தனர்.

கவி, யாரந்த விமலா? பிரியங்கா கேட்க,

ஏய் கவி,.... என்று அவள் பக்கம் திரும்ப, யுவி கவியை விரட்டினான். அங்கே ராஜா வந்தான்.

ராஜா அவனிடமிருந்து என்னை காப்பாற்றுங்கள் என்று அவள் சிரித்துக் கொண்டே அவனை பிடித்துக் கொண்டு விளையாடிக் கொண்டிருக்க, கவி சந்தோசமாக இருப்பதை பார்த்து ராஜாவும் மகிழ்ந்தான்.

டேய், போடா என்று கண்ணை காட்டி ராஜா அவனை அனுப்பி விட்டு, கவி பக்கம் திரும்பினான். அவளோ விமலாவை எப்படியோ இவனுக்கு பிடித்து விட்டது என்று மகிழ்ச்சியோடு ராஜாவை அணைக்க, அவன் அவளை தனியாக அழைத்துச் சென்றான்.

அவள் நிதானமாகி, என்ன ராஜா?

நீ எல்லாருடனும் நேரத்தை கழிக்கிறாய்? என்னுடன் நேரத்தை செலவழிக்க மாட்டாயா?

நான் இரண்டு நாட்கள் விடுப்பு கேட்டிருக்கிறேன் நமக்காக.

அவள் சிரிக்க, அவன் அவளை நெருங்கி வர, அவள் ஏதும் கூறாமல் நின்றாள். அவளது இதழ்களில் மென்மையான முத்தத்தை கொடுக்க, அவளும் அவனுக்கு முத்தம் கொடுத்தாள்.

பாட்டி என்று கத்தும் சத்தம் கேட்டது. யுவி தான் இவர்களை பார்த்து கத்தி விட்டான். அவனருகே வந்து கவி அவனது வாயை மூட, அதற்குள் சத்தம் கேட்டு, பாட்டி வந்தார்.

வேண்டாம் சொல்லாதே என்று சைகை செய்ய, அவன் கூறி விட்டான். கவி அவனை முறைத்துக் கொண்டே நின்றாள்.

நீங்கள் ஆறு மாதங்கள் காத்திருந்தால் போதும். நம் ஊரு கோவில் விழா முடிந்தவுடன் திருமண தேதியை குறித்து விடுவோம் என்று கூற,

என்ன! ஆறு மாதங்கள் பார்க்காமல் இருக்க வேண்டுமா? இருவரும் கேட்க, அனைவரும் சிரித்தனர்.

ராஜாவிற்கு பாலாவிடமிருந்து போன் வந்தது. எனக்கு கல்யாணம் வீட்டில் முடிவு செய்துள்ளார்கள் கூற, அவன் சிரித்துக் கொண்டே கவியை பார்க்க,

என்னடா சிரிக்கிறாய்? அம்மா கேட்க,

பாலாவிற்கு கல்யாணம் முடிவு செய்துள்ளார்களாம். இன்னும் இரண்டே மாதத்தில் நாங்கள் சந்திப்போம். கவியை பார்த்துக் கொண்டே கூற,

அவர்கள் கல்யாணம் முடிந்த மறு மாதத்தில் உங்களுடைய கல்யாணத்தை வைத்துக் கொள்ளலாம் பாட்டி கூற, அனைவரும் அவரை பார்க்க, நான் சும்மா தான் ஆறு மாதங்கள் என்று கூறினேன் சிரித்தார். அனைவரும் மகிழ்ச்சியாக இருக்க, கவி பாட்டியை கட்டிக் கொண்டாள்.

இரவு உணவு ஹோட்டலில் என்று பாட்டி கூற, அனைவரும் தயாரானார்கள். அங்கே சென்றவுடன் கையை கழுவ, யுவி செல்ல, அங்கே வேலை செய்யும் இருவர், பாவம் விமலா.... வேலை போக போகிறது என்று பேசிக் கொண்டிருக்க, அதை கேட்ட யுவி அங்கேயே நின்று அவர்கள் பேசுவதை கேட்டுக் கொண்டிருந்தான்.

அவளை மாதிரி ஒரு பொண்ணு கிடைக்க கொடுத்து வைத்திருக்க வேண்டும். அவளுடைய குடும்பத்திற்காக எவ்வளவு உழைக்கிறாள். என் தங்கையும் இருக்கிறாள் பார். சாப்பிட்ட தட்டை கூட எடுத்து வைக்க மாட்டாள்.

அவளுக்கு என்று யாராவது இருந்திருந்தால் அவளும் மற்ற பெண்கள் போல் இருந்திருக்கலாம். எவனாவது இரண்டு நாள் விடுப்பிற்காக வேலையிலிருந்து எடுப்பார்களா? என்று முதலாளியை திட்டிக் கொண்டிருக்க,

வாயை மூடடா, அந்த ஆளுக்கு தெரிந்தால், நம் வேலையும் போய் விடும் என்று பேசிக் கொண்டே செல்ல,

ஹோட்டல் முதலாளி அறைக்கு வெளியே நின்று யுவி பார்க்க, விமலாவை திட்டிக் கொண்டிருந்தார். அவள் கண்கலங்கியவாறு நிற்க, பின் அவள் வெளியே வருவதை பார்த்து ஒளிந்து கொண்டான்.

அவள் வெளியே வந்து கண்ணீரை துடைத்து விட்டு, உள்ளே சென்றாள். அது பேமிலி ரெஸ்டாரண்ட்.

கொஞ்ச நேரத்தில் யுவியின் குடும்பம் சாப்பிடவிருக்கும் அறைக்குள் விமலா வந்தாள். கவி வேகமாக,

விமலா? நீயா? அவளும் அதிர்ச்சியோட அனைவரையும் பார்க்க, அனைவரும் அவளை பார்க்க, கவி எழுந்து வர, நோ.... நோ... என்று கேமிராவை கண் சைகையில் காட்ட, அவள் அப்படியே உட்கார்ந்தாள். அவள் அனைவருக்கும் சாப்பாட்டை எடுத்து வைக்க, யுவி அவளுடைய கண்ணையே பார்த்துக் கொண்டிருந்தான். அவள் தான் அழுதிருப்பாளே!

பிரியங்கா கவியிடம் இந்த பொண்ணு தானே! கேட்க, அவள் சிரித்துக் கொண்டே யுவியை பார்க்க, அவன் முகமே சரியில்லாமல் இருந்தது. அவள் அவனுக்கு எடுத்து வைக்க வந்தாள். அவன் அவளது கையில் அவனது கைக்குட்டையை கொடுத்தான். இதை பிரியங்கா கவனித்து விட்டு, அவன் எதற்கு கைக்குட்டையை கொடுக்கிறான். அதில் எதுவும் எழுதி இருப்பானோ!

இல்லை. அவனது முகத்தை பாருங்களேன். ஏதோ சரி இல்லாதது போல் தெரிகிறது கவி கூற,

சற்று பொறு. என்னவென்று பார்ப்போம் என்று கூறினாள் பிரியங்கா.

விமலா அனைவருக்கும் எடுத்து வைத்து விட்டு, எதுவும் வேண்டுமென்றால் இந்த மணியை அழுத்துங்கள். வந்து விடுவேன் என்று கூறி விட்டு இரண்டாவது அறைக்குள் நுழைந்தால், சரியான அதிர்ச்சி. கௌதமும் அவனது பெற்றோர்களும் இங்கே இருந்தனர். அவன் இவளை பார்த்தவுடன், குற்றவுணர்ச்சி தாங்காமல் எழுந்திருக்க,

சார், சாப்பிட்டு விட்டு செல்லுங்கள் என்று அவனது வழியை மறைத்து, எங்களது ஹோட்டலில் அனைத்தும் நன்றாக

இருக்கும் பேசிக் கொண்டே கண் சைகையிலே அவனை உட்கார சொல்ல,

அவனும் உட்கார்ந்தான். அனைவருக்கும் எடுத்து வைக்க ஆரம்பித்தாள் விமலா.

அவன், வேறொரு கல்லூரியில் சேர்வதற்கான சான்றிதலில் கையெழுத்திட்டு விட்டானா? அப்பா கேட்க,

அவன் போடவில்லை அம்மா கூற

போடமாட்டேன் என்றான்.

கோபத்தில் அவர் சாப்பாட்டு மேசையில் ஒரு தட்டு தட்ட, பக்கத்தில் விமலா குழம்பை எடுத்துக் கொண்டிருந்திருப்பாள். அவர் தட்டியதில் கொதிக்கும் குழம்பு அவள் மீது கொட்டி விட்டது. அவனுடைய அம்மாவும் அவனும் பதறி விட்டனர்.

அவள் பல்லை கடித்துக் கொண்டு கத்தாமல் அதை தாங்கிக் கொண்டிருக்க, அவளது கண்ணிலிருந்து கண்ணீர் நிற்காமல் வந்து கொண்டிருக்க, அவன் அவனது அப்பாவை திட்டிக் கொண்டே, அவளது கையை பிடித்துக் கொண்டு வெளியே வர, அவனது அப்பாவும் அவனை திட்ட, அவளை அழைத்து செல்வதை நிறுத்தி விட்டு, அவனது அப்பாவுடன் சண்டை போட்டுக் கொண்டிருக்க, உள்ளே இருந்த யுவி விமலாவை பார்த்தான். அவள் அழுவதை பார்த்து எழுந்தவன், அவளது கையை பார்த்தவுடன். அவனது குடும்பம் அங்கிருப்பதை கூட பொருட்படுத்தாமல் வேகமாக ஓடி வந்தான்.

அனைவரும் எங்கே செல்கிறாய்? என்று கத்த, கவி, பிரியங்கா என அனைவரும் வெளியே வர, சட்டென விமலாவை இழுத்துக் கொண்டு, கை கழுவும் இடத்திற்கு அழைத்து சென்று, தண்ணீரில் அவளது கையை வைத்தான். அவளால் தாங்க முடியவில்லை, இருந்தும் கட்டுப்படுத்திக் கொண்டு வலியை கண்ணீராக வெளியேற்றினாள். கவி மருந்து ஒன்றை எடுத்து வந்து காயத்தை சுத்தப்படுத்தி, அதில் தடவ, யுவி விமலாவை முறைத்துக் கொண்டு நின்றான்.

கௌதமை பார்த்தான். கோபமாக அவனருகே சென்று நீ இருக்கும் இடத்திலெல்லாம் அவளுக்கு ஆபத்தாக முடிகிறது என்று அவனை அடிக்க, அவனும் யுவியை அடிக்க, விமலா கவியின் கையை உதறி விட்டு, இருவருக்கும் இடையே வந்து, இருவரும் எதற்காக சண்டை போட்டுக் கொண்டே இருக்கிறீர்கள்? எனக்கு ஒன்றுமில்லை என்று எப்பொழுதும்

போல் விமலா கூற, இருவரும் அவள் பக்கம் திரும்பி அவர்கள் இருவரும் முன்னே வர, அவள் பின் சென்றாள்.

உனக்கு ஒன்றுமில்லையா? இருவரும் சேர்ந்தது போல் கேட்க, இரு குடும்பத்தாரும் வியப்புடன் பார்த்துக் கொண்டிருந்தனர்.

உனக்கு அறிவேயில்லை. உன்னால் இதை எப்படி சாதாரணமாக எடுத்துக் கொள்ள முடிகிறது? நீ மனிசியா? இல்லையா? உனக்கு வலிக்கவே வலிக்காதா? கௌதம் கத்த,

உன்னால் இந்த வலியையும் கட்டுப்படுத்தி வைத்துக் கொள்ள முடியுமா? நீ எவ்வளவு தான் தாங்கிக் கொள்வாய்? யுவியும் கோபப்பட,

கொஞ்ச நேரத்திற்கு முன்னால் தான் அழுதாய்? கவியை பார்த்ததும் சிரித்தாய்? இப்போதென்றால் இவ்வளவு பெரிய வலியை தாங்கிக் கொண்டிருக்கிறாய்? ஏன் உன்னால் வலியை வெளியே காட்டிக் கொள்ள முடியாதா? எத்தனை விசயத்தை தான் உன்னுள் புதைத்து வாழ்வாய்? அவளை பிடித்து யுவி உலுக்க,

வருண் அங்கே வந்து, ஏண்டா உங்களுக்கெல்லாம் வேலையே இல்லையா? அவளது வலியை அவள் மறைத்து தான் ஆக வேண்டிய கட்டாயத்தில் இருக்கிறாள்.

யுவி ஏற்கனவே அவளுடைய பிரச்சனை உனக்கு தெரியும் தானே! தெரிந்தும் அவளை மேலும் காயப்படுத்தாதே! அவள் வலியை மறைக்காமல் இருந்தால் என்ன நடக்குமென்று நீ இன்றே பார் என்று அவளிடம் வந்து, அவளது கையை பார்த்து விட்டு, மருந்தை போட்டு விட்டு வேலையை கவனி என்றான். அவள் செல்லும் நேரத்தில் அவளது முதலாளி அங்கே வந்து அவளை அழைத்தார். அவள் வெளியே வரும் போது அழுது கொண்டே வந்தாள்.

வருணிற்கு புரிந்தது அவளது வேலை போனது. சந்தோசமாக வீட்டிற்கு சென்று நிம்மதியாக உறங்குகள். ஆனால் நீங்கள் போட்ட சண்டையினால் அவளது வேலை போனது.

கௌதம் அம்மா, அப்பாவிடம் மன்னிப்பு கேட்டு விட்டு வருண், கௌதம் அருகே வந்து வாயில் இரத்தம் வரும் வரை அடித்தான். அவள்ருகே நீ மீண்டும் வந்தால், மவனே என் கையால் தான் சாவு... நடந்தது தெரிந்த அன்றே உன்னை கொன்றிருப்பேன். அவள் தடுத்தால் நீ பிழைத்துக் கொண்டாய்.

அவளுக்கு யாருமில்லை என்று யாராவது அவளிடம் வாலாட்டினாள் செத்திடுவீங்கள். அது யாராக இருந்தாலும் சரி என்று யுவியை பார்த்து விட்டு, அவளுக்கு தோழன் நானிருக்கிறேன் என்று கூற,

"எங்களது உலகமே

நட்பிலே முளைத்தது.

கானல் நீரல்ல நட்பு

மறைந்து மறைந்து தெரிய

ஆகாயம் போல் பரந்தது

யாராலும் அழிக்க முடியாதது

காதலினும் மேலானது

நட்பின் உவமைக்கு

ஏதும் ஈடாகாது

கடலின் ஆழம் போல்

நட்பின் ஆழம்

அறிய முடியா சொர்க்கமாகும்"

கௌதம் அப்பா கையை தட்டி கொண்டே, பிள்ளை என்றால் இவனை போல் வேண்டும் என்று வருணின் தோளில் கை போட,

சார், எனக்கு நெருக்கமானவர்களை தவிர யாரும் என் மீது கை வைப்பது எனக்கு பிடிக்காது.

சரி தம்பி என்று கையை எடுத்தார். முதலாளி அவனையும் கூப்பிட, வெளியே வந்து அடையாள அட்டையை தூக்கி எறிந்து விட்டு சென்றான் வருண்.

விமலா தலை கவிழ்ந்தவாறு, அவளது பையை எடுத்துக் கொண்டு வெளியே வர, கவிதா அவளது கையை பிடித்தாள். அதை எடுத்து விட்டு வெளியே சென்றாள். அவள் பின்னாலேயே வருணும் சென்றான். அனைவரும் சாப்பிட உள்ளே சென்றனர். பாட்டி யுவியை பார்க்க, அவன் அமைதியாக ஏதோ யோசனையில்

இருந்தான். நம் யுவி அந்த பெண்ணிடம் உரிமையுடன் பேசியது போல் தெரிந்ததே என்று யோசித்தார்.

இங்கே என்ன நடந்தது? அந்த பையன் கௌதம் தானே!அந்த பொண்ணு யார்? இதுவரை என்னுடைய அனுபவத்தில் எத்தனை பெண்களை பார்த்திருப்பேன். ஆனால் இந்த பெண் வித்தியாசமாக இருக்கிறாள் பாட்டி கூற,

கவி நீயும் நன்றாக பேசினாயே! உனக்கு தெரியுமா அந்த பெண்ணை?

கவிதா கண்கலங்கி கொண்டே தலையசைக்க, ராஜா அவளது கண்ணீரை துடைத்து விட்டு,

வீட்டில் வைத்து பேசிக் கொள்ளலாமே! பாட்டி. பொது இடத்தில் வேண்டாமே! கூற, அவரும் சரி என்றார்.

பாட்டியிடம் சென்று யுவி அவர்களது முதலாளியிடம் பேச சொன்னான்.

அதற்கு அவர், இதில் உங்கள் மீது தான் தவறு. உங்களால் தான் அவர்களது வேலை போனது. அவரிடம் பேசினால் ஏற்றுக் கொள்ள மாட்டார். எனக்கு அவரை பற்றி நன்றாக தெரியும். வேலை விசயத்தில் சரியாக இருக்க வேண்டும் என்று நினைப்பவர் என்று கூறினார்.

யுவி எழுந்து, சாப்பிட்டு விட்டு வீட்டிற்கு செல்லுங்கள். நான் வந்து விடுகிறேன் என்று கிளம்ப,

எங்கே செல்கிறாய்? அம்மா கேட்க,

வருண், விமலாவை பார்க்க என்றவுடன் கவி, நானும் வருகிறேன் என்றாள். ராஜாவும் எழ,

மச்சான் அனைவரையும் வீட்டிற்கு அழைத்துச் செல்லுங்கள். நாங்கள் வந்து விடுவோம் என்று பைக்கை எடுக்க, கவியும் ஏறினாள்.

இருவரும் சென்று கொண்டிருக்க, ஒரிடத்தில் வருண் மீது சாய்ந்து தேம்பி தேம்பி அழுது கொண்டிருந்தாள் விமலா.

கவியை பார்த்தவுடன் விமலா, அவளை அணைத்துக் கொண்டு அழுது கொண்டே, நான் இப்பொழுது என்ன செய்வதென்று தெரியவில்லை. அம்மாவை எப்படி காப்பாற்றுவது? எனக்கு வேலை போய் விட்டது. என்னிடம் குறைந்த அளவு தான் பணம் உள்ளது.

அவளை பார்த்து விட்டு யுவி, வருணிடம் சென்று அவளது அம்மாவிற்கு என்ன பிரச்சனை?

அம்மாவிற்கு மாரடைப்பு உள்ளது. சாதாரணமாக மூன்று முறை மாரடைப்பு வந்தாலே இறந்து விடுவார்கள். அவளது அம்மாவிற்கு ஐந்து முறை வந்துள்ளது. உயிரோடு இருக்க வாய்ப்பே இல்லை என்று கூறினார்கள். ஆனாலும் உயிரோடு இருப்பது சந்தேகமாக உள்ளது. விமலாவும் எதையோ மறைப்பது போல் உள்ளது. அதை குணப்படுத்த தான் இப்படி கஷ்டப்படுகிறாள். அதை அவளிடம் கூறி அம்மாவின் பரிசோதனைக்கான அனைத்தையும் கேட்டேன். தர மாட்டேன் என்கிறாள். அதை கேட்டாலே பயப்படுகிறாள்.

என்ன கூறுகிறாய்?

உன்னால் முடிந்தால் அவளிடமிருந்து வாங்கி, என்னவென்று கண்டுபிடி....

நான் பேசினால் தருவாளா?

கண்டிப்பாக தருவாள். நீ பேசும் விதத்தில் தான் உள்ளது.

எப்படி பேசுவது? ஏன் உனக்கு தெரியாதா?

அவள் உன்னை மூன்று வருடங்களாக காதலிக்கிறாள்.

இதுவரை உன்னிடம் கூறியதே இல்லை.

உன்னை கல்லூரி முதல் நாளே பார்த்தோம். நாங்கள் பள்ளியிலிருந்தே நண்பர்கள். சேர்ந்தே தான் இருப்போம். எனக்கும் அவளை பிடிக்கும். அவள் உன் மீதுள்ள காதலில் உறுதியாக இருந்தாள். அதனால் நான் அவளை விட்டு விட்டேன்.

நீ முதலில் வந்த போது அமைதியாக தான் இருந்தாய்.

உனக்கு கௌதம் எப்பொழுது பழக்கமானானோ அன்று தான் மாற ஆரம்பித்தாய். அவள் அவளுடைய வேலையில் கண்ணாக இருந்தாலும், உன்னையும் பின் தொடர்ந்து கவனித்தாள். நீ உன்னை மறந்து இருந்த வேலையில் உன்னிடம் எத்தனை பெண்கள் தவறாக நடந்து கொள்ள பார்த்தார்கள் தெரியுமா? என்னை தான் உதவிக்கு அழைத்து வருவாள். நான் தான் உன்னை உன் காரில் வைத்து வீட்டருகே விட்டு செல்வேன்.

நீயும், அவளும் மாறான பழக்கமுடையவர்கள். உனக்கு எல்லாரும் இருந்தாலும் இல்லை என்று தன்னம்பிக்கை இழந்து

இருப்பாய். அவள் தனியாக இருந்தாலும் தன்னம்பிக்கையோடு போராடுவாள். நீ அவளை விட்டால் அவளை போல் உன்னை பார்த்துக் கொள்ள யாராலும் முடியாது. சிந்தித்து செயல்படு. இன்று போல் அவளிடம் பேசாதே! அவள் கவியின் தோளிலே சாய்ந்து தூங்கி விட்டாள். அவளை எழுப்பி, நீ இவர்களுடன் செல். ரொம்ப நேரமாகி விட்டது. ரோஜா தனியாக இருப்பாள் என்று வருண் கிளம்பினான்.

விமலாவை யுவிக்கு அருகே உட்கார வைத்து அவள் பின்னே கவி உட்கார்ந்தாள். அவளை வீட்டில் இறக்கி விட்டு, கவியும் யுவியும் வீட்டிற்குள் வந்தனர். பாட்டியும், ராஜாவும் இருந்தனர்.

கவி ஏதும் பேசாமல் உள்ளே செல்ல, கவி என்னுடைய அறைக்கு வா பாட்டி அவளை அழைக்க, யுவியை பார்த்து விட்டு சென்றாள்.

பாட்டியிடம் நடந்த அனைத்தையும் சொன்னாள் கவி விமலாவின் காதலை தவிர. ராஜாவை பார்த்து விட்டு யுவி உள்ளே சென்றான். அவனால் தூங்கவே முடியவில்லை. இன்று நடந்தது, வருண் கூறியது அனைத்தும் வந்து வந்து சென்றது. அவனால் முடியாமல் வெளியே வந்து நடு ஹாலில் அமர்ந்திருந்தான் யோசித்தபடி, பாட்டி அவனருகே வந்தார். அவரது மடியில் தலை வைத்து படுத்தான். அவன் இவ்வளவு தூரம் வருத்தப்படுவதை பார்த்து, அவர் கவலை பட்டாலும், தன் பெயரன் திருந்தி விட்டான் என்று ஆனந்தமாகவும் இருந்தது. கொஞ்ச நேரத்தில் தூங்கி விட்டான்.

மறுநாள் காலையில் யுவி அவனது அறையிலிருந்து எழுந்து, நான் எப்படி இங்கே வந்தேன்? என்று யோசித்துக் கொண்டே, அவனது அறையை பார்த்தான்.

பாட்டி என்று கத்தினான். அவனது அறையின் அருகே அனைவரும் வந்தனர். அவனது அறை முழுவதும் தண்ணீரால் நிரம்பி வழிந்தது. வேகமாக வெளியே வந்து,

டேய் குட்டி சாத்தான், எங்கடா இருக்கிறாய்? என்று கேட்டுக் கொண்டே வந்தவன், சட்டென நின்றான்.

நீ இங்கே என்ன செய்கிறாய்? அதிர்ச்சியோடு யுவி கேட்க,

நான் தான் வர சொன்னேன் என்று பாட்டி கூற,

எதற்கு?

அதை நான் எதற்கு உனக்கு சொல்ல வேண்டும் என்று சிரிக்க, அனைவரும் அவனை பார்த்து சிரிக்க, அங்கே வந்திருந்த விமலாவும் சிரிக்க, அவன் புரியாமல் பார்த்தான். கவி கண்ணாடியை எடுத்து வந்து காட்ட, யுவி முகம் முழுவதும் கிறுக்கப்பட்டிருந்தது.

முகத்தை மறைத்தவாறு, குட்டி சாத்தான் என்று கத்தினான். ஒரு குட்டி பையன் வெளியே வர, இரு நான் வந்து உன்னை கவனித்துக் கொள்கிறேன். பாட்டியின் அறைக்குள் ஓடினான்.

தயாராகி விட்டு சமையலறைக்குள் வந்து, கவி எனக்கு ஒரு காபி என்றான்.

என்னடா முகத்தை நன்றாக கழுவினாயா?

ம்ம்... அவனை என்ன செய்ய போகிறேன் பாரு என்று கூற,

கவியின் சத்தம் பின்னால் கேட்டது போல் இருந்தது. பின்னே கவி இருந்தாள். நீ இங்கே என்றால், முன்னால் இருப்பது என்று பார்த்தான். விமலா தான் காபி போட்டுக் கொண்டிருந்தாள்.

நீ என்ன செய்கிறாய்?

பார்த்தால் உனக்கு தெரியவில்லையா? கவி கேட்க,

தெரிகிறது. இங்கே என்ன செய்கிறாள்? என்று கேட்டேன். அவள் இனி இங்கே தான் வேலை செய்ய போகிறாள்.

யுவி கவியிடம், அவளை போக சொல். அம்மாவை பற்றி தெரியும் தானே! மெதுவாக கூறினான்.

என்ன பேசிக் கொண்டிருக்கிறீர்கள்? பாட்டி கேட்க,

பாட்டி, நான் எப்படி என்னுடைய அறைக்கு சென்றேன் யுவி கேட்க,

நான் தான் உன்னை தூக்கி சென்றேன் ராஜா கூற, குடித்துக் கொண்டிருந்த தண்ணீரை கவி யுவி மேல் துப்ப, கவி.... என்று கத்திக் கொண்டு முகத்தை துடைக்க,

என்ன நாள்டா இது? காலையில் இருந்து எதுவுமே சரியில்லை என்று யுவி புலம்பிக் கொண்டே செல்ல, அவன் தன்னையும் சேர்த்துக் கூறுகிறான் என்று தவறாக எண்ணிக் கொண்டு விமலா வருத்தமடைந்தாள்.

பின் சாப்பாடு அனைத்தையும் தயார் செய்து, டைனிங் டேபிளில் எடுத்து வைத்துக் கொண்டிருந்தாள். யுவி வேகமாக ஓடி வந்து அவனது அறைக்குள் செல்ல, பின்னே அந்த குட்டி பையன்

டேய் யுவி, வெளியே வந்து விடு என்று அவனது அறை கதவை தட்ட,

விமலா அவனருகே வந்து, என்ன ஆயிற்று? கேட்க,

அவன் என்னுடைய காரை உடைத்து விட்டான் மீண்டும் கத்த, யுவி கண்டு கொள்ளாமல் இருக்கவே அவனது அறையில் விமலாவிற்கு கொடுத்த கைக்குட்டையை பார்த்தான். அவள் தான் என்னுடைய அறையை சுத்தம் செய்தாலோ என்று யோசித்துக் கொண்டு, என்ன சத்தத்தை காணோம் என்று வெளியே எட்டி பார்த்தாள். குட்டி பையன் கையில் யுவி உடைத்த கார் இருந்தது. விமலா சரி செய்து கொடுத்திருப்பாள்.

யுவி வெளியே வந்து, காரை உடைத்தேனே! எப்படி சரியானது கேட்க,

ஏன்டா, சிறு பிள்ளை போல் செய்து என் மானத்தை வாங்குகிறாய்? அம்மா கூற, அனைவரும் சிரித்தனர். விமலா அவனை பார்க்க, அவன் அவளை பார்த்துக் கொண்டே சாப்பிட,

இந்த குழம்பை சாப்பிட்டு பாரேன், பாட்டி யுவி அம்மாவிடம் கூற, அனைவரும் இருவரையும் பார்க்க,

நன்றாக இல்லையா பாட்டி? என்று விமலா கேட்க, பாட்டி சிரித்துக் கொண்டே யுவி அம்மாவை பார்த்தார். அவர் கண்ணிலிருந்து கண்ணீர் வந்தது.

நீ இதை எப்படி செய்தாய்? யுவி அம்மா கேட்க,

நான் அடுத்த முறை நன்றாக செய்கிறேன் அவள் கூற, எழுந்து அவளை கட்டிக் கொண்டார். யுவிக்கெல்லாம் என்னடா நடக்கிறது என்று அதிர்ச்சியோடு இருந்தான்.

என்னுடைய அக்கா மாதிரியே நீ சமைத்திருக்கிறாய்? எனக்கு அவள் நினைவு வந்து விட்டது. விமலா என்ன கூறுவதென்று தெரியாமல் நிற்க, கவியும் அதனை எடுத்து ருசித்து விட்டு,

என்னுடைய அம்மா இவ்வாறு தான் சமைப்பார்களா?

ஆமாம்மா. அவள் தான் சமைத்து ஊட்டி விடுவாள் என்று கூற பாட்டி கண்கலங்கினார். ராஜாவின் அம்மா எப்படியோ பேச்சை மாற்றினார்.

நாங்கள் இன்று கிளம்புகிறோம் என்று ராஜாவின் அப்பா கூற கவியின் முகம் வாடியது. அனைவரும் சென்ற பின், ராஜா

கவியின் அருகே வர, இருவரும் அணைத்தபடி இருக்க, கவி கண்ணீர் நிற்காமல் ஓடியது.

எதற்காக அழுகிறாய்? இரண்டு மாதங்கள் தான் வேகமாக சென்று விடும் என்றான் ராஜா.

ஆனால் நீங்கள் என்னிடம் ஏதும் கூற வேண்டுமா?

லவ் யூ என்றான். வேறெதாவது?

இல்லையே என்றான் சாதாரணமாக, உங்களை நன்றாக கவனித்துக் கொள்ளுங்கள் கூறி விட்டு அழுது கொண்டே ஓடினாள். ராஜாவிற்கு ஒன்றுமே புரியவில்லை.

வேலையை முடித்து விமலா வெளியே வரும் போது கவியை பார்த்தாள். அவள் சோகமாக இருந்தாள். அவளருகே சென்று இவளும் உட்கார்ந்தாள்.

என்ன ஆயிற்று? அண்ணா கிளம்புவது கஷ்டமாக உள்ளதா?

இல்லை. அவர் அனைவரிடமும் ஏதோ மறைப்பது போல் உள்ளது? கவி கூற, நீங்கள் நேரடியாக கேட்டு விடுங்களேன்...

நீ எப்பொழுது அவனிடம் காதலை கூற போகிறாய்? விமலா கண்கலங்கிய நிலையில் என்னால் எப்பொழுதும் கூற முடியாது.

ஏன் கூறமுடியாது?

அவனுக்கு தான் என்னுடைய காதல் தெரியுமே! அவன் தான் என்னை ஏற்றுக் கொள்ளவில்லையே!

அவனுக்கு தெரியும் தான். உன் காதல் என்னால் தான் தெரியும். நீ அவனிடம் நேரடியாக கூறவில்லையே! அவன் கேட்டதற்கு பதில் தானே கூறினாய்? நீ அவனுக்கு புரிய வைக்க முயற்சி செய்யலாமே!

அவன் கௌதமிடம் கூறியதை நீங்களும் தானே கேட்டீர்கள்.

அவனுக்கும் என் மேல் காதல் வராது.

அவன் கௌதமிற்காக அவ்வாறு பேசி இருக்கலாமே! கவி கூற,

இதற்கு மேல் என்னை நானே காயப்படுத்திக் கொள்ள முடியாது. போதும். அதுமட்டுமல்ல அவன் வேறு உலகத்தில் உள்ளான். நான் வேறு உலகத்தில் இருக்கிறேன். எனக்கென்று கடமைகள் உள்ளது. நான் எதற்காக அவனை காதலித்தேன்? எப்படி காதல் வந்தது? என்று தெரியவில்லை.

என்னால் அவனை பாதுகாக்க முடியுமே தவிர, சேர்ந்து வாழ்வது முடியாத காரியம். என்னால் மற்ற பெண்கள் போல் வாழ முடியாது. என்னை நம்பி இரு உயிர் உள்ளது. எனக்கும் ஆசை தான், அது ஆசையாகவே போகட்டும். கொஞ்ச நாட்கள் தான் இங்கே இருப்பேன். பின் எனக்கான நிரந்தர வேலை கிடைத்து விடும். பின் அவனை பார்க்க கூட முடியுமா? என்று தெரியவில்லை.

பாட்டி சொன்னவுடன் ஒத்துக் கொண்டதன் காரணமும் அது தான். கொஞ்ச நாட்கள் அவன் அருகே இருந்து பார்த்து விட்டு செல்கிறேன். இரவு வேலை செய்வதற்கு கூட வருணுடன் சேர்ந்து செல்ல போகிறேன். இந்த மாதிரி இருக்கும் நான் எப்படி இந்த வீட்டு மருமகளாக முடியும். முதலில் ஆன்ட்டி ஒத்துக் கொள்வார்களா? சும்மாவே என்னை அவர்களுக்கு பிடிக்காது. சாப்பாடு விசயத்தில் நல்ல பெயர் வாங்கினாள். அனைத்திலும் நான் சரியாக இருப்பேனா? இன்னும் ஒரே மாதம் தான். கண்டிப்பாக எனக்கு வேலை கிடைத்து விடும். நான் சென்று விடுவேன்.

ஏன் இவ்வாறு பேசுகிறாய்? அனைவரும் உன்னை ஏற்றுக் கொண்டால், உனக்கு ஓ.கே தானே!

நடக்க வாய்ப்பில்லாத விசயத்தை பற்றி பேசி பயனில்லை. நீங்கள் அண்ணாவிடன் நேராகவே பேசுங்கள் என்று கூறி விட்டு கல்லூரிக்கு சென்றாள். அவள் மிகவும் அமைதியாக இருப்பதை கண்டு நிலா கேட்க, எனக்கு மனது சரியில்லை. வருண் எங்கே?

அவனுக்கு வேலை போனதால், அவனுடைய வீட்டில் அவனை வேலை கிடைத்தவுடன் தான் வீட்டிற்குள் வர வேண்டும் என்று கூறி வெளியே அனுப்பி விட்டார்கள். போன் செய்தாயா? விமலா கேட்க,

அவன் எடுக்கவில்லை. இவள் போன் செய்தும் பயனில்லை. என்ன செய்வதென்று தெரியாமல் இருக்கவே அவனது அம்மாவிற்கு போன் செய்து கேட்க, சண்டை போட்டு சென்றான். இன்னும் அங்கே வரவில்லையா என்று பதறினார்.

அம்மா நாங்கள் பார்த்துக் கொள்கிறோம் நிலா கூறி விட்டு, எனக்கும் பயமாக உள்ளது. சண்டை போட்டாலும் இவ்வளவு நேரம் நம்மை பார்க்காமல் வராமல் இருக்க மாட்டானே! நிலா புலம்ப, யுவி வந்தான். அவனருகே ஓடி சென்று அவனது போனை கேட்டாள் விமலா.

என்னுடையது உனக்கு எதற்கு?

தயவு செய்து கொடு என்று வாங்கி போன் செய்தாள். நிலா அவசரமாக, அவன் எடுத்து விட்டானா? விமலா அருகே வர, இல்லை என்றவுடன் அவள் அழ,

அழாதே, வந்து விடுவான் என்று விமலா நிலாவை தேற்ற, எதற்காக அழுகிறாள்? யுவி கேட்க,

கௌதம் வந்து கொண்டிருந்தான். அவனிடமும் வாங்கி போன் செய்தாள். வருண் எடுத்தான். ஆனால் எதுவும் பேசவில்லை. விமலா பேசுகிறேன், எங்கடா இருக்க? அவன் அழுவது போல் சத்தம் கேட்க,

எதற்கு அழுகிறாய்? சொல்லுடா...

நிலா போனை வாங்கி, டேய் தடிமாடு எங்கே தான் இருக்கிறாய்? சொல்லி தொலையேண்டா அழுது கொண்டே கேட்க, அவன் போனை வைத்தான்.

போனை திரும்ப வைத்து விட்டான். அவன் பேசவேயில்லை நிலா கூற,

கௌதமும், யுவியும் என்னவென்று கேட்க, அவர்கள் கூற, என்னுடைய போனை கொடு என்று வாங்கி கௌதம் இடத்தை கண்டறிந்தான்.

வாருங்கள் இடம் தெரிந்து விட்டது என்று யுவியுடன் விமலாவும், கௌதமுடன் நிலாவும் சென்றனர்.

அவர்கள் சென்ற இடத்தில் யாருமே இல்லை. கௌதம் தான் வருணை முதலில் பார்த்தான். இங்கே இருக்கிறான் என்று கௌதம் கூப்பிட,

நிலா வேகமாக வந்து, என்னடா செய்திருக்கிறாய்? இப்படி வாடை வரும் வரையா குடிப்பாய்? அவள் அவனை அடித்துக் கொண்டே அழுதாள்.

போதும் நிலா, அவனை விடு.... விமலா அவளை தூக்க யுவி நினைத்து பார்த்தான். என் மீதும் இவ்வளவு வாடை வந்திருக்கும் தானே என்று மனதினுள் நினைத்துக் கொண்டே விமலாவை பார்த்தான். அவளும் அவனை பார்க்க, கௌதம் இருவரையும் கவனித்தான்.

இவனை இப்படியே வீட்டிற்கு அழைத்துச் சென்றால் அங்கிள் ரொம்பவே கோபப்படுவார். என்னுடைய வீடு அவனுடைய

வீட்டிற்கு பக்கத்தில் இருப்பதாலும் பிரச்சனை, விமலாவிடமும் விட முடியாது என்று நிலா இரு பசங்களையும் பார்க்க,

நான் என்னுடைய வீட்டிற்கு அழைத்துச் செல்கிறேன் என்று கெளதம் கூற, உனக்கு பிரச்சனை இல்லையா? விமலா கேட்க,

ஒன்றும் பிரச்சனையில்லை. நான் பார்த்துக் கொள்கிறேன். நீங்கள் கிளம்புங்கள் கெளதம் கூற, வா போகலாம் என்று விமலா, நிலாவை அழைக்க, அவள் யுவி விமலாவை கல்லூரியில் விட்டு விடு.....

நீயும் வாடி,...... என்று அழைக்க, அவள் வருணை பார்த்தவாறு நிற்க, விமலா புரிந்து கொண்டு,

தயங்கிக் கொண்டே கெளதமிடம், இவளையும் பார்த்துக் கொள்ள முடியுமா? விமலா கேட்க,

அவன், இதனால் என்ன? நான் பார்த்துக் கொள்கிறேன். இன்னும் கெளதமை பார்த்தவாறு இருக்க, அவனோ நீ பயப்பட தேவையில்லை. நான் அவளை எதுவும் செய்ய மாட்டேன். வீட்டில் அம்மா இருப்பார்கள் என்று கூறி விட்டு, நீயும் என்னை மன்னித்து விடு என்று அவன் கேட்க, அவள் சிறு புன்னகை பூக்க,

நீ சிரித்து நான் பார்த்ததே இல்லை. அழகாக உள்ளது கெளதம் கூற, அவள் மேலும் சிரிக்க, அவனும் சிரித்தான்.

இரண்டு பேரும் முடித்து விட்டீர்களா! யுவி முறைக்க, கெளதம் புரிந்து கொண்டு, நாளை சந்திப்போம் என்று வெறுப்பேற்ற, நிலா கெளதமை முறைத்துக் கொண்டிருந்தாள்.

யுவி பைக்கை கோபத்தில் வேகமாக ஓட்ட, அவள் மெதுவாக போ என்றாள். வகுப்பு ஆரம்பித்து விடும் என்று வேகமாக அவன் ஓட்ட, அவனது தோளில் கை வைத்துக் கொண்டாள்.

கெளதமும் நிலாவும் வருணை வீட்டினுள் அழைத்து வர, அவனது அப்பா வந்தார். நடந்ததை விசாரித்து விட்டு, அவர்களை கவனித்து கொள். நான் வந்து விடுகிறேன் மனைவியிடம் அழைத்து வந்தார்.

வருணை குளிக்க வைத்தான் கெளதம். பின் அவன் கொஞ்ச தெளிவு பிறக்க, நான் செல்கிறேன் என்றான். ஒரு நிமிடம் என்று அவனை நிறுத்தி, நிலாவை அழைத்தான். அவள் உள்ளே வந்து,

உனக்கு என்னடா ஆயிற்று? போனை எடுக்கவில்லை. இப்படி குடித்திருக்கிறாய்? எனக்கு ரொம்ப கஷ்டமாக இருந்தது. நானும் விமலாவும் பயந்து விட்டோம் என்றவுடன், வருண் அவளை தேட, நிலாவிற்கு மனது கனமானது.

அவள் யுவியுடன் கல்லூரிக்கு சென்று விட்டாள். நீ இங்கேயே இரு. அங்கிள் வந்தவுடன் கூறி விட்டு செல்வோம் என்று பேசி விட்டு தனியே வந்து அழுதாள்.

நீ அவனை காதலிக்கிறாய் தானே! கௌதம் கேட்க, சீக்கிரம் சொல்லி விடு என்று அவளது கண்ணை துடைத்து விட்டான்.

அவளை என்ன செய்கிறாய்? வருண் வெளியே வர, அவன் ஏதும் பண்ணவில்லை நிலா கூற, அவன் உன்னை தொட்டு தானே பேசினான் வருண் கேட்க,

கண்ணீரை தான் துடைத்து விட்டான் நிலா கூற,

ஓ.... அவனுக்காக தான் என்னை அழைத்து வந்தாயா? பட்டென்று வருண் கேட்க, அவள் வேகமாக அழுது கொண்டே ஓடினாள்.

நில்லும்மா..... என்று கௌதம் அம்மா கூப்பிட, அவள் அழுது கொண்டே சென்றாள். அவனது அம்மா, கசாயத்தை எடுத்து வந்து, அந்த பொண்ணு உனக்காக செய்தது என்று வருணிடம் கொடுக்க,

அவள் கல்லூரிக்கு கூட செல்லாமல் உன்னை பார்த்துக் கொள்ள வந்தாள். உன்னை தனியே விடக்கூடாது என்று நினைத்தாள். குடித்து விழுந்து கிடந்ததை பார்த்து எப்படி அழுதாள் தெரியுமா? கௌதம் கூறினான்.

இப்பொழுது தான் முதல் முறை குடித்திருக்கிறாயாம். உனக்கு குடிப்பவர்களை கண்டாலே பிடிக்காதாம். என்னருகே இரண்டு நிமிடங்கள் தான் இருந்தாள். உன்னை பற்றி மட்டும் தான் பேசினாள் தம்பி. எதற்காக ஓடுகிறாள்? அம்மா கேட்க,

உனக்கு இன்னுமா புரியவில்லை. அவள் உன்னை காதலிக்கிறாள் என்று கௌதம் கூற, அப்பொழுது தான் அவளுடன் பழகிய நாட்களை பற்றி யோசித்து சிரித்துக் கொண்டே, நான் உன்னுடைய அப்பாவை பார்க்க கொஞ்ச நேரம் கழித்து வருகிறேன் கூறி விட்டு நிலாவை தேடி ஓடினான். அவள் ஓரிடத்தில் உட்கார்ந்து அழுது கொண்டிருந்தாள். அவள் முன்னே வந்து எழுந்திரு என்றான். அவள் பேசாமல் திரும்பிக் கொள்ள, அவளை தூக்கி அவளது கன்னத்தில் முத்தமிட்டான்.

அவள் கொட்ட கொட்ட விழிக்க, ஐஸ்கிரீம் சாப்பிடலாமா?

எனக்கு ஐஸ்கிரீமா?

அவளது கையை பிடித்துக் கொண்டு ஓடினான். அவளுக்கு பிடித்ததை வாங்கி கொடுத்து விட்டு, அவளிடமிருந்து அதே ஸ்பூனில் அவனும் சாப்பிட்டு விட்டு, வாழ்க்கை முழுவதும் இதே போல் ஒன்றாக இருப்போம் என்று அவளுக்கு ஊட்டி விட்டான். அவள் கண்ணில் நீர் தாரை தாரையாய் கொட்ட, நீ விளையாடவில்லையே?

அவன் அவளருகே வந்து, ஐ லவ் யூ என்றான்.

ஐ லவ் யூ சோ மச்.... என்று அவனை கட்டிக் கொண்டாள்.

"யுத்தமொான்று

தான்

காதலானது

மெய் காதலானது

என்னை

தூண்டி விட்டது

என்னை

உருக வைத்தது

உன் காதலை

அறியாமல்

நேரத்தை

விரயமாக்கினேன்.

இனி

நம் வாழ்வு

செழுமையாகுமே!"

பாகம் 21

கல்லூரி முடிந்து யுவி வெளியே வர, கவி நின்று கொண்டிருந்தாள்.

கவி, நீ இங்கே என்ன செய்கிறாய்? யுவி கேட்க, அவள் விமலாவை தேடினாள்.

விமலா வந்ததும், அவளை அவனருகே அழைத்து வந்து, நான் நினைத்தது உண்மை தான். அவர் என்னிடம் ஒன்றை மறைத்து விட்டார்.

நான் மஞ்சுவிடம், அவர் எதையோ மறைக்கிறார் உனக்கு தெரியுமா? என்று கேட்டேன்.

அவன் எதை மறைக்கிறான்?

அது தான் தெரியவில்லை என்று பேசிக் கொண்டே செல்லும் போது, ஓரிடத்தில் ராஜா தலையை பிடித்துக் கொண்டு தலை கவிழ்ந்த படி உட்கார்ந்திருந்தான். அதை பார்த்த இருவரும் வேகமாக அவனருகே செல்ல, அவன் நிமிர்ந்து அவர்களை பார்த்து சாதாரணமாக இருக்க முயற்சி செய்ய, அவனால் முடியாமல் மயங்கினான். இருவரும் பதறி போய் அவனை பிடித்து எழுப்ப, அவன் எழாமல் இருக்கவே கவி அழ ஆரம்பித்தாள். மஞ்சு தண்ணீரை எடுத்து வந்து அவனது முகத்தில் தெளிக்க, ராஜா எழுந்தான்.

இருவரும் அவனை திட்ட, அவனுக்கு தலையில் அடிபட்டதிலிருந்து அடிக்கடி வலி இருப்பதை இருவரிடமும் கூற, மஞ்சுவோ அவனை திட்ட, கவி அழுது கொண்டே,

என்னால் உணர முடிந்தது. நீங்கள் என்னிடம் ஏதோ மறைப்பது தெரிந்தது.

நீ எதற்காக அழுகிறாய்? எனக்கு ஒன்றுமில்லை ராஜா கூற, கவி அவனை முறைத்து விட்டு, நாம் இன்றே ஊருக்கு கிளம்புகிறோம் என்று கூற,

நீயும் வருகிறாயா? வேண்டாம். நீ உன்னுடைய குடும்பத்துடன் நேரத்தை செலவழி. நான் சென்று சிகிச்சை எடுத்துக் கொள்கிறேன். மஞ்சு, அம்மா, அப்பா இருக்கிறார்கள் அல்லவா? அவர்கள் என்னை பார்த்துக் கொள்வார்கள் என்றவுடன்,

கவி கோபமாக அழுது கொண்டே, நான் வரக்கூடாது என்கிறீர்கள்? அப்படி தானே!

இல்லம்மா. நீயே இப்பொழுது தான் உன்னுடைய குடும்பத்துடன் சேர்ந்து இருக்கிறாய்? அதனால் தான் கூறினேன்.

காரணம் கூறாதீர்கள்! நீங்கள் என்னை வெளி ஆளாக நினைக்கிறீர்கள்? அதனால் தான் வர வேண்டாம் என்கிறீர்கள்.

அவன் அவளை பிடித்துக் கொண்டு, நான் உன்னை அவ்வாறு நினைப்பேனா? நீ வர வேண்டும் என்றால் தாராளமாக வா.... ராஜா அவளை அணைத்துக் கொள்ள,

இப்பொழுதே கிளம்புவோம் என்று கவி கூற, அவன் சரிம்மா என்றான்.

மஞ்சு அம்மா, அப்பாவிற்கு விசயத்தை சொல்ல, அவர்கள் பதற,

இப்பொழுது நன்றாக தான் இருக்கிறான். உடனே கிளம்புவோம் என்று அம்மா கூற,

எல்லாவற்றையும் எடுத்து வையுங்கள். நாங்கள் வந்து விடுகிறோம் மஞ்சு கூறி விட்டு போனை வைத்து விட்டு மூவரும் கிளம்பினார்கள்.

வீட்டில் அனைவருக்கும் தெரிந்து ராஜா வீட்டிற்கு வந்தவுடன், பாட்டி அவனை ஓய்வெடுக்க சொல்ல, அவன் உள்ளே சென்றான். அவர் கவியை பார்க்க, அவள் வருத்தமாக, நானும் இவர்களுடன் சென்று வருகிறேன். அவருக்கு முழுவதும் சரியானவுடன் தான் வருவேன் என்றாள்.

அனைவரும் யோசிக்க, பாட்டி மட்டும் நீ அவரை நன்றாக பார்த்துக் கொள் என்றார்.

அவள் பாட்டியிடம், தேங்க்ஸ் பாட்டி என்று அவரை அணைத்துக் கொண்டு அழுதாள்.

ராஜாவிற்கு ஒன்றும் ஆகாது. பயப்படாதே! அவனுடைய அம்மாவும் அழ, பாட்டி ஆறுதல் கூறி அனுப்பி வைத்தார்.

நான் அவருடன் ஊருக்கு செல்ல போகிறேன் என்று அவளது பையை காண்பித்தாள்.

கவி விமலாவிற்கு நன்றி கூறினாள். நீ கூறியதால் தான் அவரை பார்க்க சென்றேன். அதனால் தான் அவருடைய உடல்நிலை பற்றி தெரிய வந்தது.

நான் ஏதும் செய்யவில்லை. உங்களுடைய காதலை நீங்கள் உணர்ந்ததால் தான், அவர் உங்களிடம் மறைப்பது கூட தெரிய வந்தது. இருவரும் அணைத்துக் கொண்டிருக்க, என்ன பேசுகிறீர்கள்? எனக்கு ஒன்றுமே புரியவில்லை. மச்சானுக்கு வலி ஏற்பட்டு உள்ளது மட்டும் தான் புரிகிறது.

காதலினால் அருகே இருந்து புரிந்து கொள்ளவும் முடியும். தூரத்தில் இருந்தாலும் அவர்களுக்கு பிரச்சனை என்றால் உணரவும் முடியும் விமலா கூற, அவளை பார்த்தவாறே யுவி நிற்க,

நான் அவருக்கு சரியான பின் தான் வருவேன். அதனால் நீங்கள் ஒருவருக்கொருவர் துணையாக இருந்து பார்த்துக் கொள்ளுங்கள். இருவரும் ஒருவரை ஒருவர் பார்த்துக் கொண்டனர்.

அவன் அருகே வந்து, யுவி உனக்கு அம்மாவை பற்றி தெரியும் பார்த்துக் கொள் கூறி விட்டு, இருவரும் நான் கூறியதை மறந்து விடாதீர்கள் என்று கூறி விட்டு கிளம்பினாள்.

காலை விமலா பேசி விட்டு செல்லும் போது அவளை நிறுத்தி கவி அவளிடம்,

நீ நினைப்பது தவறு. காதலுக்கு பணம் ஏதும் தேவையில்லை. அன்பு ஒன்றே போதும். யுவிக்கும் இப்பொழுது அன்பு தான் தேவைப்படுகிறது. என்ன தான் அவன் நல்லவாறு நடந்து கொண்டாலும்,

அவனுக்கு துன்பம் என்றால் யாராவது அருகே இருக்க வேண்டும். இல்லையெனில் அவன் தவறான பாதையை தேர்ந்தெடுத்து விடுவான்.

நீ கூறியது போல் செய்து விடாதே! என்று கூறி இருப்பாள்.

அவள் கிளம்பிய பின், யுவியை கவி பார்த்திருப்பாள். அவனிடம் உன்னுடைய காதலை சொல்ல தாமதமாக்கி விடாதே!சீக்கிரம் சொல்லி விடு அவள் செல்வதற்குள்.

அவள் எங்கே செல்ல போகிறாள்? கேட்க, நம் வீட்டிலே எத்தனை நாட்கள் இருப்பாள் வேலைக்காரியாக,

அவளை வேலைக்காரி என்று கூறாதே!

எப்படி அவளை கூறுவது? சொல்லுடா. நீ உன் காதலை கூறினால் மட்டும் போதும். அவளை யாரும் ஏதும் கூற முடியாது. உனக்கே தெரியும் அவளுக்கு உன் மீது காதல் இருப்பது. காதலிப்பவர் வீட்டில் வேலைக்காரியாக இருப்பது எவ்வளவு கஷ்டமாக இருக்கும். அவள் பாவம்டா.... இதுவரை யாரும் அவளை அதிகமாக பேசியதில்லை. பேசாமல் பார்த்துக் கொள்வது உன் கடமை என்று கூறி இருப்பாள்.

ராஜாவும், கவியும் அவர்களிடம் கூறி விட்டு கிளம்பினர். யுவியும் விமலாவும் ஒருவரை ஒருவர் பார்த்துக் கொண்டிருக்க, வருணும் நிலாவும் வந்தனர்.

வருணை பார்த்தவுடன், பைத்தியம் என்னடா, இப்படி டென்சன் ஆக்கி விட்டாயே என்று கையை ஓங்க, நிலா விமலாவை நிறுத்தி, அவனது கையை பிடித்துக் கொண்டு, அவனை அடிக்காதே!என்று கூற

இரண்டு பேரும்... இரண்டு பேரும்..... என்று விமலா திக்கிக் கொண்டிருக்க, வருண் நிலா கன்னத்தில் முத்தமிட, மூவரும் கட்டிக் கொண்டு குதிக்க, அவள் மகிழ்ச்சியாக சிரிப்பதை முதல் முறை பார்த்து ரசித்துக் கொண்டிருந்தான் யுவி.

அவளது காதலை புரிந்து கொள்ள, இத்தனை வருடங்களா? வருணை திட்டி விட்டு, இருவருக்கும் வாழ்த்துக்கள் விமலா கூற,

எனக்கு வேலையும் கிடைத்து விட்டது. கௌதம் அப்பா தான் உதவினார் என்று மகிழ்ச்சியாக வருண் கூற, நிலா அவனை கிள்ளினாள்.

விமலா வருத்தமானாள்.

நான் யுவி வீட்டில் தான் வேலை செய்கிறேன் கூற, இருவரும் அவனை பார்த்தனர். பின் அவளை தனியே அழைத்து வந்து. இது சரிவராது, உன் காதல் அவர்களுக்கு தெரிந்தால் என்னவாகும்?

அதை நான் பார்த்துக் கொள்கிறேன். கொஞ்ச நாட்கள் தான். ஒரு மாதம் தான். பின் எனக்கு படிப்பிற்கு ஏற்ற வேலை கிடைக்கும் நம்பிக்கையுடன் பேசி விட்டு,

அவர்களது வீட்டில் பத்து மணிக்கே வேலை முடிந்து விடும். இரவு ஏதாவது வேலை கிடைக்குமா? ஏற்பாடு செய்து தருகிறாயா?

முதலில் நீ தனியாக இருந்தாய்? வேலை பார்த்தாய்? யுவி வீட்டில் வேலை செய்ய போகிறாய்? அவர்களுக்கு இரவில் வேறு இடத்தில் வேலை பார்ப்பது தெரிந்தால், தவறாக பேசுவார்களே!

அதற்காக அம்மாவை விட சொல்கிறாயா? என்னால் முடியாது. நானே எவ்வளவு கஷ்டப்பட்டு அம்மாவை உயிரோடு இருக்க வைத்திருக்கிறேன் என்று கூற,

இப்பொழுது நீ என்ன கூறினாய்? என்று வருண் கேட்க,

என்னடி பேசுற? நீ அம்மாவை உயிரோடு இருக்க வைத்தாயா? நிலா கேட்க,

அவள் வேகமாக அங்கிருந்து செல்ல முயல, வருண் அவளது கையை இறுக்கமாக பற்றி என்ன கூறினாய்? தெளிவாக கூறு என்று சத்தமிட, அருகிலிருந்தவர்கள் அவளை பார்க்க,

வருண் கத்தாதே! என்று நிலா அவனை அமைதியாக்கினாள். யுவியும் அங்கே வர,

விமலா அழ ஆரம்பித்தாள். ஆரம்பத்திலே எனக்கு சந்தேகம் இருந்தது. சொல்கிறாயா? இல்லையா?

அவள் யுவியை பார்த்தாள். அவனும் இங்கேயே இருக்கட்டும். நீ கூறு.... வருண் கூற,

அவள் தயங்கிக் கொண்டிருக்க, எனக்கும் தெரியும். நீ எதையும் மறைக்காமல் கூறு என்று யுவி சொல்ல, உனக்கு தெரியுமா? என்று வருணை பார்த்தாள். அவளை மூவரும் தனியே அழைத்து வந்தனர்.

என்னுடைய அம்மாவை சரி செய்ய புது முறைகள் உள்ளது. அதை கையாண்டாலே அனைத்தும் சரியாகி என் அம்மா கிடைத்து விடுவார்கள் என்றும் அதற்கு நிறைய செலவாகும் என்றும் கூறினார்கள். ஆனால் இது வெளியே தெரிந்தால் அதற்கான மருந்துகள் கிடைக்காது என்று கூறியதால் தான், நான் அதை பற்றி ஏதும் கூறவில்லை சொன்னவுடன் அவள் கன்னத்தில் அறை விழுந்தது. யுவி அடித்து விட்டான் விமலாவை.

நீ என்ன முட்டாளா? எதை பற்றியும் உறுதியாக தெரியாமல் அம்மாவை அவர்களிடம் விட்டு, என்ன செய்து கொண்டிருக்கிறாய்?

அம்மா முன் இருந்ததற்கு இப்பொழுது பரவாயில்லை வெகுளியாக அவள் கூற,

உன்னை என்ன செய்வது? இறந்தவர்களை கூட உயிரோட இருப்பவர் போல் காட்ட முடியும். உன்னை அவர்கள் ஏமாற்றுகிறார்கள் பணத்திற்காக.... வருண் கூற,

என்னுடைய அம்மாவிற்கு ஏதும் இல்லை என்று அழுது கொண்டே வருணை அடித்தாள். மூவரும் என்ன செய்வது என்று தெரியாமல் இருக்க,

யுவி வருணை அழைத்து வந்து, மருத்துவமனை, சிகிச்சை அளிக்கும் மருத்துவரை பற்றி கேட்டு விட்டு, விமலாவிடம் வந்து, நாங்கள் தான் தவறாக புரிந்து கொண்டோம். அதெல்லாம் ஒன்றுமில்லை. நான் மருத்துவரிடம் பேசினேன் என்று சமாதானப்படுத்தி, நீ என்னுடைய வீட்டிற்கு தானே வரணும். நானே விட்டு விடுகிறேன் என்று அவளை அழைத்து சென்றான். அவளும் சமாதானமாகி வீட்டிற்கு சென்று வேலையை கவனிக்க ஆரம்பித்தாள்.

அவன் நேராக சென்று பாட்டியிடம் கூற, இருவரும் மருத்துவமனைக்கு கிளம்பினார்கள். ஏற்கனவே வருணும், நிலாவும் மருத்துவமனை வந்து விமலாவின் அம்மாவை பார்த்தனர். நன்றாக இருப்பது போல் இருந்தார். யாரோ வரும் சத்தம் கேட்கவே, மறைந்து கொண்டனர் இருவரும்.

இந்த அம்மா பிழைக்க வாய்ப்பே இல்லை. இரண்டு நாட்களே அதிகம் என்று பேசிக் கொண்டிருந்தனர். இதை கேட்டு, நிலா கண்கலங்கி அழ, வருண் அவளது வாயை மூட, அவர்கள் சத்தம் இல்லாமல் இருக்கவே, வருணும் நிலாவும் வெளியே வந்தனர். ஆனால் போனவர்கள் திரும்பி வந்ததில் இவர்களை பார்த்து விட்டனர்.

வருண் நிலாவின் கையை பிடித்து ஓட ஆரம்பித்தான். சரியாக எதிரே யுவியும் பாட்டியும் வந்தனர். அவர்களை பார்த்தவுடன், பிடிக்க வந்தவர்கள் மருத்துவரிடம் சொல்ல,

பாட்டியிடம் அவர்கள் பேசியதை கூறினார்கள். பாட்டி வேறொரு மருத்துவமனைக்கு அம்மாவை மாற்றுவது பற்றி

பேச, மருத்துவமனையின் முதலாளி அங்கே வந்து பாட்டியை அழைத்து செல்ல, மூவரும் உடன் சென்றனர். பாட்டி அவர்களிடம் உண்மையை கூறி விடுங்கள். இல்லையென்றால் பத்திரிக்கையாளர்களிடம் நீங்கள் பதில் கூற வேண்டும் என்று கூற, வருண் வீடியோ எடுத்தான் அவர்களுக்கு தெரியாமலே.

அவர்கள் இரண்டாவது மாரடைப்பிலே இறந்து போக வேண்டியது. அந்த பொண்ணு ரொம்ப அழுதாள். பணம் வேண்டுமென்றால் கூட வாங்கி கொள்ளுங்கள் என்றாள். அவள் பணம் தந்து தான், அவளுக்கு தெரிந்து தான் அனைத்தும் செய்தோம்.

பொய் கூறாதீர்கள்! புதிய முறைகள் என்று அவளை ஏமாற்றி இருக்கிறீர்கள்? என்று விமலா பேசிய வீடியோவை போட்டுக் காண்பிக்க, அவர் அனைத்தையும் ஒத்துக் கொண்டார். தடை செய்யப்பட்ட மருந்தின் மூலம் தான் இவ்வளவு நாட்கள் உயிரோடு இருந்தார்.

அந்த வீடியோவை பத்திரமாக அவனே வைத்துக் கொண்டான். முதலில் சரியான சிகிச்சையை ஆரம்பிங்கள் என்று பாட்டி கூற, அவர்களோ அவர் இறப்பது நிச்சயம் தான் என்று கூறினார்கள். இதற்கு மேல் எதுவும் செய்ய முடியாது.

முயற்சி செய்யுங்கள். பார்ப்போம் என்றனர். வருண் ரோஜாவை அங்கே வரவழைத்து கூற, அவள் நிலாவின் மீது சாய்ந்து அழுது கொண்டிருந்தாள். பின் பாட்டி, ரோஜாவை பற்றி வருணிடம் கேட்டார். அவள் பத்தாம் வகுப்பு தான் படித்துக் கொண்டிருக்கிறாள் என்று.... கூறினான்.

யுவியிடம் நீ சென்று விமலாவை அழைத்து வா என்று பாட்டி கூற, தயங்கினான் யுவி. நான் அவளுக்கு புரிய வைக்கிறேன் என்றவுடன் வீட்டிற்கு சென்று, வா என்னுடன் என்று கூப்பிட்டான்.

நானே வீட்டிற்கு சென்று விடுவேன் அவள் கூற, இந்த நேரத்தில் அவளை எங்கே அழைக்கிறாய்? அம்மா கேட்க, பாட்டியிடம் என்றான். அவர்கள் எங்கே சென்றார்கள்? நான் வந்து கூறுகிறேன் என்று கோபமாக முகத்தை வைத்துக் கொண்டு, அவளை இழுத்து வண்டியில் உட்கார சொல்லி, மருத்துவமனை வந்தனர்.

அங்கே வந்தவுடன், என்ன நடக்கிறது? என்று கத்தினாள். அமைதியாக வா.

பாட்டி இங்கேயா இருக்கிறார்கள்? முதலில் கூறு என்று அவள் கத்திக் கொண்டிருக்க, வாயை மூடு என்று ஒரு சத்தம் அவன் கொடுக்க,

எதுவும் பேசாமல் பயந்து கொண்டே வந்தாள். விமலாவை பார்த்து ரோஜா அவளை கட்டிக் கொண்டு அழ,

வருண் அமைதியாக அந்த வீடியோவை காட்டினான். அவள் கோபமாக மருத்துவரை பார்க்க வேண்டும் என்று அழுது கொண்டு கத்தவே, பாட்டி அவளை தடுத்து,

உன் மீதும் தான் தவறுள்ளது என்று கூற,

அவர்கள் என்னை ஏமாற்றி விட்டார்கள்.

இல்லை நீ தான் ஏமாந்து இருக்கிறாய்? ஏமாந்த உன் மீது தான் தவறு. கொஞ்சம் யோசித்து பார். பணம் என்றவுடன் உன்னை ஏமாற்றினார்கள். பணத்திற்கு ஆசை படாத ஆளில்லை. உன்னால் உன் அம்மாவும் எவ்வளவு போராடி இருப்பார்கள். அன்றே இறந்திருந்தால் நிம்மதியாக உயிர் சென்றிருக்கும். இத்தனை நாட்களாக காப்பாற்றுகிறேன் என்று அவர்களை போராட வைத்து காயப்படுத்தி இருக்கிறாய்.

நாம் மனிதர்கள் தான் கடவுள் அல்ல. உயிர் துளிர் விடுவதும், அழிவதும் கடவுள் செயல். அதை யாராலும் மாற்ற முடியாது. அதை மாற்ற முயன்று நீயும் காயப்பட்டு, அம்மாவையும் காயப்படுத்தி விட்டாய். ஏற்றுக் கொள்ள பழகிக் கொள் என்று அறிவுரை கூறினார் பாட்டி. அவள் பயங்கரமாக அழ ஆரம்பித்தாள். அனைவரும் அவளையே பார்த்துக் கொண்டிருந்தனர். ரோஜாவும் அழ ஆரம்பித்தாள். நிலாவும் பாட்டியும் அவர்களை சமாளிக்க, மருத்துவர்கள் வெளியே வந்து, அவர் உயிர் பிரிந்தது என்றனர். ரோஜா ஓடி வந்து அவளது அம்மாவை பிடித்துக் கொண்டு அழ, விமலா அழுவதை நிறுத்தி விட்டு அப்படியே உட்கார்ந்தாள்.

அவரது உடலை, அவர்களது வீட்டிற்கு எடுத்து வந்தனர். பாட்டி அவரது வீட்டில் உள்ளவரிடம் கூற, வருண் அம்மா, அப்பா. நிலாவின் அம்மா, அப்பா... யுவியின் அம்மா, சித்தப்பா, சித்தி, பெரியம்மா அனைவரும் வந்தனர். நிலாவும், வருணும் விமலாவை பிடித்து உலுக்கி அழு.... அழு..... கத்தினார்கள். அவள் நிலையை பார்க்க முடியாமல் யுவி வெளியே சென்றான்.

யுவியின் பெரியப்பா தான் சடங்குகளுக்கு ஏற்பாடு செய்தார். அவள் அழவே இல்லை. கௌதம் வந்தான். பின் அவளது அம்மாவின் உடல் அகற்றப்பட்டது. அனைத்து சடங்கையும் விமலா தான் செய்தாள். ஒரு சொட்டு கண்ணீர் கூட விடாமல், அனைத்தும் முடிந்து வீட்டிற்கு வந்தவுடன் ஒவ்வொருவராக

கிளம்பினர். கடைசியில் பாட்டி, அவர்களை விட்டு செல்ல மனமில்லாமல் பார்த்துக் கொண்டே காரில் ஏற, யுவி அங்கேயே நின்று கொண்டிருந்தான். பாட்டி அவனை கூப்பிட, இருங்கள் வருகிறேன் என்று கூறி விட்டு உள்ளே வந்தான். விமலாவை பார்த்து கவனமாக இருங்கள். எதுவும் வேண்டுமென்றால் போன் போடுங்கள் என்று கூறி விட்டு, வெளியே செல்ல மனமில்லாமல் இருக்க, ரோஜா கவனித்தாள் அவன் விமலாவையே பார்ப்பதை.

நிலாவிற்கு போன் செய்து இருவரையும் இன்று உங்கள் வீட்டில் வைத்து பார்த்துக் கொள்கிறாயா? யுவி கேட்பதை பார்த்து, விமலா நிமிர்ந்து அவனை பார்த்தாள்.

எங்களுக்கு ஒன்றுமில்லை. நீ கிளம்பு என்று கூறவே, அவளை பார்த்து விட்டு கிளம்பினான் யுவி. மணி இரண்டை தாண்டியது. அழுது கொண்டே தூங்கிய ரோஜா எழுந்தாள். பக்கத்தில் விமலா இல்லை. வீட்டினுள் தேடினாள். அழுது கொண்டே வருணிற்கு போன் செய்தாள். அவன் குடும்பம் முழுவதும் அவளை தேட, அவள் எங்கேயும் இல்லை. அவனுக்கு என்ன செய்வதென்று தெரியாமல் இருக்கவே, யுவி நினைவு வந்து அவனுக்கு போன் செய்தான் வருண்.

அவன் விசயத்தை கூற, பதட்டமாக பாட்டியிடம் வந்து கூற, அவனுடைய சித்தப்பா, பெரியப்பா அனைவரும் அவளை தேடி கிளம்பினார்கள். அவள் எங்குமே இல்லை. யுவிக்கு, விட்ட இடத்தில் தான் எதையும் தேட வேண்டும் பாட்டி கூறியது பற்றி யோசித்து விட்டு, அதே மருத்துவமனைக்கு கிளம்பினான்.

அங்கு தான் வெளியே ஒரிடத்தில் அமர்ந்திருந்தாள் விமலா. அவன் வேகமாக வந்து அவளது கையை பிடிக்க, எந்த உணர்வுகளையும் காட்டாதவாறு இருந்தாள். அவன் அனைவரிடமும் கூற, பாட்டி விமலாவையும், ரோஜாவையும் அவர்களது வீட்டிற்கு அழைத்து வரச் சொன்னார். அவள் வீட்டிற்கு வந்ததும், அனைவரும் அவளிடம் பேச அவள் அப்படியே தான் இருந்தாள். யுவியின் அம்மா அவனை விடாது அடித்துக் கொண்டிருக்க, தடுக்க வந்தவர்களுக்கும் அடி விழுந்தது. ஒரு வழியாக அவளை அழ வைத்தார். அவரையே கட்டிப் பிடித்து அழுதாள். அவரும் ஏதும் கூறவில்லை. பின் இருவரையும் ஒரு அறையில் தங்க வைத்தனர்,.

விமலா பத்து நாட்களாக அந்த அறையை விட்டு வெளியே வரவே இல்லை. பாட்டியும், யுவியின் அம்மாவும் தான்

அவளை கவனித்துக் கொண்டனர். யுவி அறையின் வெளியே நின்று பேசுவான். அவள் பதிலேதும் கூறாமல் அவன் பேசுவதை கேட்பாள். வருணும் நிலாவும் வந்து பேசுவார்கள். அவர்களை உள்ளே வர விட்டாள் விமலா. ரோஜா வேறொரு தனி அறையில் தான் இருந்தாள். இப்படியே நாட்கள் நகர்ந்து கொண்டிருக்க, விமலா அவளாகவே வெளியே வந்தாள். அனைவரும் அவளையே பார்த்தனர்.

யுவியின் அம்மா, நானும் என் அக்கா இறந்த போது இப்படி தான் அறையுனுள்ளே அடைந்து கிடந்தேன் கூறி கொண்டே அவளருகே வந்து, உனக்கு இப்பொழுது நன்றாக உள்ளது தானே!

நான் என் அம்மா இறந்ததை ஏற்றுக் கொண்டேன் கண்ணீரோடு கூற, ரோஜா அவளை அணைத்துக் கொண்டு,

அக்கா, நான் உன்னையும் தொலைத்து விடுவேனோ என்று பயந்து கொண்டிருந்தேன் என்று அவள் அழ, யுவியின் அம்மாவிற்கு, அவரது அக்காவுடன் இருந்த நினைவு எழவே, இருவரையும் கண்கலங்கியபடி பார்த்துக் கொண்டிருந்தார். எனக்கு விமலாவை பாக்கும் போது என் அக்காவை பார்ப்பது போல் உள்ளது என்று மனதினுள் நினைத்தவாறே,

அக்கா இவளை இங்கே அனுப்பி இருப்பாளோ என்று நினைத்துக் கொண்டிருக்க, விமலா ரோஜாவை அணைத்துக் கொள்ள, அவரை மீறியும் அழ ஆரம்பித்தார். உன்னை போல் தான் என்னுடைய அக்காவும் விமலாவை பார்த்து விட்டு, உன் அக்காவை நன்றாக பிடித்துக் கொள். உன்னை விட்டு எங்கும் செல்லாதவாறு என்று ரோஜாவிடம் கூறி விட்டு அழுது கொண்டே அவரது அறைக்கு சென்றார். இதை கவி வெளியே இருந்து பார்த்து விட்டு, வேகமாக யுவி அம்மாவிடம் சென்று கட்டிக் கொண்டாள்.

உங்கள் அக்கா இல்லை தான். நான் இருக்கிறேன் என்று அவள் கூற, இருவரும் அணைத்துக் கொண்டு அழுதனர். அதை பார்த்த அனைவர் கண்ணிலும் நீர் தொட்டு சென்றது.

போதும்மா. எல்லாரும் அழுவதை நிறுத்துங்கள். கவி இப்பொழுது தானே வந்திருக்கிறாள். அவள் ஓய்வெடுக்கட்டும்.

ராஜா எப்படி இருக்கிறான்? பெரியம்மா கேட்க, அவர் பூரணமாக குணமடைந்து விட்டார் கூறி விட்டு, அம்மாவை பற்றி செய்தி வந்தது. நீ கஷ்டப்படும் போது உன்னுடன் நான் இல்லாமல் போய் விட்டேன் என்று கவி விமலாவிடம் கூற,

அம்மா உயிரோட இருந்தும், இத்தனை நாட்களாக நாங்கள் இருவரும் தனியாக தான் இருந்தோம். ஆனால் நான் அறையினுள் அடைந்து இருந்தாலும் ஆன்ட்டி, பாட்டி அனைவரும் என்னையும் ரோஜாவையும் நன்றாக பார்த்துக் கொண்டார்கள்.

நான் ரோஜா சிரிப்பதை கேட்டு நிறைய வருடங்களானது. அம்மா மருத்துவமனையிலும், நான் இரவு முழுவதும் வேலையிலும், கல்லூரியில் தான் தூங்குவேன். என் நண்பர்கள் எனக்கு உறுதுணையாகவும் இருந்தனர். ஆனால் நான் தான் ரோஜாவுடன் நேரம் செலவழித்ததே இல்லை. நான் அறையினுள் இருந்த போது, அவள் கூறினால், நான் இங்கே மகிழ்ச்சியாக இருக்கிறேன்.. என்னுடன் விளையாட நிறைய பேர் இருக்கிறார்கள். ஆனால் நீ என்னுடன் சிறு வயதில் தான் விளையாண்டாய், பேசினாய்..... முழுவதும் அம்மாவிற்காகவும் எனக்காகவும் தான் வேலை செய்திருக்கிறாய். ஒரு நாளாவது என்னுடன் விளையாட வா அக்கா. இனி நீ நிறைய பணம் சேர்த்து வைக்க வேண்டிய அவசியமில்லை. படிப்பு, சாப்பாட்டிற்கு மட்டும் தானே... கிடைத்ததை வைத்து உன்னுடன் சேர்ந்து இருக்க வேண்டும் என்று கூறினாள்.

என்னை விட அவள் தான் மிகவும் கஷ்டப்பட்டு இருக்கிறாள் என்று விமலா அழுது கொண்டே, நீங்கள் எங்களை நன்றாக பார்த்துக் கொண்டீர்கள். வீட்டிற்கு வேலைக்கு வரும் பெண்ணிற்கு யாரும் இந்த அளவு செய்ய மாட்டார்கள். உங்களது எல்லா உதவிக்கும் நன்றி.

நானும், ரோஜாவும் இரண்டு நாட்களுக்கு வெளியே சென்று வருகிறோம் அவளது ஆசைப்படி, பின் இங்கே வந்து எப்பொழுதும் போல் என்னுடைய வேலையை செய்கிறேன் கூற,

என்னம்மா பேசுகிறாய்? நீ எங்களுடைய யுவிக்கு எவ்வளவு பெரிய உதவி செய்திருக்கிறாய்? உன்னை வேலைக்காரியாக பார்க்கிறோம் என்று நினைக்கிறாயா? என் மகள் உன்னை தன் அக்காவை போல் உணர்கிறாள். நீ சிறிய பெண்ணாக இருந்தாலும், என் மூத்த மகளுடைய குணம் அப்படியே உன்னிடம் உள்ளது. உன்னை பார்க்கும் போதெல்லாம் எனக்கும் என் மகளை பார்ப்பது போல் தோன்றுகிறது. அதனால் தான் கவிதா உன்னிடம் நெருக்கமாக பழகுகிறாள் என்று நினைக்கிறேன்.

உங்களுக்கு என்ன? இரண்டு நாட்கள் வெளியே செல்ல வேண்டும் அவ்வளவு தானே! அனைவரும் செல்வோம். உன்னையும்,

ரோஜாவையும் யாரும் தொந்தரவு செய்ய மாட்டார்கள். நீங்கள் என்ன வேண்டுமானாலும் செய்யலாம். நீங்களும் எங்கள் வீட்டு பிள்ளைகள் தான் என்று பாட்டி கூற, விமலா மண்டியிட்டு அழுதாள். பாட்டி அவளை எழ செய்து, எங்கே போகலாம் என்று சேர்ந்து முடிவெடுங்கள் என்று கூற, யுவி ஒன்று சொல்ல, கவிதா ஒன்று சொல்ல, குட்டி பையன் ஒன்று சொல்ல, அனைவரும் சிரித்தனர். பின் ரோஜா ஓரிடத்தை கூற, அனைவரும் செல்ல முடிவெடுத்தனர். கவி முதலில் நீ ஓய்வெடு. பின் உன்னுடைய பொருட்களை எடுத்து வை. அனைவரும் தயாராகுங்கள். நாம் நாளையே செல்லலாம் என்றார் பாட்டி. மறுநாள் வருணும் நிலாவும் உடன் வந்தனர்.

அக்காவும் தங்கையும் சந்தோசமாக நேரத்தை கழித்துக் கொண்டிருக்க, யுவியின் கண்கள் விமலாவையே பார்க்க,

நீ என்று தான் அவளிடம் கூற போகிறாய்? கவி கேட்க, அவன் யோசித்துக் கொண்டிருந்தான்.

விமலாவும் ரோஜாவும் மகிழ்ச்சியாக இருப்பதை யுவியின் குடும்பம் பார்த்து மகிழ்ச்சியடைய, இப்பொழுது தான் எல்லாம் சரியானது போல் உள்ளது என்று யுவியின் பாட்டி கூற,

ஆமாம்மா, இந்த வயதில் இவர்கள் எவ்வளவு கஷ்டப்பட்டு விட்டார்கள். இனியாவது அவர்களுக்கு புதிய விடியல் பிறக்கட்டும் யுவி அம்மா கூற, கவிதா அவர்கள் இருவருக்கும் இடையே உட்கார்ந்து,

நீங்கள் நினைத்தால் கண்டிப்பாக பிறக்கும் என்றாள். யுவியின் அம்மா புரியாமல் பார்க்க, பாட்டி எனக்கு தெரியும் என்றார்.

பாட்டி, உங்களுக்கு என்ன தெரியும்?

நம் யுவிக்கு விமலாவை பிடிக்கும் தானே! கூற, யுவி அம்மா

அவளை என் மகனிற்கு பிடிக்குமா? அதிர்ச்சியடைய,

ஏன், உங்களுக்கு அவளை பிடிக்காதா?

பிடிக்கும் தான் என்று அவர் யோசிக்க, உங்கள் மகனுக்கு அவளை கொஞ்ச நாட்களாக தான் பிடிக்கும். ஆனால் விமலாவிற்கு மூன்று வருடங்களாக அவனை காதலிக்கிறாள். இதுவரை அவனிடம் ஒரு வார்த்தை கூட கூறியதில்லை. அவனை பல முறை காப்பாற்றி இருக்கிறாள். அனைத்தும் யுவிக்கு இப்பொழுது தான் தெரிய வந்தது. நீங்கள் வேண்டுமானாலும் பாருங்கள்.

அவன் அங்கே இல்லையென்றால் தேடுவாள். பார்க்கிறீர்களா? என்று கவி யுவிக்கு போன் செய்து சாப்பிட ஏதாவது வாங்கி வா என்று கூற, அவனும் அங்கிருந்து சென்றான்.

ரோஜாவுடனும், குட்டி பசங்களுடனும் விளையாடிக் கொண்டிருந்த விமலா யுவியை தேடினாள். அவன் மட்டும் அங்கே இல்லாததை பார்த்து நண்பர்களிடம் வந்து, யுவியை பற்றி கேட்க மூவரும் தேடினர்.

பாருங்கள், நான் கூறினேனே! எப்படி தேடுகிறாள்? என்று... கவி கூற, பாட்டி அவளிடம் வந்து யாரை தேடுகிறாய்?

பாட்டி, யுவி... கூற, அவன் எங்களிடம் கூறி விட்டு தான் வெளியே சென்றிருக்கிறான். வந்து விடுவான் என்றவுடன் தான் அமைதியானாள். பாட்டி அவளை பார்த்து சிரித்துக் கொண்டே செல்ல, யுவியின் அம்மாவும் சிரித்தார்.

பின் அவர்கள் கடற்கரைக்கு செல்ல, ரோஜாவிற்கு பயங்கர சந்தோசம், அக்கா வா விளையாடலாம் என்று விமலாவை அழைத்துக் கொண்டு செல்ல, அவர்களுடன் கவி, நிலா, வருண், குட்டி பசங்கள் சேர்ந்து கொள்ள, அனைவரும் விளையாடினார்கள்.

யுவி அவனது அம்மாவிடமும், பாட்டியுடனும் பேசிக் கொண்டிருந்தான். கவி அவனிடம் வந்து நீயும் வாடா என்று அவனை அழைக்க, நான் வரவில்லை என்றான்.

உனக்கு தான் பிடிக்குமே! அம்மா கேட்க, பிடிக்கும் தான். ஆனால் நான் வரவில்லை.

அதெல்லாம் முடியாது என்று கவி அவனை பிடித்து இழுக்க, வாடா என்று வருணும் வந்தான். யுவி தன்னுடைய சட்டை கழற்றி விட்டு அவனும் அவர்களுடன் வந்தான். நன்றாக விளையாண்டு கொண்டிருக்க, தடுமாறி விமலா வருண் மீது விழ வர, இடையே யுவி வந்ததால், இருவரும் சேர்ந்து தண்ணீரில் விழுந்தனர். இருவரும் எழுந்து நெருக்கமாக ஒருவரை ஒருவர் பார்த்துக் கொண்டிருந்தனர்.

என்ன ஆயிற்று? என்று கவி அருகே வர, விமலா பதட்டத்துடன் அங்கிருந்து வெளியே வந்தாள். அவள் நின்ற இடத்திற்கு பக்கத்தில் ஒரு குட்டிப் பொண்ணு அவளது அம்மா மடியில் படுத்துக் கொண்டு, அவர்களுடன் விளையாடிக் கொண்டிருந்தாள். அதை பார்த்தவுடன் அவளது கண்கள் கலங்கியது. நானும் இதே

போல் என்னுடைய அம்மாவுடன் விளையாடினேன் என் சிறு வயதில் என்று மனதினுள் நினைத்துக் கொண்டு நிற்க,

வருணும் நிலாவும் வந்தனர். அவர்களும் அதை பார்த்தனர். நிலா அவளது கண்ணீரை துடைத்து விட்டு, அணைத்துக் கொள்ள, வாருங்கள் செல்லலாம் என்று வருண் அழைக்க, அவர்கள் சென்றனர்.

யுவி விமலாவிடம், நான் உதவி செய்ய தான் வந்தேன் என்று பாவமாக கூறினான். எனக்கு தெரியும். நன்றி என்று கூறி விட்டு, ஒரப் புன்னகையுடன் சென்றாள் விமலா.

இவள் கோபப்படவில்லையா? என்று மனதினுள் சந்தோசமாக நெஞ்சை பிடித்து, அவனது காதலை உணர்ந்தான் யுவி புன்னகையுடன்.

இப்படியே இரண்டு நாட்களும் முடிய, வீட்டிற்கு வந்தனர்.

விமலா கல்லூரிக்குள் நுழைந்து ஓரிடத்தில் அமர்ந்தாள். வருணும், நிலாவும் ஜோடியாக அவளருகே வர,

என்ன ஆயிற்று விமலா? நிலா கேட்க,

எனக்கு மிகவும் சோர்வாக உள்ளது என்று அவள் கூற,

என்னடா இது ஆச்சர்யம்? விமலா நீயா கூறுவது? இத்தனை நாட்கள் தூங்காமல் வேலை செய்திருக்கிராய்? அப்பொழுதெல்லாம் ஒரு முறை கூட நீ இவ்வாறு கூறியதில்லை வருண் கூறினான்.

என் மனது தான் சோர்வாக உள்ளது. என் காதலை அவன் ஏற்றுக் கொள்ளவில்லை இருந்தாலும் அவர்களது வீட்டில் வேலை செய்து கொண்டு அவனை எப்படி காதலிப்பது? அவர்களும் எங்களை நன்றாக பார்த்துக் கொண்டார்கள். அவர்களுக்கு துரோகம் செய்வது போல் ஆகாதா?

நீ கூறுவதும் சரி தான். அவர்கள் வீட்டில் வேலை செய்து கொண்டு என்று வருண் பேச ஆரம்பிக்க, அவனது தலையிலே ஓர் அடியை போட்டு விட்டு நிலா,

இங்கே பார் விமலா என்று அவளருகே வந்து அமர்ந்து, காதலுக்கு உன் நிலையெல்லாம் தெரியாது. உனக்கு அவனை பிடித்திருக்கிறது தானே! சரியான சூழ்நிலையில் நீ அவனிடம் காதலை கூறவில்லை. மீண்டும் ஒரு முறை கூறுவது ஒன்றும் தவறில்லை. நீயே அவனிடம் உன் காதலை தெரிவிப்பது

நல்லது. பிறகு வேரொருவரை அவன் தேர்ந்தெடுத்து விட்டால் வருத்தப்பட்டு எதுவும் மாறாது. நன்றாக சிந்தித்து செயல்படு என்று கூறி விட்டு எனக்கு பசிக்கிறது என்று வருணிடம் யுவி வருவதை கண்ணை காட்டி அவனை இழுத்துச் சென்றாள்.

அங்கே இருந்த கல் இருக்கையில், தலையை இருக்கையின் விளிம்பில் சாய்த்து கண்ணை மூடி சிந்திக்கிறேன் என்று தூங்கி விட்டாள் விமலா. அவளை தாண்டி சென்ற யுவி, அவளை பார்த்தவுடன் அவளருகே வந்து பக்கத்தில் உட்கார்ந்து, அவளை கொஞ்ச நேரம் பார்த்துக் கொண்டிருக்க, அவள் விழிப்பது போல் இருக்கவே, அவன் கண்ணை மூடி தூங்குவது போல் நடித்தான். இதை தூரத்தில் இருந்து வருணும், நிலாவும் பார்த்துக் கொண்டு,

அவனுக்கும் அவளை பிடித்திருக்குமோ! என்று நிலா வருணிடம் கேட்க,

என்ன இருக்குமோ! அது உண்மை என்று நேரடியாகவே தெரிகிறது என்று வருண் கூற,

எனக்கும் தோன்றுகிறது தான் இருந்தாலும்.... என்று நிலா யோசிக்க,

அவர்கள் ஏதாவது செய்யட்டும். நாம் வெளியே செல்வோமா? வருண் கேட்க,

உனக்கு வேலை இல்லையா?

எட்டு மணிக்கு மேல் தான்.

சரி போகலாம். முதலில் இவர்களை கவனிப்போம் என்று இருவரும் அவர்களையே பார்த்துக் கொண்டிருக்க,

விமலா, கண்ணை திறந்தவுடன் யுவியை பார்த்து பயந்து வேகமாக எழுந்தாள். இவன் என் அருகே என்ன செய்து கொண்டிருக்கிறான்?

ஏதும் பேச வந்திருப்பானோ! மனதினுள் யோசித்தவாறு நின்றவள், சுற்றி சுற்றி பார்த்து விட்டு, மீண்டும் அவனை பார்த்தவாறு அருகிலே, கையை இருக்கையின் விளிம்பில் வைத்தவாறு உள்ளங்கையை கன்னத்தில் வைத்துக் கொண்டு, அவன் தூங்குகிறான் என்று நினைத்து அவனையே ரசித்துக் கொண்டு,

எனக்கு என்ன செய்வதென்று தெரியவில்லையே என்று கவலையோடு பேசிக் கொண்டு, நிலா கூறியது சரியா? இல்லை,

வருண் நினைத்தது நான் யோசிப்பது சரி என்றான். அது சரியா? குழப்பமாக உள்ளதே!

இன்னும் ஒரு மாதத்தில் எப்படியும் கிளம்பி விடுவேன். ஆனால் இப்பொழுது என்னால் இவர்களது வீட்டை விட்டு வர முடியாது. ரோஜா தற்பொழுது தான் மகிழ்ச்சியாக இருக்கிறாள். அதை என்னால் கெடுக்க முடியாது. எனக்கும் பிடித்து இருக்கிறது. ஆனால் என்னால் அங்கே இருக்க மனது ஏற்று கொள்ள மாட்டேங்கிறது.. நான் என்ன செய்வது? நீயும் என்னை ஏற்றுக் கொள்ள மாட்டாய். நிலா கூறியது போல் சொல்லவா? இல்லை கிளம்பவா? எனக்கு எதற்கு உன்னை பிடிக்க வேண்டும்? மனதில் நினைப்பதாக நினைத்து அவள் வெளியே சொல்ல, அவள் பேசுவதை கேட்டவாறு யுவியும் தூங்குவதை போல் பாவனை செய்து கொண்டிருந்தான்.

பின் ஏதும் பேசாமல் அவனை பார்த்துக் கொண்டிருந்தாள்.

வருணும், நிலாவும் அருகே வர,

ஓய், இவன் என்ன செய்கிறான்? வருண் சத்தமாக பேச,

உஷ்..... உஷ்...... சத்தம் போடாதே! அவன் தூங்குகிறான் என்று மெதுவாக விமலா கூற, வருண் அவனருகே வந்து வேண்டுமென்றே சத்தம் போட,

டேய், அரை மெண்டல்.... என்று உட்கார்ந்தவாறு எட்டி வருணது வாயை விமலா மூட, அவளது துப்பட்டா யுவி மீது விழுந்தது. அவனோ மனதினுள் மகிழ்ச்சியுடன் சிரிக்க,

விமலா எழுந்து, வாடா... அவனை இழுக்க,

அவனை நான் தொந்தரவு செய்ய மாட்டேன். நீங்கள் செல்லுங்கள். நான் வருகிறேன் வருண் கூற, விமலா யுவிவை பார்க்க,

அவனை யாரும் கடத்தி விட மாட்டார்கள். நீ செல்..... அவன் விழித்த பின், நான் வருகிறேன் வருண் கூற,

அவனிடம் எதையும் கூறி விடாதே! விமலா கூற, நான் எதுவும் கூற மாட்டேன் என்று மனதினுள் சிரித்தான் வருண். விமலாவும், நிலாவும் அங்கிருந்து செல்ல,

போதும் நடித்தது எழுந்து விடு. அவள் சென்று விட்டாள் என்றான் வருண்.

யுவி மெதுவாக கண்ணை திறக்க, வருண் அவனை பார்க்க, யுவி எதுவும் கூறாமல் எழுந்திருக்க,

நில்லு யுவி, நீ எதற்காக அவளிடம் நடிக்க வேண்டும்? உனக்கு அவளை பிடித்திருக்கிறது தானே?

யுவி அவனருகே வந்து அமர்ந்தான். பிடித்திருந்தால் என்ன?

நண்பனாக ஒன்று கூறுகிறேன் கேள். அவளை பிடித்திருந்தால் அவளிடம் விரைவிலே கூறி விடு, இல்லையென்றால் அவளை தொலைத்து விடுவாய் என்று வருண் கூற,

எங்களுடைய வீட்டிலிருந்து கிளம்பி விடுவாள். அவ்வளவு தானே!

இவ்வளவு சாதாரணமாக எடுத்துக் கொள்ளாதே! அவளை பார்க்கவே முடியாமல் கூட போகலாம்.

அவளுடைய வீட்டில் தானே இருப்பாள்?

அவள் என்ன தான் வேலை அசதியில் கல்லூரிக்கு வந்தாலும், அவள் வகுப்பில் நடத்துவதை வைத்தே முதல் மதிப்பெண் வாங்கிடுவாள்.

அவள் வெளிநாட்டிற்கு சென்று வேலை செய்ய முடிவெடுத்துள்ளாள். அதற்கு ஏற்றாற்போல் தான் இண்டர்வியூ அட்டெண் செய்ய போகிறாள். இன்னும் ஒரு மாதம் தான் உள்ளது. சென்று விடுவாள்.

அப்படியென்றால் அவள் புலம்பியது இதை பற்றி தானா?

என்ன பேசினாள்? வருண் கேட்க, யுவி கூறினான்.

அவள் இரண்டு விசயத்தை யோசித்து வைத்திருக்கிறாள்? அதை பற்றி தான் தற்பொழுது குழப்பத்தில் உள்ளாள். அதற்கான முடிவை அவள் தான் எடுக்க வேண்டும். அதை பற்றி என்னால் கூற முடியாது. உன் காதலை நீ எவ்வளவு சீக்கிரம் முடியுமோ விரைவிலே கூறி விடு. அது தான் உனக்கு நல்லது. எனக்கு அந்த ரெஸ்டாரண்ட்ல நீ பதட்டப்பட்டதை வைத்தே அவள் மீது உனக்கு காதல் வந்தது புரிந்து விட்டது. ஆனால் உன்னுடைய காதலை நீ தான் கூற வேண்டும்.

என்னால் அவளிடம் பேச கூட முடியவில்லை யுவி கூற,

நீ என்ன பேசுகிறாய்? அவள் உன்னுடைய வீட்டில் தான் இருக்கிறாள்? வாய்ப்புகள் அருமையாக கிடைக்கும். நீ

கண்டிப்பாக கூறு, இருவருமே எனக்கு நண்பர்கள் தான். எனக்கு இருவருமே முக்கியம் தான். பார்த்துக் கொள். வாய்ப்பை நழுவ விட்டு விடாதே! வருண் எழுந்து செல்ல, யுவி ஆழ்ந்த சிந்தனையில் இருந்தான்.

கல்லூரிக்கு அனைவரும் வர, ஒரு பொண்ணு யுவி பின்னாலேயே சுற்றிக் கொண்டிருந்தாள். அவனும் பெரியதாக கண்டு கொள்ளவில்லை. விமலாவும் இதனை பார்த்தாள். கெளதமிடமும் அவனுடைய நண்பர்களுடனும் சாதாரணமாக பழக ஆரம்பித்தாள் விமலா. இதை பார்த்து யுவிக்கு கோபம் வந்தாலும், அவன் ஏதும் கூறாமலே சென்று விட்டான். வருண் கெளதமிடனும் யுவியிடமும் நன்றாகவே பேசினான். இதை கவனித்த விமலா வருணிடம்,

யுவி யாருடனும் ஒட்டவே மாட்டிக்கிறான். கெளதமும் அவனும் மீண்டும் நண்பர்களாக நீ எனக்கு உதவுவாயா? விமலா கேட்க,

ஒ.கே செய்திடலாம் என்று இருவரும் அடித்துக் கொள்ள, டேய் நானும் இருக்கிறேன் என்று நிலா கூற,

அவளது கையிலும் இருவரும் தட்டி விட்டு, ஏதேனும் திட்டம் உள்ளதா? நிலா கேட்க,

ம்ம்.... இருக்கிறது வருண் கூற, இருவரும் தலையசைத்தனர்.

அன்று கல்லூரி முடிந்து அனைவரும் வெளியே வர, யுவி கெளதமை யாரோ அடித்துக் கொண்டிருக்கிறார்கள் என்று ஒருவன் கூற, கெளதமிடம் யாரோ யுவியை அடித்துக் கொண்டிருக்கிறார்கள் கூற,

இருவரும் யாருமில்லாத இடத்தில் சந்திக்க, உனக்கு ஒன்றுமில்லையே,.... என்று ஒருவரை ஒருவர் கேட்டுக் கொண்டிருக்க, கையை தட்டிக் கொண்டே மூவரும் வந்தனர்.

உங்களுடைய வேலை தானா? என்று கெளதம் கேட்க,

விமலா இருவருக்கும் இடையில் வந்து, என்னால் தான் உங்களது நட்பு முறிந்து விட்டது. நீங்கள் இருவரும் நல்ல நண்பர்கள் தான். தவறான செயலில் மட்டும் ஈடுபடாதே! என்று கெளதமிடம் சொல்ல, அவன் தலையசைத்தான். இருவரது கையையும் கோர்த்து விட்டு, ஒரு போட்டோ எடுத்து கல்லூரி குழுவில் போட்டனர். இருவரும் ஒருவரை ஒருவர் பார்க்க,

என்னை மன்னித்து விடுடா மச்சான் என்று கௌதம் யுவியை கட்டி பிடிக்க, அவன் விமலாவை பார்க்க, அவள் கவனித்து விட்டு செல்ல, அவளது கையை பிடித்து நன்றி என்றான். பின் அனைவரும் கிளம்பினர். யுவிக்கு விமலாவை ரொம்பவே பிடித்து போயிற்று. ஆனால் கூற முடியாமல் தவித்தான்.

இரண்டு நாட்களுக்கு பின் வீட்டில் அனைவரும் இருக்க, காபி போட்டு கொடுத்துக் கொண்டிருந்தாள்.

யுவி பாடல் கேட்கும் கருவியை காதில் போட்டு கொண்டே தூங்க, யாரும் அங்கே இல்லை என்று நினைத்து அதனை எடுத்து விட்டு, அவனை பார்த்துக் கொண்டிருந்தாள்.

அந்த குட்டி பையன் எதையோ தட்டி விட யுவன் விழித்தான். அவனை பார்த்து அவள் பயந்து பின்னே விழ, அவன் ஏதும் கூறாமல் அவளையே பார்த்துக் கொண்டிருக்க, அவள் உள்ளே சென்றாள்.

அய்யோ! என்ன செய்கிறேன் நான், என்னால் என்னை ஏன் கட்டுப்படுத்த முடியவில்லை? இவ்வளவு நாட்கள் சமாளித்தேனே! அவளுடன் அவளே பேசிக் கொண்டிருக்க,

யுவி உள்ளே வந்து, எனக்கு காபி வேண்டும் என்றான். அவள் மனதை அமைதியாக்கி விட்டு அவனுக்கு செய்து கொடுக்க, அவளிடமிருந்து வாங்கி விட்டு சிரித்துக் கொண்டே சென்றான். அவள் பேசியதை கேட்டு விட்டான் போல.

யுவி காபி குடித்துக் கொண்டிருக்க, கவி அருகே வந்தாள்.

என்னடா, உனக்கு ஸ்பெசல் போல,

அவன் சிரித்துக் கொண்டே குடிக்க, அவனுக்கு வருணுடமிருந்து போன் வந்தது. பேசியவுடன் போனை விட்டெறிந்தான் யுவி. அது நேராக ஒரு சோபாவில் விழுந்தது. கோபமாக யுவி வெளியே செல்ல, கவி என்னவென்று கேட்டுக் கொண்டே அவன் பின் செல்ல, அவளிடமும் கத்தி விட்டு பைக்கை விரட்டினான். இதை பார்த்து, விமலா போனை கையில் எடுத்து யாரிடம் பேசினான் என்று பார்க்க, வருணுடைய நம்பர் பதிவாகி இருந்தது.

உடனே அவளுடைய போனை எடுத்து, வருணிற்கு போன் செய்ய, வீட்டிலிருந்த அனைவரும் வந்தனர். கவி அவன் கோபத்தை கூற,

எங்கே சென்றிருக்கிறான்? அம்மா கேட்க, தெரியவில்லை என்றாள் கவி.

பதட்டப்படாதீர்கள் ஆன்ட்டி, நான் கேட்கிறேன் என்று விமலா கூற, அனைவரும் அவளருகே வந்தனர்.

வருண் போனை எடுத்தான். என்னடா யுவி கோபப்படும் அளவிற்கு என்ன நடந்தது?

அவன் தயங்கிக் கொண்டே பேசாமலிருக்க,

சொல்கிறாயா? இல்லை நான் அவனை பார்க்க வரவா? உன்னிடம் தானே வருவான்?

கண்டிப்பாக இல்லை. அந்த ரேஷ்மா, அவனை மிரட்டுவது போல் அவனிற்கு வீடியோ அனுப்புவதாய் நினைத்து, எனக்கு அனுப்பி விட்டாள்.

என்ன வீடியோ?

அதை நீ பார்க்க வேண்டாம்.

அனுப்பு என்று கூறுகிறேன்ல?

அவன் அனுப்பினான். குடும்பம் மொத்தமும் பார்த்து அதிர்ச்சியோடு நிற்க, விமலா மட்டும் வருணிற்கு போன் செய்து, நீ வேலையாக இருக்கிறாயா?

இல்லை. முதலில் யுவி அவளை பார்க்க செல்லாமல் தடு. அவள் இந்த வீடியோவை சும்மா அனுப்பவில்லை. அவளை பற்றி தான் நமக்கு தெரியுமே! அவள் எவ்வளவு பெரிய கேடி. ஏதோ திட்டம் வைத்திருக்கிறாள்.

நான் இந்த வீடியோவை உடனே கல்லூரி குழுவிற்கு அனுப்புகிறேன்.

நீ என்ன பைத்தியமா? அவன் கேட்க, நாம் பிறகு பேசலாம். அவளுடைய வீட்டிற்கு தான் சென்று கொண்டிருப்பான். அவன் அவள் வீட்டு வாசப்படியில் கூட கால் வைக்க கூடாது. அவனை தடுத்து அமைதியாக்கு.

இதுவரை நாம் எடுத்த அவளது வீடியோக்களை மட்டும் அனுப்பு, நான் இதை பார்த்துக் கொள்கிறேன். நீ அவனுடனே இரு...

விமலா கூறியது போல் அந்த ரேஷ்மா ஒரு திட்டத்துடன் தான் யுவியை வீட்டிற்கு வர வைக்க வீடியோவை அனுப்பி இருக்கிறாள்.

வீட்டில் யாருமில்லா சமயம் பார்த்து அவனை வர வைத்து, அவன் மீது வீண் பழி சுமத்தி யுவி வீட்டிற்குள் நுழைய திட்டம் போட்டிருப்பாள்.

நீ என்ன செய்ய போகிறாய்? வருண் கத்த அவள் போனை துண்டித்தாள். அவள் கூறியது போல் வருண் யுவியை தடுத்து, விமலா இதனை பார்த்துக் கொள்கிறேன் என்றாள் என்று அவள் கூறிய அனைத்தையும் வருண் கூற, வா வீட்டிற்கு செல்லலாம் என்று இருவரும் கிளம்பினார்கள்.

வீட்டில் அனைவரும் அதிர்ச்சியுடன் இருக்க,

விமலா ஆடியோ ஒன்று தயார் செய்து கொண்டிருந்தாள்.

ஹே, கெர்ல்ஸ்...... நம் யுவியை வைத்து அந்த ரேஷ்மா என்ன செய்திருக்கிறாள் பாருங்கள். அவளுடைய வீடியோக்கள் அனைத்தையும் பார்த்து, பதில் அனுப்புங்கள் என்று சாதாரணமாக பேசினாள்.

அந்த இரண்டு வீடியோவையும் அனுப்பவும் செய்தாள்.

நீ என்ன செய்து கொண்டிருக்கிறாய்? அவளும் யுவியும் முத்தமிட்டுக் கொண்டிருக்கிறார்கள். அந்த வீடியோவை கல்லூரியில் அனைவருக்கும் அனுப்புகிறாய்? கவி கேட்க

இதை நேரிலே பார்த்து இருக்கிறேன். பயப்படாதீர்கள், அவனை பற்றி யாரும் தவறாக பேச மாட்டார்கள் விமலா கூற,

அவன் எவ்வளவு தறுதலையாய் சுற்றிக் கொண்டு இருந்திருக்கிறான் என்று அவனது சித்தி கூற, அவனும் சரியாக வீட்டிற்கு வந்தான். அவர் கூறுவதை கேட்டு அங்கேயே நின்றான். வருண் அவனது தோளில் தட்டிக் கொடுத்தான்.

அவனது அம்மா பேச வர, அதற்குள் விமலா, என்ன ஆன்ட்டி பேசுகிறீர்கள்? உங்களுடைய மகனை பற்றி நீங்களே அவ்வாறு பேசலாமா? இதுவரை அவன் எந்த பொண்ணு பின்னால் சுற்றியது கூட இல்லை. கல்லூரியில் இருக்கும் பெண்கள் தான் அவன் பின்னே சுற்றுவார்கள். அதை கூட கவனிக்க மாட்டான். அவன் இவ்வாறு செய்திருப்பானா?

அவளது போனை எடுத்து கல்லூரி பெண்கள் அனுப்பிய பதிலை காட்டி இதோ பாருங்கள், அவனை பற்றி தவறாக ஏதும் வந்துள்ளதா? காண்பித்தாள்.

அந்த பொண்ணு பணக்கார பசங்களை மிரட்டி திருமணம் செய்து கொள்ள கூறி, வீடியோ எடுத்து வைப்பாள். பணத்திற்காக தான். அவள் செய்தது அவளுக்கே திரும்பி விட்டது. இதனால் தான் அவனை ஏமாற்ற நினைக்கும் அனைத்து பெண்களின் மற்றுமொரு வீடியோ நாங்கள் எடுத்து வைத்துள்ளோம் கூற,

நீ எதற்காக இதையெல்லாம் செய்தாய்? அவனுடைய அம்மா கேட்க,

அவனுடைய பாதுகாப்பிற்கு..... என்று அவள் பேச... பேச.... யுவிக்கு கண்ணீர் சந்தோசத்தில் ஆறாய் பெருக்கெடுத்து ஓடியது.

அம்மாவோ! அவளை விடாது... நீ எதற்காக அவனுக்கு பாதுகாப்பு தர வேண்டும் என்று கேட்க, அவள் தலையை கவிழ்ந்த படி நின்றாள்.

கூறு என்று அவர் கத்த, அவள் அனைவர் முன்னிலையிலும் மண்டியிட்டு, நான் அவனை காதலிக்கிறேன் என்று அழுது கொண்டே கூற, அவன் கண்ணீரை துடைத்து விட்டு யுவி அவளருகே வந்து, அவளை தூக்கி விட்டு, அவளை கட்டிக் கொண்டு, எனக்கும் உன்னை பிடித்திருக்கிறது. நானும் உன்னை காதலிக்கிறேன் என்று கூற அவள் அவனையே பார்த்தவாறு இருக்க,

கவி அவளிடம், எதற்காக அவனை அப்படி பார்க்கிறாய்? கேட்க,

நீ என்ன கூறினாய்? விமலா கேட்க,

நான் உன்னை காதலிக்கிறேன். எனக்கு உன்னை பிடித்திருக்கிறது அவன் கூற,

இது என்னுடைய கனவா? கண்ணை மூடி திறக்க, அனைவரும் அவளை பார்த்து சிரிக்க, ரோஜா அவளருகே வந்து,

அக்கா, இது கனவல்ல.... என்று கூற, அவன் விமலாவை அவன் பக்கம் திருப்பி, நீ என்னை தான் தேர்ந்தெடுக்க வேண்டும். உன் வெளிநாட்டு வேலையை அல்ல. எனக்கு நீ வேண்டும். நீ இல்லாமல் என்னால் இனி இருக்க முடியாது. என் வாழ்க்கையின் கடைசி வினாடி வரை என்னுடன் நீ இருக்க வேண்டும் என்று அவளை அணைத்துக் கொள்ள,

என் மேல் தான் உனக்கு காதல் வராது என்று தானே கூறினாய்? இப்பொழுது எப்படி வந்தது?

கௌதமிற்காக கூறினேன். அவனுக்கு உன் மேல் காதல் இல்லை என்றான்.

எனக்கு உன்னை பிடித்திருந்ததால் தான்அவனிடம் கேட்டு தெரிந்து கொண்டேன்.

உண்மையாகவே எனக்கு உன்னை ரொம்பவே பிடிக்க ஆரம்பித்தது. உன்

மேல் எனக்கு காதல் வராது என்று கூறினேனேனோ!அன்றே வந்து விட்டது.

அவள் கண்ணில் நீர் சொட்ட சொட்ட அவனை பார்த்தாள்.

அவன் கண்ணீரை துடைத்து விட்டு, அவள் கையை விடாமல் பிடித்து, குடும்பத்தினர் பக்கம் திரும்ப, அனைவரும் மகிழ்ச்சியாக, யுவி அவனது அம்மாவை பார்த்தான்.

எனக்கு அவளிடம் சில விதிமுறைகள் உள்ளது. முதலில் அவள் வேலைக்கு இப்பொழுது செல்லலாம். ஆனால் கல்யாணத்திற்கு பின் நம்முடைய குடும்ப பொறுப்புகளை ஏற்று நடத்த வேண்டும். வேலை என்றால் நம்முடைய பிசினஸ் சம்பந்தப்பட்ட விசயத்தை மட்டும் செய்யலாம். அதுவும் நம் கம்பெனியில் மட்டும் என்றார்.

ரோஜாவின் முழு பொறுப்பும் பாட்டி பார்த்துக் கொள்வார் இப்பொழுதிலிருந்தே!

அப்புறம் நான் என் மகனுடன் அதிகமாக நேரம் செலவழித்ததில்லை. அதனால் கல்யாணத்திற்கு முன் அவன் சம்பந்தப்பட்ட அனைத்தையும் நானே பார்த்துக் கொள்வேன். எங்களை நீ தொந்தரவு செய்யக் கூடாது. கல்யாணத்திற்கு பின் நான் உங்களை தொந்தரவு செய்ய மாட்டேன்.

இதற்கெல்லாம் அவள் ஒத்துக் கொண்டால், எனக்கு பிரச்சனை இல்லை என்று புன்னகையுடன் கூற, அவள் அழுது கொண்டே ஓடி வந்து அவனது அம்மாவை கட்டிக் கொண்டாள்.

அழுகிறாயா? அவளை பார்த்து அம்மா கேட்க,

மகிழ்ச்சியால் தான் கண்ணீர் வருகிறது.

விமலா, இந்தா என்று வருண் கேக்கை எடுத்து வந்து,

என்ன விமலா! யுவியால் உனக்கு நிறைய உறவுகள் கிடைத்துள்ளது. நீ மறுபடியும் அவனிடம் காதலை கூறுவதற்கு முன்பே அவனே கூறி விட்டான். சந்தோசமாக இருக்கிறாயா?

அவள் தலையசைத்து விட்டு, வருணிடமிருந்து அந்த கேக்கை வாங்கி, யுவிக்கு கொடுத்து அவளுடைய காதலை அனைவர் முன்னிலையிலும் கூறினாள். பின் இருவரும் சேர்ந்து அங்கிருந்த பெரியவர்களிடம் ஆசிர்வாதம் வாங்கி விட்டு, அனைவரிடமும் கூறி விட்டு, விமலாவை வெளியே அழைத்து வந்து அவனுடைய பைக்கில் ஏற்றி, யுவி ஓர் அழகான இடத்திற்கு அழைத்து வந்து, அவள் கையை கோர்த்துக் கொண்டு அவளுடன் நிறைய விசயங்களை பகிர்ந்து விட்டு திரும்ப, அவள் அவனை பார்த்துக் கொண்டிருந்தாள். அவன் அவளை தன் பக்கம் இழுத்து முன் போல் அவளது இதழ்களை வருடி விட்டு, முத்தமிட்டான்.

"காதலை
கூறிய நொடியே
ஏதோ கனவாக
தோன்றவே
என்னை மறந்தேன்
முழுதாகவே

என் முன் நீ நிற்க
நினைவாக
இல்லாது இருக்க
அந்த சூரியனது
வெப்பத்தை
உன்னுள் உணர்ந்தேன்.

கதிரவனாய் நீ இருக்க

அதன் வெளிச்சமாக

நான் இருக்க

என் காதல்

இருளை கடந்து

வெற்றியடைந்து விட்டது.

என்

கனவினின்று

மீண்டு

என் காதல்

உயிர்ப்பெற்று விட்டது

மீள்கனவாகவே!"

பாலாவும் ரேணுவும் சேர்ந்து மதுவுடன் நேரத்தை செலவழித்தனர். இடையிடையே அவர்களது காதல் பெருக, வீட்டின் நடுவே நின்று கொண்டு கொஞ்சிக் கொண்டிருந்தனர். இதை பார்த்து மகா அத்தை, இதற்கு மேல் இவர்கள் செல்லும் படி விடக் கூடாது என்று இருவரது திருமணத்தை பற்றி பேச, ரேணுவோ வெட்கத்தில் சிவந்து இருக்க, மித்துவும் ரகுவும் அவளை கிண்டல் செய்து கொண்டிருந்தனர். திருமண தேதி குறித்து வேலை மும்பரமாக நடந்து கொண்டிருந்தது. அனைவருக்கும் அழைப்பிதழ்கள் வைக்கப்பட்டது.

அப்படியே இரண்டு மாதங்கள் கழிந்தது.

பாலா, ரேணுவின் திருமண நாளும் வந்தது. அன்று எல்லாரும் எல்லாவற்றையும் தயார் செய்து விட்டு, மித்து ரகுவிடம், எனக்கு நம்முடைய திருமணம் நினைவு வந்து விட்டது.

அதற்கென்ன? நீ கூறினால் நாமும் பாலா, ரேணுவுடன் திருமண கோலத்தில் நிற்கலாம் குறும்புத்தனமாக பேச, ரியா அங்கே வந்து, அம்மா அப்பா நீங்கள் அங்கே நில்லுங்கள் என்று கூற, இருவரையும் போட்டோ எடுத்து விட்டு, அவர்கள் அருகே வந்து அப்பா செல்பி என்றாள். அவர்கள் சந்தோசமாக எடுத்துக் கொண்டிருக்க, பாலாவின் நண்பர்கள் குடும்பத்துடன் வர,

முதலில் ராஜா குடும்பமும், கவியும் வந்தனர். பின் சுந்தர் அவனது குடும்பத்துடன் வந்தான். அவனும் ஒரு பெண்ணை காதலிக்கிறான். கவிதாவின் அறைத்தோழி தான். பாலா அவளை அழைத்ததால், அங்கே வந்து தன்னுடைய குடும்பத்திற்கு அவளை அறிமுகப்படுத்தி வைத்தான் சுந்தர். சூர்யா அவனுடைய குடும்பத்துடன் வந்து மஞ்சுவை தேட, அவன் பின்னே வந்து அவள் பயமுறுத்தி விளையாடிக் கொண்டிருந்தாள். திலீப் அங்கே ஒரு பெண்ணிடம் பேசிக் கொண்டிருக்க, ராஜம்மா அவனை பிடித்து இழுத்து சென்றார்.

பார்வதியம்மாவும், ரேணுவின் அத்தையும், மாமாவும் அனைவரையும் வரவேற்றுக் கொண்டிருந்தனர். திருமண மணமக்கள் ரேணு பச்சைகலர் பட்டுடனும், பாலா வெள்ளை பட்டு வேஷ்டியுடனும் அழகான ஜோடியாய் காட்சியளித்தனர். மணமேடை மீது இருவரும் வர, ஒருவரை ஒருவர் பார்த்துக் கொண்டிருக்க,

டேய், பாலா நீங்கள் இன்னும் பார்த்துக் கொண்டு தான் இருக்க போகிறீர்களா? சூர்யா மேடைக்கு வர, அனைவரும் வந்தனர். திருமண பூஜை நடந்து கொண்டிருக்க,... எல்லா ஜோடிகளும் வரிசையாக நின்றனர்.

மணமக்கள் நடுவே மது அமர்ந்திருக்க, ரேணுவின் கழுத்தில் பாலா தாலியை கட்ட, ஓஓஓ.... என்று சத்தமிட்டு ஆரவாரம் செய்தனர்.

அடுத்து யாருடைய திருமணம்? என்று ரகு கேட்க,

ராஜா எங்களுடையது என்று கவிதாவின் தோளில் கையை போட,

டேய் அண்ணா, எனக்கு பிறகு தான் நீ திருமணம் செய்வேன் என்று கூறினாய்? மஞ்சு வினவ,

பாப்பா, அது எப்பொழுதோ சொன்னது.

பாப்பாவா? இவளா? சூர்யா கிண்டல் செய்ய,

அன்றைய பொழுது மகிழ்ச்சியாக கழிந்தது. பாலாவின் நண்பர்கள் அனைவரிடமும் விடை பெற்றுக் கொண்டு தங்கள் வீட்டிற்கு கிளம்பினர்.

மறுநாள் பாலாவும் ரேணுவும் ஜோடியாக வெளியே வர, மித்து பாலாவிடம்,

அண்ணா, இரண்டு நாட்கள் நல்ல வாய்ப்பு பயன்படுத்திக் கொள்ளுங்கள். அவளிடம் அடி வாங்கி விடாதீர்கள் என்று கிண்டல் செய்ய, அவன் சிரித்துக் கொண்டே ரேணுவின் கையை பிடிக்க,

மித்து, நீ ரொம்ப பேசுகிறாய். உன்னை பிறகு கவனித்துக் கொள்கிறேன் ரேணு கூற,

முதலில் அண்ணனை கவனி. பிறகு என்னை பார்த்துக் கொள்ளலாம் கூறி விட்டு மித்துவும், ரகுவும் ஒரு காரில் ஏற, பார்வதியம்மா, ராஜம்மா, திலீப், ரியா மற்றொரு காரிலும், ரேணுவின் அத்தையும், மாமாவும், மதுவும் ஒரு காரில் ஏறி இரண்டு நாட்களுக்கு வெகு தூரத்தில் உள்ள கைலாசநாதர் கோவிலுக்கு சென்றனர்.

மித்து, ரகு சென்ற காரிடயே ஒரு பெண் வந்து விழ, மித்துவும் ரகுவும் காரிலிருந்து இறங்க, ஒரு பெண் "உதவி செய்யுங்கள்" மித்துவின் கையை பிடிக்க, இவர்களது உதவும் படலம் தொடர்ந்தது.

"பெண்மையின்

அமைதியடி நீ!

பெண்மையின்

பாசமடி நீ!

பெண்மையின்

பொறுமையடி நீ!

பெண்மையின்

காதலடி நீ!

பெண்மையின்

வீரமடி நீ!

பெண்மையின்
பெருமையடி நீ!

வெற்றியின்
சொரூபமே நீயடி!"

www.ingramcontent.com/pod-product-compliance
Lightning Source LLC
Chambersburg PA
CBHW021339150726
47989CB00005B/2033